Đời Tôi Và Niềm Tin II

Đời Tôi Và Niềm Tin II

Tiến Sĩ Jaerock Lee

URIM BOOKS

Đời Tôi Và Niềm Tin (II): Tác giả Tiến sĩ Jaerock Lee
Xuất bản bởi Nhà Xuất Bản Urim (Đại diện: Seongnam Vin)
73, Yeouidaebang-ro 22-gil, Dongjak-gu, Seoul, Korea
www.urimbooks.com

ISBN 978-89-7557-420-7, ISBN 978-89-7557-418-4 (set)

Xuất bản lần trước 2008 trong ngôn ngữ Hàn Quốc bởi Nhà Xuất Bản The Christian Press, Seoul, Hàn Quốc

Xuất bản lần thứ nhất
In lần thứ nhất: tháng 3, 2011
In lần thứ hai: tháng 9, 2012

Hiệu đính bởi Eunmi Lee
Biên dịch bởi: Paul Vo Van Vy
Được thiết kế bởi Cục Biên Tập của Nhà xuất bản Urim Books
Được In ở Công ty In Ấn Yewon
Muốn biết thêm chi tiết xin liên hệ: urimbook@hotmail.com

Chứng Cứ Về Sự Hiện Diện và Quyền Phép Của Đức Thánh Linh

Thời gian chẳng chờ đợi ai. Song, Đức Chúa Trời vẫn kiên nhẫn chờ đợi nhân loại ăn năn để được cứu rỗi cho đến ngày cuối cùng. Trong thế giới hiện đại ngày nay, người ta chẳng hề biết đến tình yêu sâu thẳm nầy của Đức Chúa Trời. Ngay cả những Mục Sư và Cơ Đốc Nhân cũng chạy theo xu hướng thế gian mà quên đi tình yêu và ý chỉ của Đức Chúa Trời. Cớ sao họ không thể đến gần bên Chúa hơn, tại sao họ phải lang thang và xa cách hội thánh? Chúng ta có thể tìm thấy sự ấy trong khoa học hiện đại.

Con người cố gắng dựa vào khoa học để giải quyết mọi nan đề trong đời sống mình. Họ trung thành với những kết luận của khoa học hơn là quyền năng của đức tin. Điều nầy cũng diễn ra trong Cơ Đốc Nhân nữa. Họ thích theo xu hướng chỉ tin những gì mình tận mắt nhìn thấy và có thể thừa nhận được, và chỉ chấp nhận những gì họ có thể suy luận và hiểu được bằng tư duy và quan điểm của mình hơn là tin nhận bởi đức tin. Họ cũng áp đặt niềm tin lên tín đồ của mình bằng con đường khoa học. Họ cố gắng gieo cấy đức tin vào lòng con người cho hợp với giáo điều ấy.

Cơ Đốc Nhân trong thời hiện đại ngày nay cố gắng hiểu Đức Chúa Trời và kinh nghiệm quyền năng Ngài bằng loại đức tin nầy. Song, đức tin có được qua con đường truyền bá sai lệch dẫn đến việc chỉ trích công việc của Đức Thánh Linh là công việc của chủ nghĩa thần bí. Nói cách khác, ấy không phải là hội thánh dẫn dắt thế gian, mà bèn là đi theo thế gian.

Nhiều công việc của Đức Thánh Linh bị xem là chuyện thần bí. Ví như công việc của Đức Chúa Trời chẳng được tỏ ra cách mầu nhiệm, thì sự ấy có giá trị gì chăng? Hết thảy công việc của Đức Chúa Trời đều là những phép lạ kỳ diệu và phải là như vậy. Ấy là công việc của Đức Chúa Trời Toàn Năng là Đấng cứu chuộc nhân loại.

Mục Sư Jaerock Lee chẳng gần gũi với loại đức tin mang tính thế tục đó, song ông luôn gần gũi với Đức Thánh Linh và Cha Thiên Thượng. Ông luôn bày tỏ công việc của Đức Chúa Trời qua sự cầu nguyện và bởi quyền phép của Đức Thánh Linh.

Tự truyện, *"Đời Tôi & Niềm Tin"* là một câu chuyện đầy cảm động, cho chúng ta thấy một đức tin và một cuộc đời thật sống bởi đức tin đích thực. Cuốn sách nầy chỉ ra những bằng chứng sống về sự hiện diện của Đức Thánh Linh, đó là sự hiện diện đã bị con người trong xã hội hiện đại lãng quên.

Thật ra, đức tin và khoa học chẳng hề xa rời nhau. Đức Chúa Trời tạo dựng nên mọi sự trong toàn vũ trụ, và những gì Ngài tỏ ra cho chúng ta ấy là khoa học. Thế thì, khi Mục Sư Jaerock Lee cầu nguyện chữa lành người bệnh, giải quyết nan đề, và khiến lòng người đầy dẫy sự cảm động của Đức Thánh Linh, điều nầy chính là khoa học vì quyền năng đến từ Đức Chúa Trời, và khoa học cũng chính là đức tin.

Những kí sự nầy đã xuất hiện hàng tuần trên tạp chí Cơ Đốc Nhân, đã làm cảm động nhiều tấm lòng bạn đọc. Đến nay, những điều đó đã được tập hợp lại thành một tập sách nói về những minh chứng sống của đức tin và những công việc đang diễn ra của Đức Thánh Linh. Sách nầy chứa đựng những câu chuyện thật về cuộc đời ông, làm cảm động lòng người. Và nó cũng kể lại câu chuyện về chức vụ của ông kể cả việc thành lập và phát triển Hội Thánh Trung Tâm Manmin. Dường ấy, đây là một sách hay, giúp cho tín đồ cũng như mục sư biết được ý nghĩa đích thực của đời sống chức vụ là gì.

Tôi được biết rằng tự truyện nầy đã làm cảm động và có ảnh lớn đến nhiều mục sư cũng như tín đồ. Nhiều mục sư rất quan tâm đến việc phát triển hội thánh và quyền phép của Đức Thánh Linh. Nhiều tín đồ rất cảm kích về chức vụ chữa lành của ông cùng sự bày tỏ những công việc đầy quyền phép của Đức Thánh Linh. Ấy là vì những hội thánh ngày nay tại Hàn Quốc đã mất đi quyền phép của Đức Thánh Linh. Nhiều hội thánh ngày nay như những hội thánh vô hồn vì họ ngược đãi quyền năng Đức Thánh Linh và xem ấy là chuyện thần bí. Đức Thánh Linh chẳng hề là chuyện 'thần bí.' Đức Thánh Linh là thực tế và thật.

Tôi có thể khẳng định cách dứt khoát rằng Mục Sư Jaerock Lee là một trong những mục sư chân thật nhất tại Hàn Quốc. Nhiều người thừa nhận rằng qua tự truyện *"Đời Tôi & Niềm Tin"* người ta đã trở nên yêu mến Chúa cách tha thiết và đức tin yếu đuối của họ đã mạnh mẽ lên một cách đáng kể. Nhiều mục sư có thể hiểu ra rằng thế nào là một hội thánh chân thật và Đức

Thánh Linh đang vận hành trong loại hội thánh như thế nào.

Vả lại, tôi muốn nói rằng sự thật về câu chuyện đài phát thanh MBC cũng được tỏ ra ở đây. Qua đó chúng ta biết rõ tại sao Mục Sư Lee phải trải qua nhiều bắt bớ từ những hội thánh Hàn Quốc. Những hội thánh nầy phải dẹp bỏ ngay hết thảy các công việc bắt bớ và chỉ trích chống đối ông. Hơn thế, tôi cũng đề nghị MBC có lời xin lỗi đến Hội Thánh Trung Tâm Manmin.

Sau khi đọc tự truyện của Mục Sư Jaerock Lee, tôi tha thiết mong muốn rằng, hết thảy mục sư và tín đồ đều có cơ hội đọc sách nầy hầu cho họ có thể nhìn thấy được công việc của Đức Thánh Linh.

Mục sư Jongman Lee

(Hội Thánh Giám Lý, Chủ Tịch Thường Trực,
Hiệp Hội Phục Hưng Cơ Đốc Toàn Cầu)

Nội Dung

Chương 3

Đức Chúa Jêsus Nghĩ Gì Khi Vác Thập Giá Lên Đồi Gô-gô-tha?

Chương 4

Nếu Có Thể, Tôi Chỉ Muốn Làm Trọn Ý Chúa

Nội Dung

Chương 7

Các Dân Tộc Sẽ Đến Nơi Sự Sáng Ngươi

Chương 1

Như Đất Khô Cứng Lại Sau Cơn Mưa

Sau Khi Gieo Giống Đức Tin

Chẳng bao lâu sau khi chuyển đến Guro Dong, hội thánh đã được đầy dẫy trở lại. Chúng tôi không đủ chỗ đậu xe và người đến dự.

Chúng tôi phải nhanh chóng mở rộng hội thánh, gần nơi chúng tôi có một miếng đất khoảng 14.000 m2 được rao bán. Song, tòa nhà nơi chúng tôi đang sử dụng vẫn còn đang cầm cố nên rất khó để chúng tôi có thể mua được miếng đất ấy.

Khi cầu nguyện cho điều nầy, Đức Chúa Trời nhậm lời tôi và phán rằng, "Hãy mua miếng đất ấy." Để thực hiện được điều nầy, chúng tôi cần đến 20 tỉ won (tương đương với 20 triệu USD). Nhưng ngay cả việc lo cho được 1 tỉ won để ký giao kèo cho miếng đất cũng là việc khó khăn đối với chúng tôi. Song, chúng tôi kinh nghiệm rằng hễ khi nào chúng tôi vâng phục Ngài, thì Chúa sẽ hành động, ngay cả những hoàn cảnh dường như không thể.

Tôi quyết định bỏ ra 100 triệu won để ký trước giao ước về giao kèo 1 tỉ won cho miếng đất. Đức Chúa Trời luôn ban phước cho tôi cách dư dật, nhưng khi chi ra một số tiền lớn cho việc dâng hiến, công việc truyền giáo, từ thiện, tôi chẳng có nhiều tiền mặt trong tay. Nhưng nếu Đức Chúa Trời ở cùng chúng ta thì có gì là không thể?

Khi cầu nguyện để có số tiền 100 triệu won, công việc của Chúa cũng bắt đầu từ những nơi không ngờ đến. Những người đã được chữa lành qua sự cầu nguyện của tôi và những người trước đây được tôi giúp đỡ lần lượt đến từ mọi nơi và bày tỏ lòng biết ơn đối với tôi.

Tháng tám, 1995, tôi đã chuẩn bị được 100 triệu won và có thể ký trước giao ước cho bản giao kèo ấy. Theo gương tôi, từ trẻ em cho đến người lớn bắt đầu dự phần vào. Chúng tôi thật sự chẳng có thông báo nào về sự dâng hiến cho việc xây dựng, song Đức Chúa Trời đã cảm động từng tấm lòng. Những thành viên hội thánh đã dự phần vào công việc dâng hiến cách tự nguyện và vui vẻ.

Những của dâng không những được gởi đến từ mọi miền đất nước, mà còn từ những quốc gia khác nữa. Chẳng mấy chốc, chúng tôi đã có thể ký được giao kèo. Khi chúng tôi làm theo Lời Chúa, kể từ tuần lễ ký giao kèo, các của dâng đã tăng lên gấp ba.

Đồng Một Lòng

Tháng năm, 1996, công trình xây dựng đã được khởi công, việc xây dựng tiến hành cách hăng hái. Và chúng tôi đã lên kế hoạch cho chương trình Hai Tuần Đại Hội Phục Hưng Đặc Biệt lần thứ tư, bắt đầu từ ngày 10, tháng sáu. Chúng tôi mong muốn được tổ chức kỳ lễ phục hưng tại hội thánh mới để có nhiều chỗ hơn cho những người đến dự, song chúng tôi cần thêm vài tháng nữa mới có thể hoàn tất mọi việc. Biết rõ điều nầy, rất nhiều người tự nguyện tham gia vào công việc xây dựng.

Một số xin phép nghỉ việc, số khác đến trực tiếp nơi xây dựng từ chỗ làm của mình. Họ mang xi-măng, cát, đặt gạch, sắp ngói, và sơn tường. Hàng trăm người chung sức làm việc, gần đến kỳ lễ phục hưng, hội thánh đã được xây xong.

Mặc dù trần nhà chưa được hoàn thành, chúng tôi đã có thể tổ chức Hai Tuần Đại Hội Phục Hưng Đặc Biệt lần thứ tư tại hội thánh mới. Ấy chính là kết quả của việc bước đi bởi đức tin! Kỳ lễ phục hưng đã được ơn ngay từ ngày đầu tiên.

Đức Chúa Trời đã cho chúng tôi mười lăm sứ điệp với phân đoạn Kinh Thánh chính là Giăng 3:6. Loạt bài giảng ấy có chủ đề "Xác Thịt và Thần Linh." Đức Chúa Trời đã ban cho tôi lời sự sống nầy hầu cho các thành viên có thể phân biệt được đâu là xác thịt, đâu là thần linh, nhằm giúp họ quăng xa những điều của xác thịt và biến đổi thành con người thuộc linh. Rất nhiều công việc chữa lành đã xảy ra để tôn vinh Ngài.

Một Hội Thánh Ở Nhật Bản Được Thành Lập Qua ơn Phước Trên Sự Thọ Thai

Khi nhìn thấy người bệnh, tôi thường cầu nguyện rằng, "Lạy Chúa! Hãy để con gánh thay nỗi đau của người ấy và xin cho người ấy được lành."

Vì đã trải qua sự đau đớn tột cùng của bệnh hoạn, tự đáy lòng mình, tôi có thể cảm nhận được nỗi đau của người bệnh. Ví như có thể, tôi sẽ chịu đau thay cho họ. Cũng như khi có ai trong vòng tín hữu phạm tội, tôi cũng cảm thấy đau đớn như vậy. Tôi sẵn sàng phó mạng sống mình nếu như điều đó khiến Đức Chúa Trời ban cho họ thần linh ăn năn để họ có thể nhận được sự cứu rỗi.

"Lạy Chúa! Nếu họ có thể không phạm tội nữa khi Ngài cất mạng sống con đi, xin Ngài hãy làm điều đó ngay bây giờ. Xin cho hết thảy họ đều được cứu."

Khi dân sự Israel phạm tội thờ thần tượng, Môi-se đã cầu xin Đức Chúa Trời tha tội và cứu vớt họ, dẫu cho vì sự nầy mà tên người phải chịu xóa khỏi sách sự sống mà phải sa vào hỏa ngục, thì người cũng cam lòng (Xuất Ê-díp-tô 32:32)

Sứ đồ Phao-lô thừa nhận tình yêu mà người đã dành cho dân sự mà rằng ông chỉ mong sao cho dân mình được cứu rỗi dẫu cho vì điều nầy mà người phải chịu rủa sả hay bị phân rẽ khỏi Đấng Christ.

Tôi thích có được loại tình yêu thiên thượng nầy. Nếu nhờ việc hiến dâng mạng sống tôi mà những người trong hội thánh được sự sống, thì tôi sẽ sẵn sàng.

Sau khi xây dựng hội thánh mới, trong đại hội phục hưng có hơn một ngàn người bệnh ghi tên. Mỗi ngày đều có những buổi nhóm đặc biệt dành cho người bệnh, tôi đặt tay cầu nguyện cho từng người. Tôi cầu nguyện cho họ với tất cả sức lực mình trong hai giờ liền, hầu như chiếm trọn cả buổi tối.

Tiếng kêu khóc tha thiết trong sự cầu nguyện của tôi đã được Chúa nhậm lời, công việc nóng cháy của Đức Thánh Linh xảy ra mọi ngày.

Ấy là hai tuần vất vả, song tôi đã cầu nguyện cho từng người bệnh để họ được lành, cầu xin Chúa thương xót họ, nhiều căn bệnh bất trị và bệnh lạ được chữa lành. Những tế bào ung thư bị thiêu đốt, và các bệnh ung thư phổi, tử cung, thanh quản đã được chữa lành. Nhiều người bị liệt não, cơ thể cứng đờ, run rẩy đã được khỏi.

Trong kỳ đại hội nầy có Jekyoo Ju, Tổng Thư Ký Liên Đoàn Cộng Đồng Người Hàn sống ở Nhật, Yamagata Prefecture, cùng vợ ông. Một lần nữa, cũng như năm trước, họ được kinh nghiệm

Gia Đình Ông Ju

phép lạ đến từ Đức Chúa Trời. Ngay trước khi đến đây, họ đã có một câu chuyện đáng nhớ.

Tháng năm, 1995, vợ của Chấp sự Ju bị sốt nặng và nửa đêm bị đau đầu dữ dội. Ngày hôm sau, Chấp sự Ju phải đi Hàn Quốc cho công việc làm ăn. Ông đưa vợ theo và đến khám bệnh tại Seoul, bác sĩ cho biết 'viêm màng nhĩ.' Và đề nghị phải phẫu thuật ngay.

Cô có thể bị mất thính lực hoàn toàn, và có thể dẫn đến viêm màng não. Cô đã phải khốn khổ với chứng viêm màng nhĩ từ hồi còn ở tiểu học. Tai cô bị chảy mủ và phải dùng thuốc thường xuyên.

Theo thể sự khuyên nài của người mẹ, cô đến tham gia buổi

thờ phượng vào sáng Chúa Nhật tại hội thánh chúng tôi, cô bước đến nhận sự cầu nguyện từ tôi. Sau đó, cô kể lại rằng, lúc được tôi cầu nguyện, toàn thân cô cảm thấy mát lạnh như tắm mình trong bạc hà, và cơn đau ra khỏi. Từ đó, bệnh chảy mủ tai của cô không còn nữa. Bệnh đau đầu và những biến chứng khác cũng đã khỏi hẳn.

Bắt đầu từ hôm sau, cô cùng chồng tham dự trọn các buổi của kỳ đại hội phục hưng. Họ ăn năn tội lỗi mình trong nước mắt, và cũng nhận được ân tứ tiếng lạ. Tháng sáu, 1995, cô trở lại Nhật Bản sau khi bệnh viêm màng nhĩ đã được chữa lành hoàn toàn bởi ơn điển và quyền phép của Đức Chúa Trời. Họ được đầy dẫy Thánh Linh và đầy lòng biết ơn ân huệ của Chúa.

Khi trở về, cô cảm thấy có điều gì khác thường trong người mình. Ba tuần sau, cô đến khám tại bệnh viện, và được biết rằng mình đã có thai. Cô kết hôn từ năm 1991, và cũng bị phẫu thuật tim nữa, bác sĩ nói rằng cô rất khó có thai, song nếu có, thì có thể gặp nguy hiểm.

Ấy là năm thứ năm kể từ ngày kết hôn và tháng thứ tám kể từ lúc phẫu thuật tim. Nhưng họ tin chắc đây là ơn phước từ Chúa là Đấng đã chữa lành căn bệnh bất trị của cô. Tháng ba, 1996, con trai đầu lòng của họ, Shiyoung, ra đời. Nhưng niềm vui ấy thật ngắn ngủi, vì cháu bé bị mắc bệnh độn.

Đó là căn bệnh tê liệt, mất khả năng sản sinh hóc môn, bé luôn cần đến thuốc nầy, nếu thiếu thuốc, phần cơ thể bên dưới của em không thể phát triển được, còn đầu thì to tướng ra, do vậy thân hình em sẽ trở nên kỳ dị, tật nguyền. Thậm chí căn bệnh nầy có thể cướp đi mạng sống của em.

Tháng năm, 1996, cặp vợ chồng nầy đã dâng lên Chúa lời thệ nguyện cầu xin cho bé trai Shiyoung được chữa lành. Lần nữa, nhân kỳ đại hội phục hưng trong năm tiếp theo họ lại bay sang Hàn Quốc. Được cảm động với những sứ điệp, và tin chắc rằng con trai mình sẽ được chữa lành, họ ngưng hết các thứ thuốc men cho Shiyoung và phó thác mọi sự vào tay Chúa. Sau khi trở về Nhật Bản, Shiyoung đã được chữa lành và trở nên khỏe mạnh. Cháu bé lớn lên cách bình thường. Mấy tháng sau, em đến khám tại bệnh viện, và được biết rằng lượng hoóc mon của em ở mức bình thường.

Cặp vợ chồng nầy đầy lòng biết ơn Chúa, họ không ngừng rao giảng phúc âm và cầu nguyện. Tháng bảy, 1997, họ tổ chức buổi thờ phượng đầu tiên tại nhà gồm sáu người. Từ đó con số thành viên mỗi ngày một tăng lên, họ cầu nguyện xin Chúa sai giáo sĩ đến. Vậy, tháng chín, 1999, chúng tôi bổ nhiệm Mục Sư Kangsup Jang từ hội thánh chúng tôi sang. Hiện nay, họ đã xây dựng xong một nhà thờ lớn tại Yamagata và đang làm chức vụ cách tốt đẹp. Gia đình anh Ju đã sanh thêm một bé trai và một bé gái nữa. Họ có một gia đình khỏe mạnh và hạnh phúc.

Mở Rộng Sứ Mệnh Truyền Giáo Hải Ngoại

Khi tên tôi bắt đầu được biết đến tại khu vực Washington D.C., hàng năm tôi được mời đến để hướng dẫn các kỳ đại hội phục hưng tại nước Mỹ. Tháng hai, 1996, tôi rao giảng sứ điệp tại Chiến Dịch Hiệp Nhất Hàn Quốc và Hội Nghị Mục Sư được tổ chức bởi Hội Liên Hiệp Các Hội Thánh Cơ Đốc Hàn Quốc tại Hawaii. Kỳ đại hội được tổ chức tại Hội Thánh Báp-tít Hàn Quốc Honolulu với chủ đề 'Hãy đổi mới chúng tôi.'

Vì tổng thống Hàn Quốc đầu tiên, Sigmund Rhee, đã xây dựng hội thánh tại Hawaii, nên tôi nghĩ rằng cơ đốc nhân ở đó có đức tin rất nóng cháy. Nhưng khi đến nơi, tôi thấy ở đây chẳng có nhiều hội thánh, và họ đang gặp phải nhiều khó khăn. Những mục sư ở đây cho tôi biết rằng nhiều hội thánh đã phải đóng cửa vì cớ sự cãi lẫy giữa các mục sư và người trong hội thánh.

Hiệp Hội Các Hội Thánh Cơ Đốc Hàn Quốc ở Hawaii do Giám Mục John Park thuộc Hội Thánh Anh Giáo lãnh đạo.

Ông là một nhà thơ, và dường như lúc nào cũng yên lặng. Từ buổi đầu, ông đã rất được ơn.

Hội Thánh Bất Hòa Được Thay Đổi

Trong ba ngày, tôi rao giảng các sứ điệp 'Tại sao Chúa Jêsus là Cứu Chúa duy nhất chúng ta?' 'Đức Tin Xác Thịt Và Đức Tin Thiêng Liêng' 'Sự Sống Đời Đời Nhờ Việc Ăn Thịt Và Uống Huyết Con Người.'

Tôi nghe rằng, lúc đầu nhiều người trong hội thánh phản đối việc sử dụng hội thánh cho đại hội nầy. Nhưng qua buổi đầu tiên, nhiều tín hữu đã được cảm động, và quan điểm họ cũng

Chiến Dịch Liên Hiệp Hawaii

được thay đổi. Họ sẵn lòng mang đến cho chúng tôi những thức ăn và thứ quý báu.

Sau khi toàn bộ các chương trình của kỳ đại hội đi vào kết thúc, ông mục sư quản nhiệm hội thánh ấy đã khóc và thừa nhận rằng, "Vì cớ sự kêu ngạo của tôi nên hội thánh đã gặp phải nan đề nầy. Lỗi tại tôi." Khi người mục sư đó nhận lỗi về mình và thay đổi, các thành viên trong hội thánh cũng thay đổi. Tôi tin rằng Đức Chúa Trời sẽ giải quyết mọi nan đề của hội thánh, và tôi dâng lời cảm tạ Ngài.

Tại đó tôi hướng dẫn hai buổi hội nghị các mục sư. Tôi cố

Đại Chiến Dịch Truyền Bá Phúc Âm Washington

gắng gieo sự tự tin vào lòng họ và giúp họ tin chắc rằng mình có thể làm được việc ấy. Sau hội nghị, một trưởng lão thừa nhận trong nước mắt mà rằng, "Chẳng phải vì người của tôi đã làm sai. Lỗi do tôi. Vì tôi chẳng tốt."

Một mục sư nói rằng, "Tôi chẳng biết phải đi đâu, nghĩ rằng mình chỉ còn biết chết. Song qua các sứ điệp ông giảng tôi đã được khích lệ và bây giờ tôi đã có sự tin chắc. Tôi có thể làm việc đó ngay bây giờ." Một mục sư khác khiêm nhường thừa nhận rằng, "Tôi tự cho mình là bậc thầy thuộc linh, song từ bây giờ tôi sẽ học lại những điều căn bản." Ấy là sự xưng nhận đầy cảm động và từ tốn.

Sau khi kết thúc các buổi nhóm, tôi nói lời tạm biệt với các mục sư. Giám Mục John Park nói rằng, "Tôi chỉ nghe về các sứ đồ của 2.000 năm trước. Nhưng bây giờ, qua ông, tôi đã tận mắt nhìn thấy một sứ đồ!" Nhiều mục sư ra tận phi trường tiễn chúng tôi trong nước mắt luyến tiếc, khiến tôi rất cảm động trước tình cảm của họ.

Một Mục Sư Được Chữa Lành Trong Giấc Mơ

Từ ngày 26 đến 28 tháng 9, 1997, 'Đại Chiến Dịch Truyền Bá Phúc Âm' do Hệ Thống Radio Cơ Đốc Washington tổ chức tại một hội thánh ở bang Virginia với chủ đề chính "Lạy Chúa, Hãy Đổi Mới Washington và Baltimore."

Rất nhiều người Hàn Quốc đến tham dự kỳ đại hội nầy, họ từ Washington D.C., Maryland, Virginia, New York City, và cả những nơi rất xa như Toronto, Canada. Tôi rao giảng những sứ điệp với chủ đề, 'Tại sao Chúa Jêsus là Cứu Chúa duy nhất chúng ta?' 'Đức Tin Xác Thịt Và Đức Tin Thiêng Liêng' 'Sự Sống Đời Đời Nhờ Việc Ăn Thịt Và Uống Huyết Con Người.'

Tại hội nghị mục sư được tổ chức trong kỳ phục hưng, tôi chia sẻ sứ điệp có chủ đề, 'Những Bí Quyết Phát Triển Hội Thánh.' Nhiều mục sư đến từ nhiều hệ phái khác nhau.

Hôm sau, vào ngày 29, tháng chín, Chiến Dịch Liên Minh Hàn – Mỹ do Hiệp Hội Các Hội Thánh Hàn Quốc Maryland tổ chức tại Hội Thánh Trưởng Lão Liên Hiệp Hàn Quốc Baltimore. Đến tham dự kỳ phục hưng nầy không những người Hàn Quốc mà còn có 1.500 người dân địa phương (không phải người Hàn Quốc), khiến cho kỳ đại hội mang tinh thần hiệp nhất nhiều dân tộc.

Song, ma quỉ ra tay quấy rầy hòng ngăn trở kỳ đại hội. Người mục sư có hội thánh mà kỳ đại hội theo dự tính sẽ được tổ chức tại đó đã có sự hiểu nhầm về tôi. Sự ấy bắt đầu từ những chuyện bịa đặt, khiến ông đã phản đối việc mời tôi làm diễn giả, và cũng chẳng muốn để cho đại hội tổ chức tại hội thánh mình.

Nhưng Đức Chúa Trời đã xua tan công việc quấy phá của Satan qua một giấc mơ của người mục sư nầy. Ông bị bệnh gai cột sống kinh niên, ông có trên 10 đốt gai trong xương sống, và bị đau nhứt dữ dội.

Thế nhưng trước kỳ đại hội, tôi đã hiện ra trong một giấc chiêm bao của ông và đưa cho ông một ít thuốc aspirin. Khi tỉnh giấc, cơn đau đã khỏi. Thật lạ lùng, ông đã được chữa lành, thật là một sự ngạc nhiên quá đỗi đối với ông. Sau đó ông đã đi nói với nhiều mục sư khác rằng, "Quả thật, ý Chúa muốn kỳ đại hội nầy được tổ chức. Mục sư Jaerock Lee chẳng phải là một con người tầm thường. Ông là một đầy tớ được Chúa chọn hầu cho qua ông công việc của Ngài được tỏ ra." Ông đã thuyết phục những mục sư khác tham dự kỳ đại hội phục hưng nầy và góp phần vào sự thành công.

Kỳ phục hưng được tổ chức đúng theo dự tính tại hội thánh khang trang của người mục sư nầy. Khi gặp tôi, ông rất đỗi ngạc nhiên vì thấy tôi giống hệt như người đã hiện ra trong giấc mơ của mình. Ông đón tiếp chúng tôi rất thân tình.

Hôm đó, tôi giảng sứ điệp có chủ đề, 'Chúng Ta Hãy Hiệp Một Trong Chúa.' Sự bất hòa giữa người Hàn Quốc với một số người Mỹ gốc Phi sẽ chỉ có thể được giải quyết trong danh Chúa. Do vậy, bởi tình yêu của Chúa, tôi đã thúc giục họ vượt qua rào cản chủng tộc.

Kỳ đại hội phục hưng nầy đã góp phần vào việc phát triển địa phương, làm giảm thiểu sự căng thẳng giữa hai dân tộc, và đã được sự công nhận từ bang Maryland. Nhà cầm quyền ban nầy đã tặng giấy khen, và thị trưởng Baltimore trao tôi chứng nhận quyền công dân danh dự. Mọi sự đều bởi ân điển của Chúa.

Những Mục Sư Argentina Khao Khát Sự Thiêng Liêng

Từ ngày 21 đến 23 tháng bảy, 1996, tôi nói về đề tài 'Những Bí Quyết Phát Triển Hội Thánh' tại hội nghị các mục sư và đại hội phục hưng dành cho người Hàn tại Buenos Aires, Argentina. Và đã được nhiều tổ chức Cơ Đốc tại đây ủng hộ.

Hàng ngàn mục sư đến dự hội nghị và nhiều người được cảm

Hội Nghị Mục Sư Argentina (1996)

Lễ cung hiến hội thánh với Thị Trưởng Barella

Chiến dịch Argentina (1997)

động. Một hội nghị tương tự sẽ được tổ chức vào năm đến theo thể lời yêu cầu của họ.

Hội nghị các mục sư và đại hội phục hưng lần hai được tổ chức tại Trường Đại Học Quốc Gia Mantasa, Buenos Aires, từ ngày 15-16 tháng 10. Ban tổ chức chỉ dự định có khoảng 300 mục sư đến dự, song số lượng chính xác lên trên một ngàn người nên chúng tôi phải chuyển từ hội thánh địa phương sang một hội thánh lớn nhất ở đó.

Sự khát khao và mong đợi của các mục sư ở đây lớn đến nỗi tôi đã tiếp tục cuộc hội nghị cho tới ba giờ chiều, bỏ qua bữa trưa. Họ tha thiết được nghe sứ điệp đến mức tôi chỉ có thể kết thúc nó sau khi hứa rằng sẽ tổ chức hội nghị khác vào lần đến.

Hội nghị mục sư và đại hội phục hưng được tổ chức với tổng cộng 8.000 người tham dự.

Đại sứ Hàn Quốc tại Argentina lúc ấy có tham dự đại hội và phát biểu rằng, "Tôi gởi lời cảm ơn đến Mục Sư Jaerock Lee về việc đã chuyển đến Argentina niềm tin nóng cháy của hội thánh Hàn Quốc để nhờ đó mà phúc âm được rao ra." Ông đã đánh giá cao điều nầy và nói rằng việc nầy đã góp phần lớn lao cho quan hệ ngoại giao từ phía dân sự.

Trong kỳ đại hội phục hưng nầy, nhiều ngườii được chữa lành bởi những công việc nóng cháy của Đức Thánh Linh. Đây là điều đặc biệt đối với Mục Sư Eduador Lecio, Chủ tịch Hiệp Hội Các Hội Thánh Cơ Đốc Argentina. Ông được chữa lành khỏi bệnh ung thư da và bệnh rối loạn dạy dày mạn tính, hết thảy đều dâng vinh hiển lên Đức Chúa Trời.

Tuyệt Vọng Hóa Thành Hy Vọng

Mọi người đều có những lúc chìm nổi, lên xuống trong cuộc đời. Nhưng nếu khi phát hiện thấy mình mắc phải bệnh bất trị hoặc quá muộn để chữa trị bằng y học, họ sẽ bị sa vào tuyệt vọng. Ấy vậy, tình yêu của Đức Chúa Trời chẳng bẻ gãy cây sậy bị thương tích và chẳng làm tắt ngọn đèn gần tàn. Bởi tình yêu, Ngài luôn bày tỏ phép lạ đối với những ai bước đi trong đức tin.

Một Khối U Bướu Ba Kilogram Biến Mất

Chấp sự Sooshim Kang là người của hội thánh Yeosu Manmin. Tháng 6, 1997, bà cảm thấy có khối u như quả trứng trong người. Buổi sáng, khi thức dậy người bà sưng lên. Bà cảm thấy nặng ở phần bụng dưới, đi lại rất khó khăn và dễ hụt hơi.

Ngày 14 tháng 6, bà đến khám tại bệnh viện Jeonnam. Bác sĩ

cho biết khối bướu của bà nặng đến 3kg và là một khối u trong dạ con. Đây là giai đoạn cuối của bệnh ung thư tử cung. Bác sĩ nói rằng nếu họ lấy đi khối u đó thì vẫn còn đến 10 cái rễ nhỏ quanh nó, đây là bệnh không thể chữa được và đang ở giai đoạn cuối.

Mỗi khi bước đi, bà phải nhờ người dìu đỡ. Khi nằm, bụng bà không thể dẹp xuống mà lại phình to ra vì cớ khối u bên trong. Thay vì phải chịu ca phẫu thuật vô vọng, bà cầu xin lòng thương xót của Chúa và nhận lấy sự cầu nguyện chữa lành dành cho người bệnh được ghi âm trên Hệ Thống Telephone Phản Hồi Tự Động.

Vì cớ bà đã nghe và nhìn thấy những công việc của Đức Chúa Trời trong lúc tham gia với Hội Thánh Yeosu Manmin, bà tin rằng nếu nương cậy Chúa thì mình sẽ được chữa lành.

Cách đó 2 năm, tháng 5, 1995, Chấp sự Soonshim Kang đã giảng giải phúc âm cho bà cô, Eumjon Kim và cùng nhau đến tham dự Đại Hội Phục Hưng Lần Ba. Bà cô đứng tuổi nầy bị mất hai đốt sụn trên xương lưng. Trong mười năm trước, bà không bước dễ dàng được vì lưng bà bị cong đến 90 độ.

Mặc dù lưng bà chẳng thể chữa trị được bằng y học, song trong kỳ đại hội phục hưng đó, bà nhận được sự cầu nguyện chỉ một lần, lưng bà đã được ngay thẳng trở lại. Từ đó bà đi lại thỏa mái với cột xương lưng bình thường.

Ngày 25, tháng 6, 1997, Chấp Sự Kang nghe nói tôi sẽ hướng dẫn đại hội phục hưng nhân dịp khánh thành hội thánh mới tại Hội Thánh Ulsan Manmin. Bà đã đến đó, với đức tin rằng mình sẽ được chữa lành nếu nhận được sự cầu nguyện từ Mục Sư

Jaerock Lee. Đức Chúa Trời đã chữa lành bà theo y như đức tin đó.

Khi nhận được sự cầu nguyện, lửa Thánh Linh đã vận hành trên bà. Từ đó, bà không còn nghe thấy gì về khối u trong phần bên dưới bụng nữa, mọi triệu chứng đều khỏi. Một tháng sau, bà đi đến bệnh viện, bác sĩ hết sức ngạc nhiên nói rằng,

"Bà được phẫu thuật khi nào mà khối u không còn nữa?"

"Tôi chẳng phẫu thuật gì cả. Tôi được chữa lành nhờ sự cầu nguyện của một người mục sư. Đức Chúa Trời đã chữa lành tôi."

Sức khỏe bà được phục hồi cách hoàn toàn, và đã trở thành một nhân sự tận tâm cho Chúa.

Chữa Lành Vụ Nhiễm Độc Hóa Chất Nông Nghiệp

Tại lễ khánh thành hội thánh mới ở Hội Thánh Ulsan Manmin, Okja Kim có mặt tại đó trong y phục của bệnh viện. Cô có một câu chuyện nhớ đời.

Lập gia đình năm 18 tuổi và sống bằng nghề nông. Sau khi mắc phải một vụ tai nạn, chị mất khả sanh con và hàng ngày chị sống trong cảm giác tội lỗi.

Gặp phải rất nhiều rắc rối gia đình, ngày 17 tháng 6, 1997, chị vướng vào một vụ cãi vã với người nhà. Mọi người rất đỗi kinh ngạc, chị uống hết một tô thuốc độc nông nghiệp có tên gọi "Granmoxone" trước mặt họ. Họ đưa chị đến bệnh viện.

Bác sĩ nói rằng đây là loại thuốc cực độc, chỉ cần chạm đến

miệng là đủ chết. Loại nầy chẳng có thuốc giải, và nói rằng chị không thể qua khỏi 15 ngày. Họ bảo gia đình về lo chuẩn bị tang lễ cho chị. Song, em trai chị là người trong hội thánh chúng tôi đã giảng phúc âm cho chị và mở băng cassette về 'Sứ Điệp Thập Tự Giá' cho chị nghe. Cậu ấy cũng có kế hoạch cho chị nhận sự 'Cầu Nguyện cho Người Bệnh' trên hệ thống Telephone Phản Hồi Tự Động.

Mục sư và các thành viên trong Hội Thánh Gwangiu Manmin đã chăm sóc chị trong tình yêu thương và gieo đức tin vào lòng chị. Khiến chị có khát vọng được sống, ngày 25 tháng 6,

Okja Kim được chữa lành khỏi tình trạng nhiễm độc và sinh con đầu lòng sau 21 năm lập gia đình

chị đến Hội Thánh Ulsan Manmin để được tôi cầu nguyện. Khi tôi cầu nguyện cho chị, mồ hôi chị đổ ra dầm dề.

Khi đại hội phục hưng kết thúc, chị lên đường trở lại Gwangiu, chị cứ tiếp tục đổ mồ hôi cho đến lúc ướt sủng cả quần áo. Chị thấy người nóng lên và cơn đau vẫn cứ bám theo. Sau nầy chị nhận biết rằng điều ấy là vì hóa chất nông nghiệp đã xuất ra khỏi người chị. Ấy chính là lúc lửa Thánh Linh thiêu đốt chất độc.

Buổi sáng tiếp theo, một phép lạ xảy đến với chị. Chị không còn thấy đau nữa, cơ thể chị bắt đầu phục hồi. Lòng chị cũng cảm thấy bình an. Bác sĩ hết sức ngạc nhiên trước sự việc nầy, họ khám thật kỹ lại cho chị. Từ cái thực quản đã bị tổn hại, phổi, gan đã bị suy nhược, cùng mọi bộ phận trên cơ thể chị đều được bình phục trở lại.

Đương lúc uống hóa chất nông nghiệp, có một giọt rơi vào mắt trái chị, khiến nhãn cầu mắt trái dường như biến mất. Chị có thể không nhìn thấy hoặc bị rối loạn thị lực. Song, vài ngày sau khi nhận được sự cầu nguyện, mắt chị đã được lành và thị lực cũng trở lại bình thường.

Tháng 11, 1997, chị cùng các thành viên trong Hội Thánh Gwangiu Manmin đến Seoul để tham gia lễ cầu nguyện thâu đêm thứ sáu hàng tuần, và lần nữa nhận được sự cầu nguyện của tôi. Một tháng sau, chị cảm thấy có gì khác thường đang xảy ra trong người mình. Chị đến khám tại bệnh viện, và được biết mình đã mang thai! Trước đây, vì cớ thể trạng chị không thể có em bé được. Song, bởi ơn sủng của Chúa, chị đã có mang sau 21 năm kể từ ngày kết hôn.

Vì cớ không thể sanh con, chị đã phải trải qua nhiều chuyện đau lòng. Nhưng khi được Chúa đụng chạm, chị được chữa lành trong chốc lát. Chị sanh được một con trai đầu lòng và sống hạnh phúc cùng gia đình mình.

Đức Thánh Linh Hành Động Qua Sự Cầu Nguyện Trên Telephone ARS

Công việc của Đức Chúa Trời toàn năng xảy ngay cả qua những vật vô tri như máy móc. Ilgon Cho dâng cho hội thánh một máy (ARS) với lời cầu nguyện chữa lành cho người bệnh được thu trong đó.

Khi anh bắt đầu tham gia hội thánh chúng tôi, con gái anh được chữa lành khỏi bệnh viêm màng nhĩ, và chính anh cũng được chữa lành khỏi bệnh da mạn tính. Đức Chúa Trời bày tỏ những công việc đầy quyền năng của Đức Thánh Linh qua lời cầu nguyện được ghi âm trong điện thoại ARS.

Đây là những gì xảy ra trong gia đình anh Dalyong Lee vào năm 1996. Chị gái Boksoon Lee giữ cháu trai 2 tháng tuổi Jungtaek. Một trái nho lớn chui vào miệng cháu bé, cháu nuốt và bị mắc kẹt. Mặt bé xanh ngắt, rồi bất tỉnh vì ngặt thở.

Trái nho làm tắc nghẽn đường dẫn khí. Boksoon Lee cùng mẹ cháu vội đưa em đến bệnh viện địa phương. Trái nho nằm dính vào phổi bên phải, có máu đọng quanh nó. Phổi trái trở nên lớn hơn, và có nguy cơ tổn hại nghiêm trọng đến não bộ.

Trong phòng cấp cứu, cháu bé đã mất cảm giác, võng mạc mắt cháu bắt đầu khô dần. Mặt nạ ôxy không thể giúp bé thở được nữa. Với kỷ thuật ứng dụng cho chạy điện, tim cháu chỉ còn đập rất yếu. Nhưng mỗi lần như vậy phải nghỉ 30 phút.

Khi người cha xin bác sĩ cho ông chuyển cháu bé sang bệnh viện khác, lúc đầu bác sĩ không đồng ý. Bác sĩ đó giải thích với người cha rằng, cho dù cháu bé có được cứu sống, nó cũng phải bị tổn thương trí óc hoặc bị bại liệt, vì não bộ của cháu đã bị tổn thương. Bác sĩ bảo người cha ấy chớ nên trao khó khăn lớn hoặc khốn khổ cho cháu bé.

Vì một lý do nào đó, bé được chuyển vào Trung Tâm Y Tế Samsung vì bệnh viện không đủ điều kiện để chịu trách nhiệm trước sinh mạng của cháu. Do bị mất nước, người ta cần bắt đầu một phương pháp I.V., song họ không tìm ra vein. Bác sĩ nói rằng cháu bé còn quá nhỏ để phẫu thuật, hy vọng sống sót là rất thấp.

Dalyong Lee và con trai Jungtaek, sống lại bởi ơn Chúa (1996)

Jungtaek hiện nay đang đang khỏe mạnh

Lúc ấy, vợ chồng Dalyong Lee chưa tin Chúa. Song, bởi sự đề nghị của Boksoon Lee, chị gái ông, họ nhận sự cầu nguyện được thu âm trên hệ thống telephone ARS. Boksoon Lee kiêng ăn cầu nguyện ba ngày cho cháu bé. Dalyong Lee cũng kiêng ăn ba ngày và hàng ngày nhận sự cầu nguyện trên telephone ARS. Sau đó, cháu bé bắt đầu hồi phục.

Sau ba ngày kiêng ăn cầu nguyện, cháu bé được chuyển từ phòng cấp cứu sang phòng tổng quát. Trong một tuần cháu bé đang chờ chết ấy đã hoàn toàn hồi phục. Theo như lời bác sĩ, nếu có sống được, bé phải bị rối loạn não bộ, nhưng bây giờ não bộ của cháu vẫn tốt. Ngay cả hột nho trong phổi cũng đã ra khỏi. Đức Chúa Trời thiêu đốt chúng bằng lửa Thánh Linh. Các bác sĩ không sao hiểu nổi.

Qua sự việc nầy, vợ chồng Dalyong Lee đã đặt lòng tin nơi tình yêu và quyền phép của Đức Chúa Trời toàn năng. Họ tin nhận Chúa và trở thành Cơ Đốc Nhân. Con trai họ, Jungtaek khôn lớn khỏe mạnh và được mọi người ở hội thánh cũng như ở trường yêu thương.

Phục Vụ Qua Vệ Tinh

Sự phụ vụ của hội thánh tôi được truyền qua vệ tinh Hàn Quốc. Qua đường truyền vệ tinh nầy, nhiều công việc của Đức Thánh Linh đã xảy ra tại các hội thánh thành viên. Tháng bảy, 1998, Eunkyong Shin đã được chữa lành trong lần đầu tiên bà đến với Hội Thánh Masan Manmin.

Mẹ của Eunkyong bảo cô rằng, "Nầy Eunkyong, mẹ có dự lễ

thờ phượng ở Hội Thánh Masa Manmin, lòng mẹ cảm thấy rất bình an. Con muốn đi cùng mẹ không?"

Lúc bấy giờ Eunkyong đang học lớp 8. Hồi đó mẹ cô chưa tin Chúa, nên khi nghe thúc giục mình cùng đi đến hội thánh, khiến cô rất ngạc nhiên. Sau lần đó, cô bắt đầu tham dự với Hội Thánh Masa Manmin. Từ hồi còn học lớp ba, Eunkyeong đã phải thống khổ với căn bệnh loạn thần kinh chức năng, sức khỏe òi ọp, chẳng thèm ăn, viêm dạ dày, và có bệnh đau đầu. Việc học hành của cô thật khó khăn.

Khi lên lớp bốn, bất ngờ cô cảm thấy khó thở. Đương lúc đấm ngực, bỗng nhiên cô bất tỉnh và được đưa đến bệnh viện. Khi vào trung học, cô mắc bệnh zona. Toàn thân ngứa ngáy như có kim châm. Cô không sao ngủ được vì những cơn đau đầu dữ dội. Cô cảm thấy như thể đầu mình sắp nổ tung.

Cô bé gầy đến nỗi chỉ còn nắm da bọc xương. Cô chữa trị bằng y dược nhưng chẳng có kết quả gì. Người nhà cô cũng cảm thấy rất khổ tâm. Cô bé đã tham dự hội thánh từ hồi còn bé, song, chẳng có đức tin đích thực. Cô luôn bị đau ốm vì vậy chẳng có hy vọng gì trong cuộc sống.

Ngày 12, tháng 7, 1998, cô tham dự buổi thờ phượng vào ngày Chúa Nhật qua đường truyền vệ tinh tại Hội Thánh Masa Manmin. Khi tôi kết thúc bài giảng và bắt đầu phần cầu nguyện chữa lành trên màn hình, cô đặt tay lên chỗ đau và nhận sự cầu nguyện bởi đức tin. Ngay thời khắc ấy, Chúa đã lành mọi bệnh tật của cô bằng lửa Thánh Linh.

Ngay tức thời, các cơn đau trong người cô đều ra khỏi. Từ đó, cô chẳng bao giờ dùng đến một loại thuốc men nào. Hiện nay cô có cuộc sống khỏe mạnh và hát đơn ca trong hội thánh chúng tôi.

Ngày 2 tháng 11, 1997, sáng Chúa Nhật, trong buổi thờ phượng, tôi công bố đã chuẩn bị xong một số thẻ xe buýt tại văn phòng truyền thông của hội thánh. Mọi người có thể sử dụng thẻ ấy để đi lại từ nhà đến hội thánh.

Giảng Về Sự Khó Khăn Ngân Sách Trước IMF

Hồi ấy, người Hàn Quốc chẳng mấy ai biết đến các chữ viết tắt IMF 'International Monetary Fund' (Quỹ Tiền Tệ Quốc Tế), chính tôi cũng vậy. Song, Chúa cho tôi biết rằng nền kinh tế sẽ lâm vào tình cảnh khó khăn, nên tôi chuẩn bị chi phí đi lại cho những ai đang gặp khó khăn về tài chánh.

Trước đó một tháng, báo chí có nói về IMF tại Hàn Quốc. Ngày 21 tháng 11, 1997, đất nước rơi vào tình trạng khủng hoảng tài chánh. Chính phủ phải vay mượn từ quỹ tiền tệ quốc tế IMF, nền kinh tế Hàn Quốc rơi vào tình trạng hỗn độn. Nhiều công ty bị phá sản, rất nhiều người thất nghiệp và bị đẩy ra ngoài lề xã hội.

Tôi cũng cố gắng thắt chặt túi tiền của mình. Tôi nói cùng gia đình không nên ăn thêm quá ba món phụ ngoài cơm. Chúng tôi giảm thiểu việc mua sắm. Tôi phải thắt lưng buộc bụng trước, vì các thành viên trong hội thánh chúng tôi đang gặp lúc kinh tế khó khăn.

Trước đó khá lâu, tôi đã biết trước được sự khủng hoảng kinh tế nầy sẽ xảy đến. Tháng 12, 1995, Chúa đã cho tôi biết rằng sẽ có khủng hoảng kinh tế tại Hàn Quốc và khiến tôi phải siết chặt hầu bao.

Vậy, ngày 28 tháng giêng, 1996, tôi có giảng về "Những phước hạnh qua sự giản dị" trong buổi nhóm nhân sự của hội thánh. Tôi khuyên mọi người giảm thiểu mọi khoản chi tiêu. Tôi không chi tiêu tiền lương hoặc ngân sách cho các sinh hoạt của mục sư trong hội thánh nữa. Tôi dâng trở lại cho Chúa theo cách mà tôi đã được ban cho.

Khi những người được chữa lành qua sự cầu nguyện của tôi, muốn bày tỏ lòng biết ơn của họ, tôi nhận các của dâng và gửi lại cho Chúa vào các công việc từ thiện và truyền giáo.

Đức Chúa Trời đã ban phước cho tôi dư dật về tài chánh, song, như một thói quen, tôi vẫn luôn tiết kiệm từng đồng. Điều ấy là để giúp thêm dầu chỉ một người đang gặp khó khăn, và làm nhiều hơn nữa trong công việc truyền giáo.

Hội thánh chúng tôi cũng chẳng giàu có về tài chánh, song chúng tôi vẫn luôn giúp đỡ những hội thánh khác đang gặp khó khăn, đặc biệt là các hội thánh ở vùng ngoại ô, chúng tôi giúp đỡ với tinh thần phi hệ phái. Hội thánh cũng cố gắng hết mình trong những công việc từ thiện và học bổng, hầu cho không một ai trong hội thánh phải bị đói và không một học sinh nào bỏ học vì thiếu tiền học phí.

Kỷ Niệm Lần Thứ 15 Ngày Thành Lập Hội Thánh

Vào ngày 12 tháng 10, 1997, rất nhiều quan khách đến dự lễ kỷ niệm lần thứ 15 ngày thành lập hội thánh chúng tôi. Lúc đó, chúng tôi có một vị khách đặc biệt, bà Heeho Lee, vợ của Kim Deajoong, chủ tịch Đảng Hội Đồng Nhân Dân Chính Sách Mới, và hội đồng thành viên Tổ Chức Hòa Bình Châu Á - Thái Bình Dương cũng đến dự lễ kỷ niệm nầy.

Những năm qua, chúng tôi đã dự phần vào nhiều công việc truyền giáo do nhiều hội đoàn khác nhau của các hội thánh Hàn Quốc tổ chức, và ngày càng có nhiều đề nghị yêu cầu sự ủng hộ từ phía chúng tôi. Vậy nên các đội trình diễn nghệ thuật của hội thánh chúng tôi cũng đã phải rất bận rộn. Ngày 5 tháng 2, 1998, tôi được mời đến nơi kiêng ăn cầu nguyện tại Núi Osanri để làm diễn giả và giảng tại đó. Vào ngày 19 tháng 5, tôi tham gia 'Phong Trào Không Bạo Lực Trong Nhà Trường' với tư cách là chủ tịch chính thức của Nhà Khởi Xướng Ủy Ban Truyền Giáo.

Trưởng Lão Heeho Lee, cựu nữ danh hàng đầu Hàn Quốc, trong buổi kỷ niệm hội thánh lần thứ 15

Ban Nhạc Nissi của hội thánh chúng tôi đã trở nên rất quen thuộc trong cộng đồng Cơ Đốc và họ đã dự phần trong rất nhiều sự kiện.

Họ trình diễn cho hội nghị có chủ đề, 'Chiến Thắng Những Khủng Hoảng Quốc Gia Bằng Sự Cầu Nguyện' được tổ chức tại Jamsil Olympic, Sân Vận Động Chính, 'Hòa Nhạc Từ Thiện ủng Hộ Người Nghèo', 'Hòa Nhạc Ngợi Khen' do Nhà Khởi Xướng Ủy Ban Truyền Giáo tổ chức, Lễ Hội Âm Nhạc Lần Thứ 15 Kỷ Niệm Lễ Phục Sinh do Hệ Truyền Thông Cơ Đốc (CBS) tổ chức, lễ kỷ niệm lần thứ 44 của CBS, và Khải Tượng CBS về Phong Trào Thế Kỷ 21. Họ cũng thực hiện trong nhiều dịp khác tại các địa phương trên cả nước.

Các bài giảng của tôi được phát đi 980 phút mỗi tuần trên các đài FEBC và CBS. Chương trình nầy cũng được phát đến những quốc gia khác kể cả Hoa Kỳ, Nga, Ca-na-đa, và Úc.

Tháng tám, 1998, chương trình phát tin trực tiếp qua mạng internet tại hội thánh chúng tôi được bắt đầu. Qua chương trình nầy, cũng có nhiều công việc chữa lành xảy ra. Tại các hội thánh địa phương ở Hàn Quốc, người ta đã có chương trình tiếp sóng trực tiếp qua vệ tinh kể từ tháng 12, 1996.

Phong trào bất bạo lực trong nhà trường

Lễ khai trương sứ mệnh World Cup 2002

Ban nhạc Nissi trong nhiều sự kiện Cơ-đốc

Đức Chúa Trời Chỉ Cần Lúa Thật

Mở rộng cánh đồng truyền giáo là điều khá quan trọng, song vấn đề cơ yếu của chức vụ mục sư là làm cho những người tin thành lúa thật như có chép trong Ma-thi-ơ 3:12 rằng,

"Tay Ngài cầm nia mà dê thật sạch sân lúa mình, và Ngài sẽ chứa lúa vào kho, còn rơm rạ thì đốt trong lửa chẳng hề tắt."

Đức Chúa Trời muốn con cái mình trở nên lúa thật, dường ấy, Ngài lèo lái công cuộc trưởng dưỡng nhân loại cho đến ngày hôm nay. Những ai tin Chúa Jêsus Christ nên có khả năng nhận biết về chính mình phải chăng là lúa thật, là những kẻ yêu mến Chúa và sống theo lời Ngài, hay là rơm rác, là những kẻ yêu mến thế gian và thỏa hiệp với nó bởi dục vọng của xác thịt mình, sự tham mê của mắt, sự kêu ngạo của đời nầy.

Lúa thật thì sẽ có sự sống đời đời và được vào nước thiên đàng, nhưng rơm rạ thì sẽ sa vào hỏa ngục và phải chịu khốn khổ đời đời. Nếu được vào thiên đàng, chúng ta cũng sẽ có nhiều nơi ở cùng những sự vinh quang khác nhau tùy vào lượng đức tin và việc làm của mỗi chúng ta. Rất nhiều nơi trong Kinh Thánh cho chúng ta biết về sự thật nầy.

Sứ đồ Phao-lô có nói trong 1Cô-rinh-tô chương 15 về việc sống lại rằng, *"Vinh quang của mặt trời khác, vinh quang của mặt trăng khác, vinh quang của ngôi sao khác; vinh quang của ngôi sao nầy với vinh quang của ngôi sao kia cũng khác"* (1Cô-rinh-tô 15:41). Tùy vào những việc chúng ta đã làm trên đất nầy mà chúng ta sẽ nhận được vinh quang của mặt trời, vinh quang của mặt trăng, hay vinh quang của các ngôi sao.

Yêu Mến Đức Chúa Trời

Trong Giăng 14:15 Chúa Jêsus phán rằng, *"Nếu các ngươi yêu mến ta, thì giữ gìn các điều răng ta."* Giữ gìn các điều răn Ngài ấy là làm theo những gì Đức Chúa Trời bảo chúng ta nên làm, chớ làm những gì Đức Chúa Trời bảo chúng ta không nên làm, quăng xa những gì Ngài bảo chúng ta nên quăng xa, và vâng giữ luật pháp Ngài.

Châm ngôn 8:13 nói rằng, kính sợ Đức Chúa Trời là lánh xa những điều ác, 1Tê-sa-lô-ni-ca 5:22 thì nói rằng những ai thật lòng yêu mến Đức Chúa Trời thì sẽ tránh xa bất cứ việc gì tựa như điều ác.

Nếu bước đi trong sự sáng và làm theo Lời Chúa, chúng ta có thể có đồng tâm tình với Chúa và trở nên con người thiêng liêng. Hơn thế, chúng ta có thể có được phẩm hạnh để vào Jerusalem Mới nếu chúng ta trung tín trong cả nhà Chúa và trưởng thành nên con người thánh khiết trọn vẹn.

Hồi còn bé, tôi thường thấy mẹ tôi đi chợ với một vật nặng

đội trên đầu. Cho dù nơi gần nhất cũng khoảng 12 đến 24 km cả đi lẫn về. Lúc lên 5, lên 6, tôi luôn theo mẹ đến chợ.

Tôi phải đi bộ từ sáng sớm đến chiều tối, song tôi chẳng hề tỏ ra rằng mình sắp kiệt sức vì đi bộ, vì tôi thích được bên mẹ hơn ở nhà một mình. Ở chợ có nhiều thứ để xem, tôi thường dán mắt vào người bán bánh kẹo rong.

Vừa thấy bánh kẹo là tôi đã nuốt nước bọt ừng ực. Mẹ và tôi chỉ ăn khoai và ngô cho bữa ăn qua loa. Song những thứ đó chỉ đủ lót bụng, mẹ tôi chẳng bao giờ quên sự thèm ngọt của con mình.

Bà lấy 1 won ra khỏi túi và hỏi, "Jaerock, con muốn ăn kẹo không?"

Vừa lúc ấy, tôi kéo tay mẹ và rằng, "Mẹ, con không ăn đâu. Hãy đi cho nhanh."

Với 1 won, chúng tôi có thể mua được rất nhiều bánh kẹo. Song, mẹ tôi đã đi bộ xa như vậy là để tiết kiệm tiền xe buýt. Một won thật là món tiền lớn đối với mẹ. Vì vậy, tôi cố gắng cầm giữ sự thèm ngọt của mình.

Tôi cố gắng hết mình để làm hài lòng bố mẹ và khiến họ không phải lo lắng. Từ khi gặp Chúa, người Cha Thiên Thượng của tôi, ước muốn duy nhất của tôi là khiến Ngài vui lòng.

Nếu có điều gì độc dữ trong lòng là thứ làm Chúa gớm ghét, thì Ngài sẽ đau lòng biết dường nào! Tôi sẽ chẳng chấp nhận điều ấy. Tôi bắt đầu kiêng ăn cầu nguyện để quăng xa điều độc dữ ấy ra khỏi lòng mình.

Chương 2

Chúng Ta Nên Lắng Nghe Ai?

Đức Chúa Trời Bày Tỏ Những Sự Hầu Đến

Từ lễ đầu năm 1998, tôi liên tục đổ nước mắt, ngay cả khi đương giảng sứ điệp. Sự nầy cứ kéo dài đến một năm. Vì Chúa cho tôi biết rằng sẽ có thử thách xảy đến trong hội thánh, và sẽ có một số người vì những động cơ ích kỷ của mình mà phản bội tôi, tôi đã phải cầu nguyện trong nước mắt.

Đức Chúa Trời cho tôi biết rằng, qua ba cuộc thử thách nầy Ngài sẽ nhổ sạch cỏ dại, phân rẽ rơm rạ ra khỏi lúa. Ấy là sự trù liệu của Chúa để hoàn thành sứ mạng đối với thế giới và xây dựng Hội Thánh Huy Hoàng qua những con cái đã được nên thánh của Ngài.

Tháng 5, 1998, sau kỳ đại hội phục hưng, Chúa có bày tỏ cho tôi khải tượng về Hội Thánh Huy Hoàng, rằng Hội Thánh nầy sẽ được xây dựng vào cuối kỳ Ngài đã định. Ngài cũng bày tỏ cho tôi về cảnh tượng ngay sau lúc sự Tiếp Rước Lên Không Trung xảy ra. Tôi thấy có rất nhiều người tham gia thờ phượng trong Hội Thánh Huy Hoàng. Trong chốc lát, trần nhà được mở ra theo hình thập tự và nhiều tín đồ được tiếp lên không trung. Thân thể những người được tiếp rước đó biến đổi ra những thân thể các thánh trong quần áo trắng tinh.

Song tôi cũng nhìn thấy một số người bị bỏ lại trên đất. Khi thấy mình không được tiếp rước, họ vô cùng tuyệt vọng. Một số thì ngất xỉu, một số thì đấm tay xuống sàn nhà mà than khóc.

Trong số những người không được tiếp rước đó, có những mục sư và nhân sự là những người làm việc trong hội thánh chúng tôi. Đương nhiên là tôi đã biết về sự thể nầy. Họ cho rằng mình là những người tin Chúa, nhưng trước mắt Ngài, họ chẳng phải lúa, bèn là rơm rạ.

Những người bị bỏ lại trên đất tự xé lòng mình trong sự hối tiếc, song cánh cửa cứu rỗi đã khép lại rồi. Họ nhóm lại tại Hội Thánh Huy Hoàng để cầu nguyện và ca ngợi Đức Chúa Trời. Dầu vậy, Đức Thánh Linh đã cất đi khỏi, và họ không còn nhận được ơn huệ nào từ Đức Chúa Trời nữa. Ấy là một thế gian xấu xa dưới quyền quản trị của ma quỉ, và họ chẳng còn có thể nhận được sự vùa giúp nào từ Đức Thánh Linh nữa.

Tiệc Cưới Trên Thiên Đàng, và Khổ Nạn Trên Đất

Những tín đồ được xem như lúa thật thì được cất lên trên không trung, được gặp gỡ với Đức Chúa Trời và dự phần vào Bảy Năm Tiệc Cưới trên không trung. Dường ấy, họ thấy mình như thể trong mơ. Trong khi đó, sẽ có bảy năm đại khổ nạn xảy ra trên đất. Trong thời kỳ nầy, như đã được ghi trong sách Khải Huyền, Chiến Tranh Thế Giới Thứ Ba sẽ xảy ra. Những nước mạnh sẽ sử dụng vũ khí hủy diệt hàng loạt cùng vũ khí hạt nhân.

Trái đất phải chịu hoạn nạn chưa hề có trước đó.

Hội Thánh Huy Hoàng do chúng tôi xây trên đất bị một nhóm người độc ác chiếm lấy để sử dụng làm nơi khổ hình. Một số có thể được sống sót sau thảm họa Chiến Tranh Thế Giới III, nhưng một khi kẻ chống Chúa nổi lên, họ không thể sống còn được nếu không chịu nhận dấu 666. Vì ai không có dấu nầy ở trán hoặc trên tay phải, kẻ chống Chúa sẽ cấm hết các việc mua bán (Khải Huyền 13:16-18).

Dấu 666 giống như một chiếc vé đi hỏa ngục, và những kẻ biết về sự nầy thì bỏ trốn lên núi để tránh việc phải chịu dấu nầy. Nhưng họ bị truy đuổi và bị bắt. Nếu không chịu nhận dấu 666, họ phải chịu khổ hình.

Đức Chúa Trời tỏ cho tôi thấy cảnh tượng sự khổ hình ấy. Công cụ dùng trong cuộc khổ hình nầy thật kinh khiếp, đó là những thứ được tạo ra với công nghệ tinh xảo. Trong cuộc khổ hình, một số người chối bỏ Chúa Jêsus để chịu nhận dấu 666. Họ vẫn biết rằng nếu chối bỏ Chúa Jêsus mà chịu nhận dấu 666 thì không thể được cứu, nhưng họ không thể vượt qua được những đau đớn ấy.

Hãy nghĩ đến cảnh tượng con cái hoặc cha mẹ thân yêu của chúng ta phải chịu khổ hình kinh khủng ngoài sức suy tưởng nầy. Thật khó bề vượt qua nỗi đau đớn nầy để trở nên tuẫn đạo. Những ai vượt qua được sự khổ hình nầy mà trở nên tuẫn đạo, thì nhận được sự cứu rỗi dường như qua lửa 'Sự Cứu Rỗi Dân sót.'

Nắm Giữ Chặt Lấy Chúa Trong Nước Mắt Khóc Than

Cô 'H' là người đang làm chức vụ mục sư trong hội thánh

chúng tôi. Chúa từng cho cô rất nhiều cơ hội để ăn năn và quay trở lại, song cô đã không nhận lấy. Chúa ban cho cô ân sủng và ân tứ quý báu, song cô đã đâm ra kêu ngạo. Cô phạm tội và gây khó khăn cho hội thánh. Cuối cùng, cô không từ bỏ được những động cơ ích kỷ của mình, khiến Chúa ngoảnh mặt khỏi cô.

Đến mức nầy, cô bắt đầu tiếp tay với Satan. Cô tưởng rằng mình sẽ có thể sai khiến được cả hội thánh nếu cô có thể phá diệt được tôi. Cô mưu toan một kế hoạch cùng một vài người trong hội thánh. Cô đưa lên đài phát thanh những tin tức giả dối để phỉnh gạt mọi người.

Kết cuộc, cô ta phỉ báng và lìa bỏ hội thánh. Tôi nhìn thấy trong khải tượng cô ta bị bỏ lại trong bảy năm đại nạn và phải chịu khổ hình. Tôi đau buồn tới mức than khóc dầm dề trước cảnh tượng một số người không được cất lên mà bị bỏ lại trên đất.

Tôi cầu xin, "Lạy Cha, xin chớ để một ai bị bỏ lại trên đất. Đặc biệt là những người có chức vụ dạy dỗ người khác, những lãnh đạo mục sư, những nhân sự, xin chớ để họ phải chịu bỏ lại để rồi phải sa vào bảy năm Đại Nạn. Xin Cha cho họ có lòng ăn năn mà xoay bỏ sự dữ, để nhận lại sự cứu rỗi."

Tôi chẳng hề than khóc cho những điều nhỏ nhặt, song từ lúc nhìn thấy khải tượng nầy, nước mắt tôi cứ thường tuôn ra. Khi lên núi để cầu nguyện, tôi chỉ nắm giữ lấy Chúa trong sự khóc than, cầu xin Ngài chớ bỏ rơi họ.

Sự Thiêng Liêng Được Mở Ra

Từ ngày 4 đến 14 tháng 5, 1998, hai tuần Đại Hội Đặc Biệt Duy Trì Phục Hưng lần thứ 6 được tổ chức với chủ đề 'Đức Chúa Trời là sự sáng.' Hầu hết các hội thánh đều kiêng ăn cầu nguyện để chuẩn bị cho kỳ đại hội nầy. Sau sự kiện ấy, mắt thuộc linh nhiều người được mở ra và đầy ơn Chúa.

Ví bằng yêu mến Đức Chúa Trời, chúng ta sẽ cầu nguyện luôn. Chúng ta sẽ khao khát được nghe tiếng Ngài và nhìn thấy sự thiêng liêng. Ấy là, hàng ngày chúng ta luôn muốn chuyện trò với những người thân yêu của mình, nếu chúng ta yêu mến Cha Thiên Thượng, chúng ta sẽ luôn muốn gặp gỡ và nghe tiếng nói của Ngài.

Đức Chúa Trời nhìn thấy các thành viên trong hội thánh chúng tôi đã cố gắng làm theo Lời Ngài và sống trong sự sáng. Ngài tuôn ban ơn trên họ nên rất nhiều người có thể nhận thấy được những sự thiêng liêng, hơn thế, họ đã tận mắt nhìn thấy rất nhiều việc đã xảy ra để qua đó họ kinh nghiệm được những công việc của Đức Chúa Trời.

Gia-cơ 1:17 có chép rằng, *"Mọi ân điển tốt lành cùng sự ban cho trọn vẹn đều đến từ nơi cao và bởi Cha sáng láng mà xuống, trong Ngài chẳng có một sự thay đổi, cũng chẳng có bóng của sự biến thiên nào."*

Trong Công Vụ chương 3, Phi-e-rơ khiến người què đứng ngay thẳng. Khi Phi-e-rơ và Giăng rao giảng sự sống lại của Chúa Jêsus, chỉ trong một ngày có đến 5.000 người tin nhận Chúa Jêsus làm Cứu Chúa mình. Các quan, trưởng lão, và các thầy thông giáo là những kẻ không ưa tin lành về sự sống lại đã cho gọi các sứ đồ đến và ngăm đe, cấm họ giảng về phúc âm.

Công Vụ 4:18-20 có nói rằng, *"Họ bèn đòi hai người vào, rồi cấm tiệt, chẳng cho nhân danh Chúa Jêsus mà nói hay dạy. Nhưng Phi-e-rơ và Giăng trả lời rằng: Chính các ông hãy suy xét, trước mặt Đức Chúa Trời có nên vâng lời các ông hơn là vâng lời Đức Chúa Trời chăng? Vì về phần chúng tôi, không có thể chẳng nói về những điều mình đã thấy và nghe."*

Ấy là ý muốn của Đức Chúa Trời, nếu các sứ đồ vì cớ sợ hãi sự bắt bớ và chịu khổ mà không giảng về phúc âm, thì sự dạy dỗ về cơ đốc sẽ không được rao ra.

Nhờ có sự nổ lực của các sứ đồ là những người yêu mến Chúa thiết tha, nồng cháy, họ chẳng hề sợ chết, mà đạo Cơ Đốc ngày nay đã trổ hoa và kết trái.

Chúng Ta Không Thể Chối Bỏ Những Gì Đã Được Nghe Và Nhìn Thấy

Những ai đã được mở mắt thuộc linh và nhìn thấy Chúa,

những đấng tiên tri, và thiên sứ. Họ thậm chí nghe được tiếng phán thiêng liêng. Vì họ được đầy dẫy ân điển Chúa trong việc nhìn thấy những sự thiêng liêng, họ cũng nói điều họ nghe thấy cho những người khác nữa. Song, mặc dù họ chỉ giải thích mhững gì họ đã nhìn thấy, theo lẽ tự nhiên khi lời nói được truyền từ người nầy qua người khác thì có sự thêm bớt một vài điều.

Nói về sự đó là điều phải, song khi người ta thêm ý riêng vào những gì mình thấy, mà chẳng biết được những gì nên nói và những gì không nên, điều nầy gây nên một số nan đề. Nhưng tôi không thể ngăn cản được người trong hội thánh chúng tôi khỏi những điều tai hại ngoài ý muốn nầy. Tôi đã phải giải thích cho họ về điều đó hầu cho họ có thêm hy vọng về thiên đàng và tiến lên tầm thước sâu nhiệm hơn trong lãnh vực thuộc linh, được vào Jêrusalem Mới là mục tiêu cuối cùng.

Tháng sáu, 1998, tôi nói chuyện với các nhân sự hội thánh như sau:

"Vì cớ người của hội thánh được nhìn thấy những sự thiêng liêng, tôi bị buộc tội là dị giáo. Sẽ có thử thách lớn. Song vì Đức Chúa Trời muốn chúng ta nhìn thấy những sự thiêng liêng, nên tôi chẳng có lựa chọn nào khác, bèn là tiếp tục con đường mình đang đi."

Tôi biết điều nầy sẽ có lúc gây dao động lớn, song tôi chẳng hề ngăn chặn họ khỏi việc nhìn thấy sự thiêng liêng. Chính Đức Chúa Trời là Đấng mở mắt thuộc linh họ, khiến họ nhìn thấy những điều thiêng liêng, vậy nên tôi không dám liều mình ngăn chặn sự đó.

Chúng ta càng biết nhiều về sự thiêng liêng, chúng ta càng khao khát về nước thiên đàng và chúng ta càng có thể tránh xa được sự đen tối của thế gian. Chúng ta sẽ có hy vọng lớn hơn về nước thiên đàng và sẽ có đức tin thiêng liêng, hướng về Jerusalem Mới.

Trước khi Chúa Jêsus giáng thế, kẻ thù là ma quỉ luôn rình mò tìm kiếm Đấng Mê-si-a. Vừa khi Chúa Jêsus được hạ sanh, ma quỉ đã cố gắng dùng tay Hê-rốt để giết Ngài. Cũng như đương lúc Ngài công khai thi hành chức vụ, và đến kỳ đã định, ma quỉ xúi giục những kẻ độc ác đóng đinh Ngài.

Chúng ta sẽ đạt được vương quốc của Đức Chúa Trời qua cuộc chiến thuộc linh. Mục sư và nhân sự của Chúa phải có hiểu biết về sự thiêng liêng. Nếu không biết, chúng ta không thể thực thi công việc cầm quyền trên kẻ thù là ma quỉ và Satan. Chỉ sau khi nhận ra chân tướng của chúng cách rõ ràng chúng ta mới có thể cầm quyền trên chúng và bày tỏ quyền năng của Đức Chúa Trời.

Trong Công Vụ 16:16-18, chúng ta thấy đứa đầy tớ gái cứ theo Phao-lô trong nhiều ngày và khiến cho người phải cực lòng. Đàn bà nầy bị quỉ ám và hành nghề bói khoa. Song, Phao-lô không đuổi ngay các quỉ ấy đi.

Người có thể truyền lệnh rằng, "Hỡi quỉ ô uế kia, hãy ra khỏi, trong danh Chúa Jêsus Christ!" Và quỉ ấy sẽ phải rời ngay, nhưng cớ sao người đã cứ để mặc nó? Người đã chờ đợi vì cớ người biết rằng mình chưa thể đuổi các quỉ ấy đi được.

Nếu người đuổi quỉ ấy ra khỏi đàn bà nầy, thì ông chủ cô sẽ chẳng còn kiếm được lợi lộc qua nghề bói khoa ấy, và rồi họ sẽ bắt bớ người. Nhưng đến khi không còn chịu được nữa, người bèn đuổi quỉ ấy đi, sự gì đã xảy đến? Người bị kéo ra trước công chúng, bị xé áo và bị đánh đòn cho đến đổ huyết, sau đó bị giam vào ngục tối.

Kinh Thánh là sự ghi nhận về những điều thiêng liêng. Kẻ

thù là Satan và ma quỉ rất ghét điều nầy, chúng không muốn người ta được nhìn thấy sự ấy. Vì sẽ khiến cho phúc âm được rao ra và vương quốc của Đức Chúa Trời sẽ đến cách mạnh mẽ. Khi đọc 2Các Vua 6:17, chúng ta thấy rằng, *"Đoạn Ê-li-sê cầu nguyện mà rằng: Đức Giê-hô-va ôi, xin mở mắt tôi tớ tôi, để nó thấy được. Đức Giê-hô-va mở mắt người ra, thì người thấy núi đầy những ngựa và xe bằng lửa ở xung quanh Ê-li-sê."*

Ê-li-sê bởi mắt thuộc linh mình mà nhìn thấy những ngựa và xe bằng lửa xung quanh núi. Đồng thời, sau khi Ê-tiên rao giảng phúc âm, người được đầy dẫy Thánh Linh mà rằng, *"Kìa, ta thấy các từng trời mở ra, và Con Người đứng bên hữu Đức Chúa Trời"* (Công Vụ 7:56).

Bấy giờ, những kẻ độc ác kêu lớn tiếng lên, bịt lỗ tai lại, cùng nhau chạy ập đến với một mưu toan duy nhất. Chúng ném đá người cho đến chết. Trong Công Vụ chương 7, khi Ê-tiên rao giảng phúc âm và vạch trần tội ác của dân chúng, thì những kẻ ác rất giận dữ người (Công vụ 7:54).

Nhưng nếu Ê-tiên không nói rằng người thấy các từng trời mở ra, và nhìn thấy Chúa Jêsus, thì sẽ chẳng phải chịu ném đá cho đến chết. Vì cớ mắt thuộc linh của người được mở ra và người đã nói về sự mình nhìn thấy, chúng đã đem lòng căm ghét người vì người thấy được những điều mà chúng không thể thấy.

Chúng bảo rằng, "Thiên sứ hả? Ấy là sự ảo tưởng! Nhầm lẫn. Trò lừa dối!"

Chúng đã nói ra rất nhiều lời sai quấy như vậy.

Những Hình Ảnh Hiện Ra Trên Các Cột Của Hội Thánh

Vào ngày 21 tháng 6, 1998, sau lễ tối, chúng tôi nhìn thấy

Đức Chúa Jêsus trên thập tự
Các hình ảnh được một họa sĩ vẽ ra giấy

Sứ đồ Giăng

Sứ đồ Phi-e-rơ

hình ảnh những con người hiện ra trên bốn cây cột bên phía bàn thờ chính của hội thánh. Tôi tin rằng Chúa đã hài lòng về việc tôi lên núi cầu nguyện sau lễ tối. Ngài sai thiên sứ in dấu các hình ảnh lên bốn cây cột của hội thánh. Các hình ảnh đó rất rõ, có thể thấy được bằng mắt thường, và có nhiều người nhìn thấy.

Đó là hình ảnh của Chúa Jêsus bị đâm ngang hông trên thập tự giá, và những hình ảnh của Phao-lô, Giăng và Phi-e-rơ. Tin nầy được truyền ra, hơn 7.000 người đã đến thăm hội thánh chúng tôi để tận mắt nhìn thấy những hình ảnh đó trong suốt một tuần.

Trên Đảo Bát-mô, chúng ta có thể nhìn thấy hình ảnh của Giăng. Trán người bị sưng lên, vì trong sự cầu nguyện, người đã đập đầu vào tường đá rất nhiều. Hình ảnh của Giăng hiện ra cây cột của hội thánh cũng giống như vậy, trán người bị sưng lên. Phi-e-rơ có bộ râu cằm rất rậm.

Khi các thành viên nhìn thấy những chiếc gai nhọn đâm trên đầu Chúa Jêsus đến chảy máu, và có ngọn giáo đâm xuyên hông Ngài, thì họ rất xúc động. Những hình ảnh còn lưu lại cả ngày lẫn đêm trong nhiều tuần lễ. Người ta đã quay phim và chụp hình rất nhiều. Có một chấp sự là họa sĩ, cũng đã phác họa chân dung của những hình ảnh đó.

Đức Chúa Trời Bày Tỏ Sự Sáng Của Thân Thể Thuộc Linh

Con người có thân thể, song, thực thể đích thực ấy là linh hồn. Khi Đức Chúa Trời là thần linh tạo dựng nên con người, Ngài hà sinh khí vào lỗ mũi và khiến người trở thành một loài sinh linh (Sáng Thế 2:7). Sau khi chúng ta kết thúc sự sống trên đất nầy và về với thiên đàng, chúng ta sẽ sống ở đó với thân thể thuộc linh. Cho đến chừng chúng ta có đồng tâm tình với chúa Jêsus và phục hồi lại ảnh tượng của Đức Chúa Trời, mỗi chúng ta sẽ tỏa hào quang khác nhau.

Khi Môi-se xuống khỏi núi Sinai với mười điều răn của Đức Chúa Trời, mặt người sáng rực lên đến mức dân sự sợ hãi không dám lại gần người. Chính Môi-se chẳng hề nhận biết điều nầy, chỉ sau khi thấy dân sự sợ hãi người, thì ông bèn lấy lúp che mặt mình lại (Xuất Ê-díp-tô 34:29-33).

Sự kiện sau đây đã xảy ra vào ngày 25 tháng 7, 1998, trong phần thứ hai của lễ cầu nguyện thâu đêm tối thứ sáu. Đức Chúa Trời của tình yêu, là Đấng muốn hết thảy những kẻ tin có thêm hy vọng về nước thiên đàng, đã tỏ cho họ thấy sự sáng của thân thể thuộc linh. Không chỉ riêng những ai đã được mở mắt thuộc linh, mà mọi người đều có thể nhìn thấy.

Trong chốc lát, ánh sáng xuất ra từ thân thể thuộc linh của tôi rồi lan tỏa ra chung quanh. Ánh sáng rự rỡ đó khiến cho người hướng dẫn thờ phượng không thể nhìn thấy được. Dải băng hoa mà người ấy mang đã hóa thành một chiếc vương miệng. Khi tôi đến giữa bàn thờ, trang phục tôi trông giống như một chiếc áo dài nguyên vẹn, và trông tôi có vẻ cao hơn nhiều.

Cảnh tượng nầy được chiếu lên màn ảnh rộng, những người tham dự lễ hôm ấy đã nhìn thấy cách rõ ràng. Ánh sáng nầy trùm ra xung quanh, những người ngồi phía trước đã kinh nghiệm điều kinh ngạc nầy, kể cả sự mệt mỏi cũng biến mất và ngay cả những công việc chữa lành.

Một trong số họ là Kyeong-ok Kim. Cô bị tai nạn giao thông hồi tháng 10, 1996. Bác sĩ cho biết cô bị tàn tật cả hai chân đến cấp độ thứ năm, là cấp độ rất nặng. Cô ta bước đi rất khó khăn và phải dùng nạng. Trước khi bị tai nạn, thỉnh thoảng cô có đến tham gia chỗ hội thánh chúng tôi.

Khi nhìn thấy ánh sáng nầy trong lễ cầu nguyện thâu đêm tối thứ sáu, thoạt đầu cô ta nghĩ rằng ấy là sự phản chiếu của vài bóng đèn nào đó. Nhưng khi cô nhìn chăm vào, những người đi vào ánh sáng ấy đã biến mất. Cô nhìn thấy rằng tôi trông cao hơn nhiều trong ánh hào quang trắng xóa giống như trang phục màu trắng.

Sau đó cô nhận biết rằng ấy chẳng phải là sự ngẫu nhiên, cũng chẳng phải sự hư cấu, bèn chính là công việc của Đức Chúa Trời.

Ánh sáng đó đã đập vào mắt cô. Khiến cô kêu rên không ngớt với cảm giác rằng mình sẽ bị mù lòa.

Nhưng sau đó, cô nhận thấy mình bước đi cách thỏa mái mà không cần đến nạng nữa. Lẽ ra cô ta phải chịu tàn tật trong quãng đời còn lại, song, bởi ơn sủng của Đức Chúa Trời, cô đã được chữa lành hoàn toàn. Nhưng vì đây là một kinh nghiệm thuộc linh mà khoa học không thể lý giải được, đài phát thanh nói rằng sự nầy là giả mạo và bằng cách nào đó, câu chuyện nầy được thêu dệt ra.

Đức Chúa Trời Che Chở Người Của Hội Thánh

Với đôi mắt như ngọn lửa hừng, Đức Chúa Trời không chỉ che chở người của hội thánh tại Seoul, mà còn hết thảy những thành viên của những hội thánh chi nhánh khắp nơi trên đất nước.

Ngày 15, tháng 3, 1998, đương lúc các thành viên của Hội Thánh Manmin Daegu trên đường đến tham dự lễ kỷ niệm của Hội Thánh Manmin Masan, xe họ bị lật trên Sa Lộ Kuma.

Họ đang chạy với vận tốc 120km/h. Lốp xe sau bên phải bị thủng, chiếc xe quay tròn rồi va vào dải phân cách. Trên chuyến xe có 12 người lớn và 5 trẻ em. Phương tiện bị hư hỏng hoàn toàn.

Ấy là một tai nạn nghiêm trọng, mọi người trên xe lẽ ra đã chết. Nhưng Đức Chúa Trời đã che chở họ. Trong đó có một người đang mang thai, song chị đã vô sự. Chị kể lại rằng, khi bị quăng qua cửa sổ, văng xuống đất, chị thấy có một thiên sứ đến che chở người chị.

Chiếc xe sau khi gặp tai nạn

Lúc ấy, Sunhee Lee bị thương ở cột sống và các đốt sống ở cổ. Xe cứu thương 119 cùng những lao công đến đưa cô bệnh viện. Nhưng thay vì đi bệnh viện, cô cùng người nhà muốn đến Hội Thánh Manmin Masan.

Sau khi lễ thờ phượng kết thúc, tôi nghe mọi người nói về tin ấy. Khi vào phòng điều dưỡng, thấy Sunhee Lee đang nằm. Tôi cầu nguyện cho cổ, vai, và lưng của cô.

Chị kể lại rằng khi nhận được sự cầu nguyện, chị cảm thấy có gì nóng như lửa và chị như được thêm sức mới. Chị có thể bước đi ngay sau khi cầu nguyện. Chị cho biết rằng ngay lúc ấy chị cũng được chữa lành cả bệnh trĩ là căn bệnh mà chị đã mắc phải cách đây hai năm.

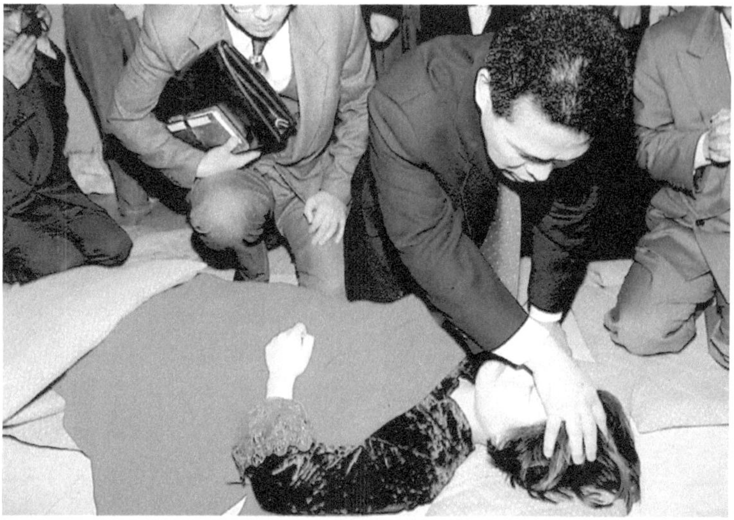

Sunhee Lee được chữa lành qua sự cầu nguyện sau vụ tai nạn

Một Cánh Tay Nâng Đỡ Trong Một Vụ Rơi Tự Do Từ Độ Cao 15 Meter

Ngày 23 tháng 12, 1998, chấp sự Joong-Ik Chun Đội Trưởng Đội Chống Khủng Bố thuộc Lực Lượng Cảnh Sát Đặc Biệt của Seoul. Có một cuộc biểu tình của những thầy tu phật giáo, với sự chiếm giữ trái phép một tổng hành dinh của một chi nhánh phật giáo, Cho Gye Jong. Đội anh ta được phái đến nơi, tại Đền Cho Gye Sa.

Khi lên đến nóc của tòa nhà cao 15 meter trên một xe thang cứu hỏa, thình lình trụ chống bị gãy, chiếc xe tải lật nhào. Năm nhân viên của lực lượng đặc biệt trên thang tức thì bị rơi tự do.

Hình chụp của vụ sụp đổ được đăng trên một tờ báo (Joong-Ik Chun trong vòng tròn)

Sự vụ nầy được tường thuật trên tất cả các tờ báo địa phương trên những dòng tin chính. Song, trong khoảnh khắc đang rơi, Chấp Sự Joong-Ik Chun chẳng hề nghĩ rằng mình sẽ bị thương nặng, vì anh tin rằng Chúa bảo vệ mình.

Nếu anh rơi xuống trong tư thế chân tiếp đất, xương sống anh sẽ bị đụn lại, và toàn thân sẽ bị gãy. Nhưng anh đã rơi nghiêng về phía mũ bảo hộ. Đồng thời, anh cảm nhận rằng có một cánh tay lớn nâng đỡ người anh, và khi rơi anh nghe như thể rơi lên một lớp bông trên mặt đất.

Anh đã rơi với tiếng rất lớn trên đường nhựa. Lúc đầu, anh

Joong-Ik Chun đang thi hành nhiệm vụ cảnh sát

hơi bối rối vì cơn sốc, nhưng khi nhìn quanh, anh thấy Đền Cho Gye Sa đang bốc cháy.

Bốn nhân viên kia bị thương rất nặng, và bị tàn tật, nhưng Chấp Sự Joong-Ik Chun chẳng bị thương tích gì.

Khi anh được hộ tống lên xe cứu thương đến bệnh viện cùng các đồng đội để được chẩn đoán, trong sự kinh ngạc, người bác sĩ chịu trách nhiệm trong việc chẩn đoán cứ hỏi đi hỏi lại anh có phải đúng là người đã rơi từ trên tầng năm chăng!

Cầu Nguyện Trong Nước Mắt Cho Những Kẻ Phản Bội Và Gây Hư Hại

Mặc dầu nhân sự hay mục sư trong hội thánh dối phỉnh hay không làm theo lời tôi, tôi chẳng hề trách phạt ai. Tôi luôn tha thứ cho họ đến cùng, với hy vọng rằng họ sẽ thay đổi.

Năm 1997, có một mục sư muốn làm việc trong hội thánh chúng tôi. Người ấy nói rằng ông ta sẽ mở một hội thánh tại Daejeon, nên tôi đã giúp đỡ tiền bạc cho ông. Vào ngày khai trương, một vài nhân sự trong hội thánh có đến Daejeon. Song, chẳng thấy hội thánh đâu. Ông ấy đã nói dối và lấy tiền trốn đi.

Nhiều năm sau, người đó trở lại chỗ tôi, quỳ gối và ăn năn. Tôi tha thứ cho ông ta và chẳng đá động gì đến chuyện đã qua. Tôi để cho ông làm việc trong hội thánh. Ông nói rằng mình muốn mở lại hội thánh tại Daejeon nữa. Tôi đã giúp đỡ tài chánh để ông thực hiện điều ấy, song, có thể vì đã gặp khó khăn về tiền bạc, ông ta đã bỏ đi mà chẳng nói với tôi một lời.

Chúa Jêsus Đã Dạy Dỗ Giu-đa Ích-ca-ri-ốt Đến Cùng

Giu-đa Ích-ca-ri-ốt đã nhìn thấy những dấu và điều kỳ diệu qua Chúa Jêsus, là những công việc chỉ có thể được làm bởi quyền phép của Đức Chúa Trời. Ấy vậy, người vẫn chẳng tin.

Mặc dù đã thấy chứng cứ chắc chắn, song, lòng người vẫn còn đầy dẫy những điều xác thịt. Dường ấy, người không thể nhận biết ý chỉ của chúa hoặc chấp nhận sự ấy. Dầu vậy, Giu-đa Ích-ca-ri-ốt là cần thiết để Chúa Jêsus hoàn thành công việc cứu rỗi của Ngài. Kinh Thánh nói rằng ông là đã bán đứng Chúa Jêsus (Giăng 6:71).

"Song trong vòng các ngươi có kẻ không tin. Vì Đức Chúa Jêsus biết từ ban đầu, ai là kẻ không tin, ai là kẻ phản Ngài" (Giăng 6:64).

Đức Chúa Jêsus đã trao cho Giu-đa Ích-ca-ri-ốt nhiều cơ hội để hiểu đặng ăn năn, song các môn đệ chẳng hiểu sự nầy. Biết Giu-đa sẽ phản Ngài, Chúa Jêsus ôm ấp người trong tình yêu thương cho đến cuối cùng. Ngài chẳng kết tội Giu-đa trước mặt các môn đệ khác, cũng chẳng lìa bỏ người.

Dẫu Là Những Kẻ Sắp Phản Bội

Không kể đến lòng mỗi người như thế nào, tôi mong muốn mọi người thay đổi để có tấm lòng nhân từ. Tôi chẳng hề nghĩ rằng, "Ta phải thận trọng về tâm địa của kẻ ấy." Tôi chẳng hề tránh né ai. Tôi luôn tin tưởng mọi người.

Tôi tin tưởng mọi người, cho dù tôi có thể thấy rõ tư tưởng

phản bội của họ. Tôi tin rằng họ sẽ thay đổi và không còn như hiện tại. Đó là cách để họ phát triển thành những mục sư và nhân sự của Chúa.

Cho dù tôi đã đem lòng tin tưởng họ, nhưng rồi có một số quay lại chống nghịch tôi và lìa bỏ hội thánh. Tôi đã than khóc rất nhiều về sự độc dữ của họ, đến nỗi đã xuống sức và gầy mòn.

Năm 1991, có một mục sư tình nguyện nhận lãnh trách nhiệm "Sứ Mệnh Muối và Ánh Sáng", ấy là một nhóm làm trong dịch vụ phân phát hàng hóa. Lúc bấy giờ, Chúa có bảo cùng tôi rằng, sau nầy người ấy sẽ quay sang phản nghịch hội thánh. Tôi khuyên vợ người ấy cầu nguyện cho chồng mình, hầu cho anh ta không thay lòng đổi dạ trong tư tưởng và cách nghĩ của mình.

Vì tôi biết anh ta sẽ thay đổi như thế nào, tôi đã đích thân chăm sóc các nhân sự của Sứ Mệnh Muối và Ánh Sáng. Cuối cùng, năm 1997, ông ta đã bỏ đi và kéo 30 thành viên theo mình. Ông nói rằng sẽ giúp đỡ hội thánh chúng tôi từ bên ngoài, nhưng thật ra ông cố lừa phỉnh nhiều người và kéo họ về với hội thánh của mình. Ông loan ra nhiều lời đồn đại giả dối, buộc tội tôi là sai trái và lầm lạc, nhằm quấy rầy công việc của hội thánh.

Bắt Đầu Thử Thách Thứ Nhất

Tháng sáu, 1998, tôi nghe Chúa phán rằng, "Ta sẽ nhổ cỏ dại ra khỏi hội thánh ngươi. Nhưng ta sẽ chừa lại một ít." Tôi cảm thấy đau buồn về sự nầy. Vào tháng bảy, thử thách đã xảy đến với hội thánh.

Có lẽ lòng tôi không được mạnh mẽ lắm, tôi chỉ biết tha thứ luôn cho mọi người dầu họ phạm phải lỗi lầm lớn. Cho dù họ đã làm những việc xấu xa hết chỗ nói, tôi chỉ biết cầu nguyện cho họ bằng nước mắt mình, mong muốn họ ăn năn và quay trở về. Nhiều khi Chúa khuyên tôi hãy xóa tên họ khỏi lòng mình.

"Thưa Cha, lẽ nào họ không thể được tha thứ sao? Làm sao họ có thể được cứu? Cầu xin Cha tha thứ cho họ!"

Năm 1998, tôi đã giữ chặt lấy Chúa mà cầu xin cho họ bằng nước mắt mình trong nhiều tháng liền. Ngài đáp lời tôi, "Nếu họ thật sự và trọn lòng ăn năn, ta sẽ tha cho."

Sau khi được đáp lời, tôi cố gắng cho họ nhận biết điều nầy và hết lòng khuyên nhủ, nhưng họ chẳng chịu nghe. Những thành viên của hội thánh chẳng hiểu tại sao nước mắt tôi lại đổ rất nhiều trong sứ điệp.

Từ ngày mở hội thánh, hàng năm tôi tổ chức hội nghị các mục sư vì sự phát triển tâm linh cho họ. Tháng bảy, 1998, tôi phải ra một quyết định trước kỳ hội nghị các mục sư một tuần.

Lần nữa, Chúa đáp cùng tôi "Hỡi đầy tớ ta, vì ngươi không làm được điều đó, nên ta sẽ làm. Ngươi không thể cảm động họ bằng nhân cách mình, thì chính ta sẽ làm."

Tôi không thể chấp nhận những người mà Chúa không thể chấp nhận. Kẻ thù là ma quỉ chạy xổng về phía họ như sư tử rống (1Phi-e-rơ 5:8). Tôi biết Satan sẽ xúi giục những kẻ xấu tìm cách làm hại tôi, song tôi chỉ biết giao phó mọi sự cho Chúa, vì Ngài có phán rằng Ngài chăm lo mọi bề. Tôi thấy rất nhiều quỉ chạy đến với những kẻ xấu. Tôi thấy có một con rắn lớn quấn lấy một người nọ.

Một số thành viên trong hội thánh nhìn thấy hình ảnh của quỉ vương Lu –ci- phe, là kẻ đầu đảng của các ác linh, và Thiên Sứ Trưởng Mi -chên, tranh chiến dữ dội vì những kẻ phản nghịch ở giữa hai thế lực ấy.

Vì tôi không để họ vào lòng mình, nhưng vẫn chờ đợi hầu cho họ có thể quay trở về. Lúc bấy giờ tôi nghe Chúa phán rằng,

"Hỡi đầy tớ ta. Hãy từ bỏ chúng. Chừng nào lòng ngươi còn cưu mang chúng, thì Thiên Sứ Trưởng Mi -chên phải còn vùa giúp ngươi. Ngươi hãy xóa tên chúng ra khỏi lòng mình, thì ta sẽ hành động."

"Nguyện Ý Ngài Được Nên."

Khi không thể giúp được gì nữa, tôi cũng thôi cầu nguyện cho họ. Khi ấy sự thử thách bắt đầu xảy đến cách đầy đủ. Những người phạm đủ thứ tội lỗi đến nỗi chúa đã quyết định lìa bỏ chúng. Quả đúng vậy, những người nầy đã chạy đến cấu hiệp cùng nhau.

"Liền khi Giu-đa đã lấy miếng bánh, thì quỉ Satan vào lòng người. Đức Chúa Jêsus bèn phán cùng người rằng: Sự ngươi làm hãy làm mau đi. Nhưng các người ngồi đồng bàn đó chẳng ai hiểu vì sao Ngài phán cùng người như vậy" (Giăng 13:27-28).

Tháng bảy, 1998, sau kỳ hội nghị các mục sư, một số trong những kẻ rắp tâm phản nghịch tôi đã mưu toan kế hoạch. Một người trong số đó nói rằng bà ta đã cầu nguyện hơn một tháng để ăn năn, cho đến chừng Đức Chúa Trời lìa bỏ bà.

Chúa đã ban cho bà rất nhiều ân tứ Thánh Linh từ khi hội thánh mới mở. Song hiếm khi tôi thấy bà ta cầu nguyện. Trong nhiều năm, sự phản nghịch, bất tuân Đức Chúa Trời của bà đã thêm lên chồng chất đến nỗi bà không thể tương giao với Ngài được nữa. Bà cũng chẳng còn bày tỏ được bất kỳ công việc nào của Đức Thánh Linh.

Đức Chúa Trời đã cất bỏ các ân tứ khỏi bà. Vả lại, vì cớ những người hướng dẫn thờ phượng được trưởng thành, bà cảm thấy địa vị của mình bị đe dọa, sự ganh ghét, đố kỵ của bà ta lộ ra. Tôi khuyên nhủ bà ta hãy hết lòng ăn năn trước Chúa.

"Khi lên núi cầu nguyện, xin bà hãy hết lòng ăn năn để phá hủy hết mọi bức tường tội lỗi."

Song bà đã đáp lời tôi bằng việc làm ngoài sự mong đợi.

Bà nói, "Tôi đã chứng kiến ông trong 17 năm qua, ông chẳng hề hiếp đáp lẽ thật. Ông đã ăn ở không chỗ chê trách, và Đức Chúa Trời yêu ông quá nhiều."

Dẫu vậy, sau khi nói xong những lời đó bà chẳng hề lên núi để cầu nguyện. Đột nhiên bà hóa thành nhân vật chính trong âm mưu xảo quyệt của trò phản bội. Khi tội lỗi bà lộ ra giữa hội thánh, không còn che đậy chúng được nữa, bà bèn chạy đến với những kẻ đã lìa hội thánh đặng toan tính mưu đồ.

Bà khởi sự tung ra những tin đồn thất thiệt và tạo ra một số tài liệu được in sẵn. Bà phát tán chúng đến nhiều hội thánh liên hiệp, các tòa báo, cùng nhiều mục sư từ nhiều hệ phái khác nhau. Bà cũng đưa những tin ấy lên mạng internet nữa. Chúng cố gắng bịa ra nhiều chi tiết hòng kết tội tôi là kẻ dị giáo, và chẳng bao lâu chúng đã tạo ra được hàng trăm chi tiết. Chúng đem trình bày những tài liệu bịa đặt ấy với các phát thanh viên là những người đang phát thanh những bài giảng của tôi trong sự nỗ lực nhằm ngăn chặn chương trình phát thanh đó.

Bà có dục vọng phá hại tôi. Bà ao ước trở thành người đứng đầu hội thánh để tự mình cầm quyền trên cả hội thánh. Bà mở một hội thánh bên cạnh hội thánh chúng tôi và tạo ra rất nhiều câu chuyện lạ rồi loan truyền ra.

Bằng sự làm chứng dối của mình, bà ta đã viết thành những lá thư và làm nên những cuốn băng cassette rồi phân phát ra. Kế hoạch của bà đã làm cho người của hội thánh chúng tôi hết sứ bối rối đến nỗi khiến họ chuyển sang hội thánh của bà. Tôi buộc lòng phải cho người của hội thánh tôi hiểu rõ sự thật nầy và làm sáng tỏ tình huống.

Tôi có thể cảm nhận rằng sự giả dối đang thắng thế đến mức trội hơn lẽ thật.

Khi vợ của Phô-ti-pha cám dỗ Giô-sép, người đã từ chối thẳng thừng.

Đọc Sáng Thế 39:12 ta thấy, *"Người bèn nắm áo chàng mà rằng: Hãy nằm cùng ta! Nhưng chàng liền tuột áo để lại trong tay người mà chạy trốn ra ngoài."*

Vợ Phô-ti-pha đã đặt điều nói dối rằng Giô-sép đến cưỡng hiếp bà, song khi bà giở trò thì chàng đã tuột áo để lại và bỏ chạy. Phô- ti-pha nghe vợ nói thì giận điên người. Ông chẳng hề tra hỏi joseph một lời mà chỉ cho giam chàng vào ngục là nơi giam giữ các tội nhân phạm đến vua. Nếu đoán xét người khác mà chỉ nghe theo lời của một người, hầu như chúng ta rất dễ mắc sai lầm trong việc đoán xét.

Giô –sép đã bị kết tội cách oan trái rồi bị giam vào ngục. Nhưng ông vẫn giữ yên lặng vì biết rằng chủ mình sẽ rất đau lòng khi nghe được sự thật. Trong ngục, Joseph chẳng bị ô uế bởi nhiều thứ giả dối mà ông nhìn thấy ở đó.

Giô-sép đã học được cách cai quản, người đã cai quản công việc gia đình của Phô-ti-pha. Sau khi bị vào tù, người đã học được những công việc chính trị. Mặc dù ở trong tù, Đức Chúa Trời vẫn ở cùng người, và kết cuộc người đã trở thành nguyên thủ xứ Ê-díp-tô. Điều nầy nói lên rằng Đức Chúa Trời đã chứng giám sự vô tội của người.

Sự Sắm Sẵn Của Chúa Trong Những Kỳ Phục Hưng Chữa Lành

Tháng 11, 1998 cuộc thử thách thứ hai xảy ra. Có cả rơm rạ và lúa lẫn lộn trong những mục sư ở hội thánh chúng tôi. Trong đó có một gia đình đã nhận ơn huệ đặc biệt từ Đức Chúa Trời.

Năm 1989, ba trong số những thành viên trong gia đình nầy, kể cả người mẹ của mục sư, đã phải đứng trước cửa tử thần vì bị nhiễm độc khí gas, sau khi được tôi cầu nguyện, hết thảy họ đều được chữa lành hoàn toàn mà chẳng phải chịu một hậu quả xấu nào. Họ là một gia đình lớn, hầu hết những người trong gia đình đều kinh nghiệm sự chữa lành trên những căn bệnh bất trị qua sự cầu nguyện của tôi.

Họ được Chúa ban cho rất nhiều ân điển và tình yêu, song, khi nhận thấy địa vị của mình trong hội thánh trở nên cao hơn, thì đâm ra kêu ngạo. Tôi cho ông ta rất nhiều cơ hội để ăn năn mà quay lại, thậm chí cho đến cơ hội cuối cùng. Kết cuộc, ông ta đã lấy đi một số tài liệu bảo mật, là những tài liệu giữ kín trong nội bộ hội thánh. Tội trọng của ông đã lộ ra.

Khi tội lỗi của họ bị lộ, gia đình ông ta đã rời bỏ hội thánh. Họ cũng mở một hội thánh bên cạnh hội thánh chúng tôi. Rồi họ cũng phao tin dối trong những người của hội thánh và mời mọc họ sang bên hội thánh mình.

Đương lúc sự nầy xảy ra, có một vài lãnh đạo mục sư là những người có lòng tư dục ích kỷ và đã lìa khỏi hội thánh, cấu hiệp nhau trong việc phao tin dối hòng lừa phỉnh người của hội thánh trong nỗ lực làm cho họ chuyển sang hội thánh mình. Lúc đầu chúng ăn ý nhau trong việc lợi lộc cá nhân, nhưng khi giữa chúng có nhiều quan điểm khác nhau, rồi sự thù hằn cũng gia tăng trong bọn họ, và chúng đã tranh chiến nghịch lại nhau.

Vì Đức Chúa Trời đã biết trước mưu chước của Satan, Ngài cảm động lòng tôi khiến tổ chức đại hội phục hưng chữa lành. Từ tuần lễ đầu tháng 11, hàng ngày nhiều người bệnh được chữa lành trong 6 tuần. Thậm chí có người bị bệnh liệt bẩm sinh cũng được chữa lành. Nhiều người đứng dậy khỏi xe lăn và bước đi. Nhiều bệnh ung thư được khỏi. Nhiều người kinh nghiệm phép lạ đến từ Đức Chúa Trời.

Như những dấu được ghi trong Kinh Thánh đã xảy ra hàng ngày, tôi chỉ biết dâng lời tạ ơn Chúa. Đức Chúa Trời hằng sống đã cho chúng ta biết rằng Ngài yêu chúng ta, và Ngài đã, đang và sẽ ở cùng chúng ta. Chính ân sủng của ngài vùa giúp hết thảy các thành viên trong hội thánh chúng tôi vượt qua những thử thách nầy để được nhìn thấy tất cả những dấu đó.

Tháng 11, 1998, Boonneum Kim, một phụ nữ cao tuổi, đến thăm con trai tại Seoul. Vì làm công việc đồng án quá sức, lưng bà bị còng rất nặng. Bà phải chịu khốn khổ đã 10 năm. Bà cảm thấy hối tiếc vì không thể cõng cháu gái mình được.

Theo lời khuyên của con trai, bà đến tham dự kỳ phục hưng

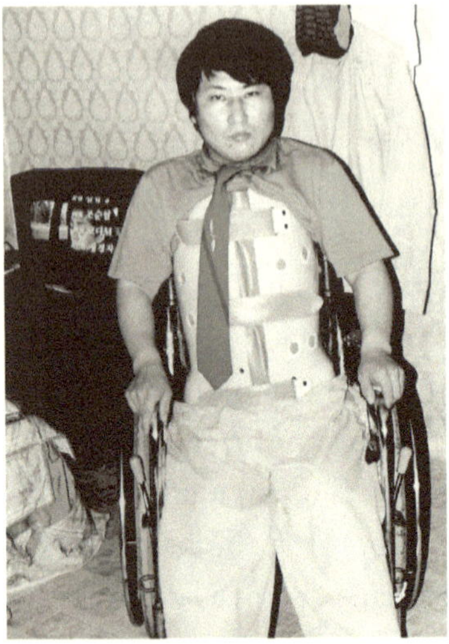

Yoonsup Kim trước khi được chữa lành, với những thanh giằng cột sống, phải ngồi xe lăn

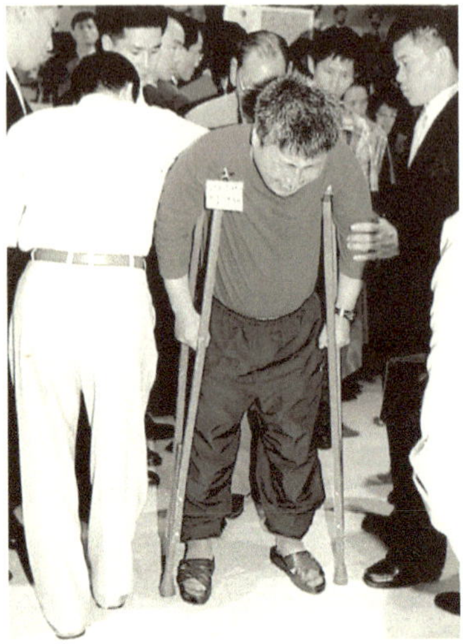

Nhận sự cầu nguyện trong kỳ lễ phục hưng năm 1999

chữa lành nầy. Sau khi được cầu nguyện, chiếc lưng còng 90 độ của bà đã được ngay thẳng trở lại cách hoàn toàn, bà vui mừng ngợi khen Đức Chúa Trời.

Trước kỳ phục hưng chữa lành tháng 11, 1998, Yoonsup Kim bị tàn tật cấp độ thứ nhất, là cấp độ bất lực hoàn toàn. Anh phải đi lại trên xe lăn. Thánh 5, 1990, đương lúc làm việc với đường dây điện ở Daejeon, anh đã bị ngã từ tầng năm của một tòa nhà.

Anh được đưa đến bệnh viện và nằm bất tỉnh ở đó trong sáu tháng. Xương sườn thứ 4 và thứ 5, cùng với đốt sống ngang thắt lưng, thứ 11 và 12 bị gãy. Gan anh cũng bị tổn thương. Anh bị rơi vào tình trạng khủng hoảng.

Sau khi trải qua một thời điều trị bằng y học và vật lý trị liệu, cuối cùng, năm 1993, anh được chẩn đoán bị tàn tật cấp thứ nhất. Trong khi trải qua những ngày đau khổ, có người hàng xóm

Được chữa lành hoàn toàn và có một gia đình hạnh phúc

đến chia sẻ về phúc âm cứu rỗi và anh đã đến tham dự kỳ phục hưng chữa lành nầy.

Thậm chí không thể tự mình vào nhà tắm được, nhưng sau khi được cầu nguyện, anh đã đứng dậy khỏi xe lăn! Ngay sau đó anh không cần dây nẹp xương sống nữa, anh đã có thể đi nạng. Anh cũng có thể nằm thẳng người ra được. Năm sau, vào tháng 5, 1999, anh đã tham dự 2 tuần lễ Duy Trì Phục Hưng Chữa Lành Đặc Biệt, vào ngày 12, tháng 5, anh nhận được một loại lửa Thánh Linh rất mạnh.

Trước đây, anh đã phải đi nạng cách khó khăn. Nhưng khi có lửa Thánh Linh đến trên đôi chân của mình, anh đã có thể tự bước đi được. Thật là một khoảnh khắc đầy cảm động, lần đầu tiên trong 9 năm kể từ vụ tai nạn, bấy giờ, anh có thể bước đi. Về sau anh kết hôn, và sanh một bé gái dễ thương.

Đức Chúa Trời Rèn Luyện Những Thành Viên Trong Hội Thánh Thanh Tẩy Tấm Áo Khoác Của Mình

Đức Chúa Trời muốn chúng ta vượt qua mọi sự bằng tình yêu và sự nhân lành. Một trong những lý do mà Đức Chúa Trời đã cho phép thử thách xảy đến là để ban cho tôi sức mạnh nhằm hoàn thành sự sắm sẵn sứ mệnh đối với thế giới, và cũng là cơ hội để những thành viên trong hội thánh chúng tôi thanh tẩy tấm áo khoác của mình. Ấy là Ngài muốn họ cắt bì lòng, lánh xa mọi điều ác, và nên thánh.

Tôi khuyên nhủ mọi người trong hội thánh chớ nên nghe, nhìn, hoặc nói bất kỳ điều gì không phải là sự thật. Đức Chúa Trời mong muốn chúng ta có môi miếng thanh sạch. Kế đến, quyết chẳng hề đoán xét, buộc tội, hay phỉ báng; hầu cho quyền lực tối tăm không thể đến gần được, và kẻ thù sẽ chẳng có cơ hội để gây điều quấy phá.

Satan không thể nào buộc tội những ai luôn bước đi trong sự sáng. Qua thử thách nầy, các thành viên trong hội thánh có dịp để nhận biết lẽ thật và nhận ra chính mình. Dầu vậy, một số người đã gặp phải những kẻ gieo rắc lời lẽ của sự tối tăm, và đã bị lừa dối nên đã rời khỏi hội thánh.

Tháng 12, 1998, Đức Chúa Trời bảo tôi hãy cầu nguyện hầu cho có thể nhận lãnh được quyền phép khiến người chết sống lại như Đức Chúa Jêsus đã làm. Ví bằng tôi có được quyền phép khiến người chết sống lại qua sự cầu nguyện bởi ý Chúa, tôi sẽ có thể hoàn thành được sứ mệnh đối với thế giới cách mau chóng.

Song quyền phép của Đức Chúa Trời không phải được ban cho cách dễ dàng. Chúng ta phải có một tầm thước đức tin tương ứng. Vì sự nầy, chúng ta cũng phải trải qua những cuộc tôi luyện qua lửa để có được phẩm hạnh yêu thương và nhân lành ở tầm thước cao.

Đức Chúa Trời Vui Lòng Chứng Giám Lời Thệ Nguyện

Vào năm 1998, trải qua những điều đau đớn đó, tôi mất cảm giác ăn uống, và đã khóc than rất nhiều trong sự cầu nguyện. Tôi bị gầy đi và xuống sức nhiều.

Làm sao những người đã từng kinh nghiệm và tận mắt nhìn thấy những phép lạ đến từ Chúa, đã từng lắng nghe lẽ thật, lại có thể thay lòng đổi dạ trong chốc lát rồi rời xa hội thánh rồi trở thành những kẻ bắt bớ? Nghĩ đến sự độc dữ của họ, tôi chỉ biết thương xót và khóc than.

Đặc biệt, khi hết sức lực để cầu nguyện cho người bệnh trong 6 tuần lễ, tôi đã mất sức rất nhiều, bị sụt cân trông thấy. Khi bước đi, người tôi như muốn ngã quỵ xuống. Tôi bị xuống sức đến nỗi không thể giảng trong các lễ được nữa. Một ngày nọ, đương lúc cầu nguyện, Chúa bảo tôi hãy dâng lời thệ nguyện.

"Hãy đến sườn núi và dâng lời thệ nguyện tại đó. Cầu nguyện cho sứ mệnh đối với thế giới. Ta đã cất đi sức lực thể lý mà ngươi có, và nầy, ta sẽ đổ đầy sức lực thiên thượng cho ngươi. Bây giờ là kỳ đã đến, vậy hãy cầu nguyện để nhận lãnh quyền phép khiến người chết sống lại."

Tháng giêng, 1999, tôi khởi sự một tháng thệ nguyện. Đức Chúa Trời cảm động lòng tôi khiến cầu nguyện cho sứ mệnh đối với thế giới và tiên liệu của Chúa sẽ được hoàn thành vào thời cuối cùng. Đức Chúa Trời tỏ cho tôi biết về tầm thước quyền phép khiến kẻ chết sống lại, rồi Ngài bảo tôi cầu nguyện cho "Quyền Phép thêm Quyền Phép."

Đức Chúa Trời đã chứng giám lời thệ nguyện đầu tiên nầy cách vui lòng và đã ban cho tôi nhiều sự nhậm lời. Một trong những điều kinh ngạc nhất là thân hình tôi cũng được thay đổi và tôi được ban cho sức mới. Chính tôi cũng rất ngạc nhiên. Hồi còn nhỏ, tôi ước sao bộ phận trên của mình có hình "tam giác ngược" với bộ ngực lớn và đôi vai rộng.

Bụng tôi nhỏ lại, thắt lưng tương đối thanh mảnh, người tôi tràn đầy sinh lực như thuở hai mươi. Đức Chúa Trời thậm chí thay đổi cả hình thể của tôi hầu cho có thể làm được những việc lớn lao hơn mà chẳng mệt mỏi.

Kẻ thù là ma quỉ ra sức làm hại tôi, song Đức Chúa Trời đã che chở tôi. Ngài ban cho tôi một thân thể khỏe mạnh trong chốc lát. Người chấp sự là tài xế tôi cũng rất đỗi ngạc nhiên nên anh ta đã chụp hình tôi. Các phụ tá mục sư khi nhìn hình thể tôi, cũng hết sức ngạc nhiên.

Chương 3

Đức Chúa Jêsus Nghĩ Gì Khi Vác Thập Giá Lên Đồi Gô-gô-tha?

Bắt Đầu Thử Thách Thứ Ba

Từ khi lời thệ nguyện thứ nhất kết thúc, tôi dâng sự thệ nguyện lên Chúa mỗi tháng một lần cho đến tháng tư. Trong bốn dịp cầu nguyện đó, tôi không sao cầm giữ được nước mắt khi nghĩ đến những người đã lìa bỏ hội thánh mà quay sang phản nghịch. Điều ấy đã khiến tôi cầu nguyện cách khó khăn.

Tháng tư, 1999, có Lời Chúa đến cùng tôi trong khi cầu nguyện, rằng Ngài sẽ tha thứ cho những con người xấu xa đó. Và vì cớ những lời cầu nguyện của tôi được ứng nghiệm, Ngài sẽ bày tỏ những công việc vượt quá giới hạn không gian và thời gian. Cho dù trước đó nhiều người từ những quốc gia khác nhau đã được chữa lành khi nhận được sự cầu nguyện của tôi được truyền qua internet. Đức Chúa Trời phán cùng tôi rằng công việc chữa lành nầy sẽ xảy ra cách đầy trọn.

Ngài bảo tôi rằng, "Hỡi đầy tớ ta, chớ cầu nguyện thêm cho những kẻ đã lăng mạ và lìa bỏ ngươi. Chớ buồn lòng cho dù bất kỳ tình cảnh nào mà chúng phải sa vào. Ta sẽ chẳng tha thứ cho chúng nữa. Ta sẽ chẳng tha thứ cho bất kỳ kẻ nào rắp tâm quấy phá hội thánh nầy."

Một số mục sư rời bỏ hội thánh chạy đến cấu hiệp với những đồng bạn khác. Khi những việc gian ác của họ bắt đầu lộ ra, họ mưu toan những hung kế. Trong số họ có một nữ mục sư, người có lòng ghen tị quá đáng và chịu phục dưới quyền của Satan.

Những kẻ lìa hội thánh vì mục đích riêng tư đã toan tính mưu chước nhằm phá hại hội thánh chúng tôi. Chúng xích lại gần nhau vì lợi lộc cá nhân, và nếu những món lợi đó không giống nhau, chúng lại phân rẽ nhau.

Tháng tư, năm 1999, sau khi kết thúc lời thệ nguyện thứ tư, Đức Chúa Trời cho tôi biết rằng sẽ có cuộc thử thách thứ ba. Ấy là sự trù liệu trước của Đức Chúa Trời rằng nếu tôi vượt qua thử thách nầy, Ngài sẽ ban cho tôi quyền phép vô biên mà Satan không thể chống nghịch nổi.

Chúa bảo cùng tôi rằng kỳ đại hội phục hưng năm ấy sẽ được thiên hạ biết đến, nhờ vào sự truyền tin hiện đại mà nó sẽ được biết đến trên bình diện toàn cầu. Lúc đang tuyên giảng sứ điệp, tôi có nói cùng các thành viên trong hội thánh rằng sẽ có tiếng vang lớn qua sự truyền tin. Song, tôi không ngờ rằng sự truyền tin đã có thể vào cuộc.

Các Phát Thanh Viên Phải Giữ Một Quan Điểm Khách Quan

Chúng tôi tổ chứa 2 tuần lễ Duy Trì Đại Hội Phục Hưng Đặc Biệt vào tháng năm, 1999. Khi mọi kế hoạch của chúng nhằm phá diệt tôi đều thất bại, chúng bèn chuyển sang truyền thông đại chúng, ấy là giải pháp cuối cùng.

Chúng lập kế phá diệt hội thánh qua những chương trình phát sóng. Chúng gởi đi những tài liệu giả dối cùng những lời chứng dối là những thứ được biết đến với tên gọi như 'Thông Điệp của Người Làm Chương Trình' đồng đội MBC, Cơ Quan Phát Thanh Munhwa.

Vào ngày 15, tháng tư, 1999, đồng đội của Thông Điệp Người Làm Chương Trình đã lên một chương trình dựa vào thông tin của chúng và quyết định cho phát sóng vào ngày 4, tháng 5.

Điều rõ ràng là các phát thanh viên phải giữ quan điểm khách quan, và họ nên kiểm tra tính vững chắc và độ tin cậy của thông tin mà họ nhận. Họ toan tính phát thanh những gì khác với sự thật. Biết được điều nầy, nhân sự hội thánh chúng tôi đến yêu cầu họ không nên phát thanh một chương trình phiến diện như vậy.

Chúng tôi bảo họ rằng, vì chúng tôi đang chuẩn bị cho một sự kiện lớn, 'Đại Hội Phục Hưng Đặc Biệt', sẽ sớm được tổ chức, chúng tôi sẽ hợp với họ cách trọn vẹn sau kỳ phục hưng nầy.

Song đồng đội của 'Thông Điệp Những Người Làm Chương Trình' đã thân chinh đến tận nhà tôi vào ngày 7, tháng 5, nhằm thực hiện một cuộc phỏng vấn. Họ đến cách bất ngờ, chẳng hề có sự sắp xếp trước. Họ chỉ việc mang camera đến đòi phỏng vấn, tôi chẳng biết sự nầy vì chẳng ai cho tôi biết.

Theo thường lệ, tôi rời nhà đi đến hội thánh để lo công việc thờ phượng cho lễ cầu nguyện thâu đêm tối thứ sáu. Thường tôi chẳng bao giờ chậm trễ bất kỳ một lễ thờ phượng nào, nếu chậm trễ dù chỉ một phút, tôi bèn kiêng ăn để tỏ lòng ăn năn.

Vì mọi người trong hội thánh biết được sự nầy, họ giải thích kỹ cùng các phát thanh viên rằng, tôi không thể đáp ứng sự phỏng vấn của họ vào ngày hôm ấy được. Vậy mà họ lại nói rằng họ cho hội thánh chúng tôi một cơ hội để nói chuyện qua phỏng vấn, nhưng tôi đã chạy trốn khỏi ống kính.

Gây Ngạc Nhiên Cho Cả Thiên Hạ

Khi những nhân sự hội thánh đệ đơn kiến nghị tạm thời không được phát sóng một chương trình đã sắp đặt. Vì lời thỉnh cầu đã được chấp nhận, chương trình phát sóng phải tạm hoãn trong một tuần. Vào ngày 11, tháng năm, tòa án tuyên bố rằng có một vài nội dung trong chương trình không được phép phát sóng.

Sau khi tuyên bố nầy được ban ra, các nhân sự hội thánh đến gặp những người làm chương trình để yêu cầu họ phát sóng sau khi kỳ đại hội phục hưng kết thúc và chỉ sau khi họ kiểm tra lại hết các sự việc. Nhưng họ phớt lờ yêu cầu của chúng tôi mà rằng chương trình phát sóng đã lên lịch rồi.

Vào ngày 11, tháng 5, nhằm ngày thứ 7 của kỳ đại hội phục hưng. Chương trình sẽ được phát sóng lúc 11 giờ tối ngày ấy. Thường khi đại hội phục hưng kết thúc lúc 10.20 tối. Song có sự bất ngờ đã xảy ra. Sau khi đại hội kết thúc, tôi trở về nhà, hôm sau, các nhân sự hội thánh gởi đến cho tôi một bản tường thuật rất sốc.

Khoảng 10.20 phút tối hôm ấy, sau khi đại hội phục hưng kết thúc, một số nhân sự hội thánh đã đến trạm phát thanh để phản đối. Họ biết rằng chương trình cần phải được chỉnh sửa rất nhiều điều bị bóp méo, đó chính là lý do họ đến để phản đối. Họ đến nơi lúc 23 giờ 5 phút.

Lúc đầu có khoảng 20 đến 30 thành viên đến trạm phát

thanh, cổng chính chẳng có bảo vệ, vậy họ đi thẳng vào bên trong. Họ gặp một vài nhân viên ở tầng thứ tư và hỏi họ phòng phát thanh ở đâu. Có người thì nói ở tầng thứ tư, người thì nói ở tầng thứ bảy. Người của chúng tôi phân tán ra đi tìm.

Khi đó mấy người ở tầng hai thấy có một cánh cửa khép hờ, họ bước vào, có một bước tường đầy những TV chủ và họ có thể nhìn thấy chương trình về hội thánh chúng tôi.

Khi thấy có rất nhiều sự buộc tội hội thánh cách vô căn cứ được phát sóng, họ cảm thấy rất thất vọng và buồn lòng. Có một vụ cãi nhau giữa người của chúng tôi và nhân viên phát sóng vì chúng tôi đã yêu cầu họ ngưng chương trình phát sóng nầy. Có ai đó bước đến tắt công tắc, chương trình phát sóng phải ngưng hẳn. Điều nầy được biết đến trong khắp cả thiên hạ.

Nhấn Mạnh Việc Vâng Giữ Luật Pháp

Tôi không những dạy dỗ dân sự vâng giữ luật pháp của Đức Chúa Trời mà còn mọi luật lệ của quốc gia, dù lớn hay nhỏ. Thật vậy, hầu hết các thành viên trong hội thánh chúng tôi đều vâng giữ luật pháp, phục vụ xã hội và ăn ở như ánh sáng và muối của thế gian.

Song, có một số người trong hội thánh chúng tôi ngày hôm đó mất bình tĩnh nên đã phạm luật trong một khoảnh khắc. Hội thánh chúng tôi phải đối diện với thiệt hại lớn. Cho dù chúng ta đúng, nhưng vẫn không được trái luật. Mục Sư Hyeonkwon Joo đi đến các bàn máy để trấn tỉnh các thành viên ở phòng điều hành.

"Chớ đụng chạm đến ai, cũng chớ làm hư hại bất kỳ một thiết bị nào. Chớ đụng tay vào. Xin hãy nhanh chóng rời khỏi đây." Vậy mà sự nầy được tường thuật lên báo chí rằng Mục Sư Hyeonkwon Joo đã chỉ huy họ.

Phát thanh viên buộc tội hết thảy các thành viên của hội thánh là những kẻ nổi loạn. Họ xóa hết âm thanh và chỉnh sửa chỉ còn lại những cử chỉ được nhìn thấy. Bản tường trình trái hẳn với sự thật. Chúng tôi thấy có nhiều dây rối phía sau các TV chủ trong trạm phát sóng truyền hình.

Trên bàn phòng điều hành có một camera lớn, thận và ống kính của nó đã được tháo rời ra. Có lẽ nó đang được sửa chữa. Nhưng trong bản tin phát sóng, họ chiếu lên cảnh những đống dây rối cùng chiếc camera tháo rời ấy mà nói rằng chúng tôi đã phá hại thiết bị của họ cách nặng nề.

Những ai không biết điều gì đã thật sự xảy ra khi xem tường trình nầy thì đều tin như vậy.

Vì cớ sự việc rắc rối nầy, chúng tôi buộc phải mang lấy một hình ảnh tiêu cực rằng chúng tôi đã chiếm giữ trạm phát sóng và chặn đứng chương trình. Vì cớ sự việc rắc rối nầy, hầu hết những người có cuộc sống rất tốt trong hội thánh chúng tôi đều phải chịu tiếng xấu và mất thể diện.

Rõ ràng đây là sự việc bất ngờ, tuy vậy, chúng tôi đã xin lỗi trước quần chúng về việc gây rối trật tự nơi công cộng, chúng tôi đã cho đăng tin xin lỗi lên Chosun Ilbo, Hankyoreh Shinmun và những tờ nhật báo chính của Hàn Quốc.

Nhưng tôi cho rằng nhân viên của đài truyền hình có lẽ đã nghĩ đến việc người của hội thánh chúng tôi sẽ đến đài truyền hình để phản đối, vì họ sẽ cho phát sóng một sự buộc tội vô căn cứ và phiến diện về một hội thánh lớn. Ví như các phát thanh viên cho người gác cổng, thì người của hội thánh chúng tôi đã không xâm nhập vào bên trong một cách quá dễ dàng như vậy.

Báo chí nói rằng hội thánh chúng tôi đã hành xử theo kế

hoạch đã tính trước. Cảnh sát đã mời rất nhiều người trong số những thành viên hội thánh chúng tôi là những người có đến trạm phát sóng hôm ấy để chất vấn, và vỡ lẽ rằng sự ấy chỉ là một tai nạn.

Họ đã làm một chương trình dựa vào những tin giả dối được tạo ra từ những kẻ rắp tâm hủy diệt hội thánh chúng tôi. Hậu quả của chương trình phát sóng nầy đã gây thiệt hại nghiêm trọng không chỉ đến hội thánh mà còn những thành viên của hội thánh nữa. Họ bị xem là người của hội thánh bạo lực. Nhiều thành viên trẻ khi đến trường bị cư xử như những kẻ bị ruồng bỏ. Nhiều người trong họ rời khỏi hội thánh.

Một Công Dân Lương Thiện Bị Mất Việc Làm

Lúc bấy giờ Chấp Sự Ikseon Yu là một cảnh sát trưởng, đã 20 năm trong ngành. Anh được biết đến là một sĩ quan cảnh sát trung tín, và anh cũng nêu gương tốt với tư cách là một Cơ Đốc Nhân mẫu mực và giới thiệu phúc âm đến với nhiều người. Dầu vậy, những kẻ lìa bỏ hội thánh đã cố tình tìm cách đưa anh vào tù và tung tin giả dối đến cơ quan phát thanh truyền hình và đồn cảnh sát.

Họ đưa ra lời buộc tội chống lại anh, và rằng chính anh là người cầm đầu vụ gây rối nầy, anh cùng người của hội thánh đã xâm nhập vào cơ quan truyền hình. Báo chí rất thích thú trước tin tức về một sĩ quan cảnh sát năng nổ và tích cực đã cầm đầu một vụ gây rối.

Các cơ quan cảnh sát có thẩm quyền đã mời anh đến để điều tra sự việc. Báo chí và các phát thanh viên nói rằng sự việc như thể viên sĩ quan cảnh sát đầy nhiệt huyết nầy cố tình can thiệp vào vụ rắc rối. Vào ngày 17, tháng 5, trong bản tin 9 giờ của

MBC có tường thuật như sau:

"Cảnh sát cho tiến hành một cuộc điều tra về lời buộc tội nói rằng viên Sĩ Quan Yu thuộc đồn cảnh sát Yangcheon đã cầm đầu vụ chiếm giữ Tập Đoàn Phát Sóng Munhwa. Kết quả cho biết rằng ngày hôm ấy, sau giờ làm việc, viên Sĩ Quan Yu có mặt tại hội thánh, và mặc dầu biết rằng người của hội thánh xâm nhập vào đài truyền hình, song anh ta vẫn không trình báo sự vụ về đồn cảnh sát..."

Nhưng sự thật của cuộc điều tra cho biết rằng, anh ta ở tại hội thánh trong khi các thành viên đang trên đường đến đài truyền hình, và có gọi đến đó trong lúc các thành viên đang manh động, hầu cho họ có thể lo liệu được.

Để làm sáng tỏ sự thật, anh đã đệ đơn xin rút lại và sửa sai tin tức đến Ủy Ban Trọng Tài Báo Chí, rồi vì một ai đó, anh đã hoãn lại. Cảnh sát điều tra anh một tháng rưỡi, nhưng chẳng có sai trái nào. Họ kết thúc vụ điều tra và kết luận rằng anh ta vô tội.

Sau đó, anh vẫn tiếp tục làm việc với tư cách là một sĩ quan cảnh sát trong một năm rưỡi, song anh luôn bị theo dõi. Quần chúng cũng nhìn anh với vẻ nghi ngờ lạnh lùng. Cuối cùng, anh đã quyết định từ chức. Một công dân lương thiện và trung thành, một sĩ quan cảnh sát hầu như đã bị làm cho hóa thành tội phạm vì cớ những lời buộc tội giả dối. Cuối cùng anh ta đã phải thôi việc.

Những Công Việc Của Đức Chúa Trời Chẳng Hề Thay Đổi

Ngày 3, tháng 5, 1999, hai tuần Liên Tục Đại Hội Phục Hưng Đặc Biệt được bắt đầu với chủ đề "Đức Chúa Trời là Tình Yêu" (1Giăng 4:16). Đức Chúa Trời đã bày tỏ nhiều dấu lạ và sự kỳ diệu cùng những công việc phi thường liên tục xảy ra trong suốt kỳ đại hội phục hưng.

Bà Napshim Park 85 tuổi, là thành viên hội thánh tại Goesan, tỉnh Choongbook. Bà được cảm động bởi bài giảng do con trai mình gửi cho từ hội thánh chúng tôi. Từ khi mới sinh, mắt trái bà không thể nhìn thấy được, mí mắt trệ xuống.

Năm 30 tuổi, bà bị một ông bác phía chồng tát vào mặt vì cớ bà là người tin Chúa Jêsus. Việc nầy đã khiến màng nhĩ bà bị thủng. Từ đó, tai phải bà không thể nghe được nữa. Dầu vậy, ngày 3, tháng 5, 1999, ngày đầu tiên của kỳ lễ phục hưng, mắt trái của bà trở nên có thể nhìn thấy được, và tai phải bà cũng có thể nghe được.

Lần đầu tiên trong 85 năm, mắt trái của bà có thể nhìn thấy

cách rõ ràng, và tai phải của bà đã 55 năm không thể nghe được, cũng được chữa lành.

Heekyeong Song cũng được chữa lành cách đây hai năm. Cô bé bị sinh trước ngày, chỉ sau 7 tháng chịu thai. Cô bị liệt bẩm sinh, từ nhỏ tay trái và chân trái cô không thể sử dụng được.

Qua sự chữa trị liên tục, chứng sử dụng một phía của cô được phục hồi, song chân trái cô ngắn hơn chân phải 4cm. Xương sống cô bị cong, xương chậu bị vẹo. Cô bé phải chịu đau đớn rất nhiều. Chân cô đi khập khiễng, bọn trẻ con thường lấy cô làm trò đùa.

Cô vào trường đại học năm 1997, lần đầu tiên cô tham dự hai tuần Duy Trì Đại Hội Phục Hưng Đặc Biệt lần thứ 5 là vào ngày 6, tháng 5, 1997, cô được tôi cầu nguyện trong lễ đầu tiên cầu nguyện chữa lành người bệnh. Đôi chân cô trở nên khỏe lên và cô bắt đầu chạy nhảy.

Lúc bấy giờ, một phép lạ xảy ra. Chân trái cô đã có thể chạm đất. Sau khi kiểm tra, cô nhận ra rằng, cái chân bịt hụt 4cm của cô, trở nên dài thêm. Xương sống cong, và xương chậu vẹo đã được ngay thẳng trở lại. Từ đó cô lập gia đình, có một tổ ấm hạnh phúc và sanh được hai con.

Từ khi 'Thông Điệp Người Làm Chương Trình' cho phát một chương trình về hội thánh chúng tôi, nhiều phóng viên từ CNN, ABC, BBC, NHK đã đến với hội thánh chúng tôi. Họ quay video và chụp hình đương khi nhìn xem những phép lạ xảy ra trong kỳ phục hưng.

Một số trong họ gởi tường thuật về trụ sở chính đưa tin những sự kiện người mù được sáng mắt, nhiều người quăng nạng mình, có những người đứng dậy khỏi xe lăn. Họ tường thuật chính xác những gì đã xảy ra.

Từ khi xảy ra vụ rắc rối về chuyện truyền hình, hàng nhiều tháng liền tôi chẳng về nhà, mà chỉ ở lại luôn tại hội thánh để cầu nguyện.

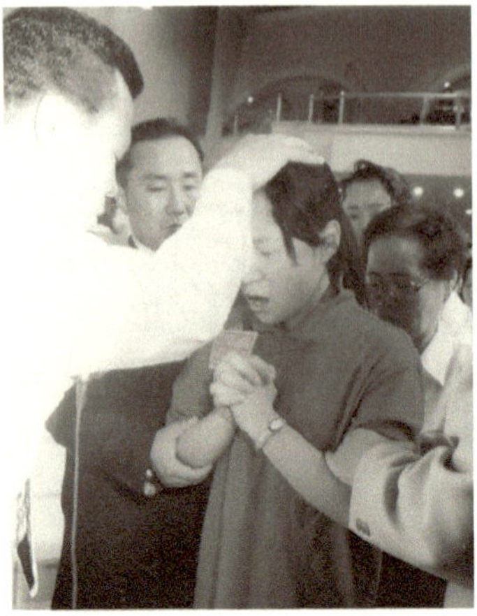
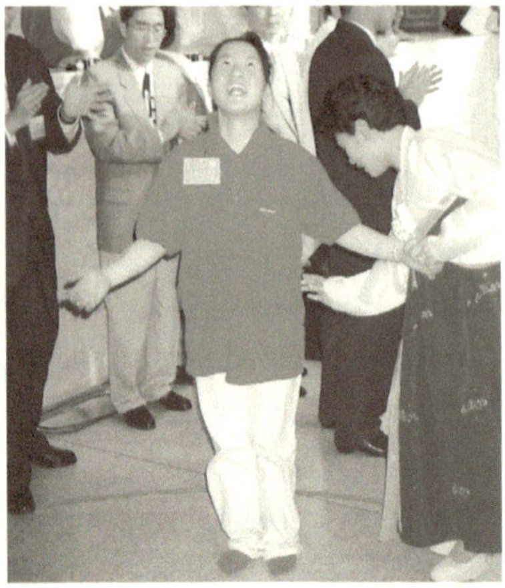

Hình trên: Nhận sự cầu nguyện trong kỳ lễ phục hưng (1997)
Hình dưới: gia đình Heekyeong Song

Vì khóc nhiều và đau khổ, thể trạng tôi trở nên ốm yếu và run chân.

Từ trước đến giờ hội thánh chúng tôi đã làm nhiều việc thiện lành. Chúng tôi có nhiều loại dịch vụ nhằm phát triển hội thánh

Cơ Đốc và cũng tham gia nhiều công việc xã hội. Chẳng bao giờ chúng tôi gây nan đề cho ai.

Có nhiều gia đình sắp đổ vỡ và đang dẫn tới ly hôn, song đã được biến đổi trở thành những gia đình hạnh phúc. Nhiều người được chữa lành và hiện đang có cuộc sống khỏe mạnh. Có nhiều người lúc đầu khi mới đến với hội thánh chúng tôi thì rất nghèo, song, khi sống theo Lời Chúa, họ được chúc phước trên vấn đề tài chánh và đã có cuộc sống giàu có.

Đài phát thanh truyền hình đại chúng chẳng muốn phát những công việc tốt đẹp của hội thánh. Họ chỉ nghĩ rằng hết thảy các hội thánh lớn đều có vấn đề, và những gì xảy ra có lẽ giống như trò săn lùng phù thủy.

Nếu nghe được ai đó đưa tin dối cho họ, họ liền viết thành kịch rồi loan đi mà không cần biết gì đến sự thật, quả là sự vi phạm lớn. Một đài phát sóng mà lại đi làm một chương trình mang tính phiến diện, thật không sao hiểu nổi. Nhưng đương nhiên rằng, những hành vi nông nổi của một số thành viên của hội thánh đã gây cho tôi nhiều khó khăn.

Điều duy nhất mà tôi có thể làm đó là suy gẫm về Chúa Jêsus là Đấng đã gánh lấy thập tự giá cách yên lặng. Tôi chỉ biết kiêng ăn cầu nguyện và khóc than với Chúa là Đấng biết mọi sự.

Trong bài giảng, tôi chẳng bao giờ nhắc tên của những kẻ đã bịa ra những tin đồn thất thiệt và đưa ra nhiều lời chứng dối.

Mặc dù bị tai tiếng, song tôi vẫn không để lộ sai trái của họ, vì e rằng họ khó lòng quay trở lại. Tôi chỉ một mình mang lấy sự khinh chê, trách mắng. Thế nhưng, những nhân sự trong hội thánh chúng tôi cảm thấy rằng sẽ rất khó khăn để hoàn thành công việc truyền giáo trừ khi sự thật phải được mọi người biết đến. Họ đã khởi kiện phát thanh viên nầy.

Tháng năm, 1999, sau khi 'Thông Điệp Những Người Làm Chương Trình' được phát đi, Mục Sư Jongman Lee, Chủ Tịch và Đại Diện của Hiệp Hội Sứ Mạng Phục Hưng Cơ Đốc Toàn Cầu, đã ngạc nhiên đến nỗi ông đích thân đến hội thánh chúng tôi. Ông là một trong những mục sư hàng đầu của Hàn quốc và là một nhà phục hưng danh tiếng, nhưng ông chẳng có ảnh hưởng nhiều với hội thánh chúng tôi.

Ông đến chỉ vì biết tôi bị buộc tội cách sai trật sau khi xem chương trình truyền hình ấy. Ông đưa ra một lời bày tỏ với tựa đề, "Chúng tôi yêu cầu sự phát sóng công bằng." Chúng tôi xin được trích một đoạn từ lời bày tỏ ấy như sau:

. . .khi đề cập đến tôn giáo, chúng ta phải thận trọng, không được vi phạm lên tính hiệp nhất và mục đích của tôn giáo đó. Đặc biệt, các phát thanh viên phải biết rằng họ không có khả năng phân xử các vấn đề tôn giáo, nhất là những tranh cãi về dị giáo. Tất cả những gì các phát thanh viên có thể làm đó là tường thuật lại những sự tranh luận của cả hai phía trong đường lối công bình. . .

Song, chương trình phát thanh mới đây của MBC đã vượt quá giới hạn đó. Vấn đề tôn giáo phải được giải quyết với những phương pháp nghiên cứu khoa học thích hợp và có thể chấp nhận được.

Dầu vậy, chương trình của MBC đã phớt lờ phương cách nầy. Họ chỉ dựa vào ý kiến của một vài người nào đó rồi xem chúng như thể quan điểm của đại chúng.

Báo chí đã vi phạm trên lĩnh vực tôn giáo, dùng những tiêu chuẩn phi tôn giáo để đoán xét một tôn giáo, làm ngăn trở việc thực thi sứ mệnh và bổn phận của tôn giáo đó.

Sau đó, Mục Sư Jongman Lee đã nói với báo chí trong một cuộc phỏng vấn:

"Tôi nghĩ vụ rắc rối nầy xảy ra là do những người chẳng biết gì về sự thiêng liêng, hiểu nhầm Hội Thánh Manmin Trung Tâm.

Ngày nay, hơn bao giờ hết chúng ta đang rất cần công việc của Đức Thánh Linh và những kinh nghiệm thiên thượng. Nhưng khi nói đến kinh nghiệm, nhiều người nghĩ rằng ấy là chuyện lạ. Chúng ta phải chữa lành căn bệnh nầy của những hội thánh Hàn Quốc, ấy là căn bệnh đoán xét và buộc tội người khác bởi sự kiêu ngạo và những tiêu chuẩn riêng.

Tôi yêu mến Hội Thánh Trung Tâm Manmin vì ở đó có rất nhiều công việc của Đức Thánh Linh đang xảy ra. Tôi nghĩ rằng Hội Thánh Trung Tâm Manmin là một hội thánh tiên phong trong việc bày tỏ những kinh nghiệm điển hình về Đức Thánh Linh."

Tôi chưa được xem chương trình ấy nên tôi chẳng biết rõ nội dung trong đó. Nhưng khi nghe các nhân sự nói về những gì đã được cho phát đi, chỉ là sự bóp méo, nó khiến tôi phải than khóc.

Từ đó đến giờ, tôi chẳng hề muốn đưa ra sự bào chữa hoặc cố gắng làm cho ra lẽ để biết rõ ai đúng ai sai. Dầu vậy, khi nói về lẽ thật, những tín đồ có tư tưởng đúng đắn sẽ đưa ra những nhận xét đúng.

Về cơ bản, người ta tin tưởng vào những phát thanh viên của công chúng. Đài phát thanh là một công cụ đầy sức mạnh. Nếu người làm chương trình cắt đầu, bỏ đuôi và chỉnh sửa chương trình theo như ý của anh ta, thì chương trình ấy sẽ khác xa so với sự thật từ tài liệu gốc. Tôi chỉ muốn giải thích một số điều đã được trình bày trong 'Thông Điệp Người Làm Chương Trình.'

Câu Chuyện Về Las Vegas

Khi kết thúc một chiến dịch hay một chương trình phục hưng ở những quốc gia khác, tôi thường cho phép những người đã tham gia chương trình một thời gian để nghỉ ngơi. Sau khi hoàn thành kỳ phục hưng tại L.A, tôi hỏi xem họ muốn làm gì. Hầu hết đều muốn đến xem Hẻm Núi Hùng Vĩ, vì đó là một tác phẩm kỳ công của Tạo Hóa. Trên đường, chúng tôi phải đi qua Las Vegas.

Ở đó có nhiều khách sạn và trong khách sạn có nhiều sòng bạc. Ấy là sự quen thuộc đối với nhiều gia đình hay những cặp vợ chồng đứng tuổi để vui chơi trò máy giật xèng là trò chơi sử dụng tiền xu.

Chính phủ đã hợp pháp hóa cờ bạc, nên Las Vegas đã trở nên một thành phố du lịch. Hầu hết các du khách thường đến đây để vui chơi những trò nầy.

Đương nhiên, có một số người vướng vào đó với một số tiền lớn, nhưng chơi một số trò chơi trong sòng bạc là một phần của văn hóa và quan niệm về giải trí.

Trên những chuyến truyền giáo, chúng tôi thường ghi lại toàn bộ chuyến đi qua video để tường thuật lại cho hội chúng, nhằm tôn vinh Đức Chúa Trời. Sau khi hoàn thành kỳ phục hưng tại Mỹ, Tôi đã trình bày cho những thành viên của hội thánh về việc chúng tôi đã đến thăm sòng bạc ở Las Vegas như thế nào, mọi người trong hội thánh đều biết về chuyện nầy.

Ấy là khi ở Las Vegas, có một thành viên của chúng tôi đề nghị chơi một vài trò trong sòng bạc. Tôi chẳng biết gì về chuyện cờ bạc. Song khi tôi chọn một máy bởi sự cảm động của Đức Thánh Linh rồi bỏ tiền xu vào, sau đó có rất nhiều tiền xu rơi ra. Vì tôi tin rằng mình có thể thắng cái máy nầy bởi đức tin, điều nầy cứ xảy đến như vậy.

Hầu hết các thành viên của chúng tôi chơi đều thua. Sau khi thua một vài lần, họ chẳng còn hứng thú gì nữa, chỉ muốn đứng xem tôi chơi.

Hễ tôi đặt vào chỗ nào, thì tiền xu lại rơi ra gấp 10 lần. Họ hết sức ngạc nhiên. Đây cũng là điều mà chúng ta có thể hiểu rằng đức tin thắng hơn ngay cả máy móc.

Sau khi trở về hội thánh, tôi giải thích sự nầy cho mọi người nhằm gây dựng đức tin cho họ. Dĩ nhiên, loại trò chơi nầy chỉ được phép chơi cho vui rồi thôi không chơi nữa. Chúng ta không được chơi để kiếm thu nhập.

Có một người đã ra khỏi hội thánh và đạo diễn toàn bộ việc tường thuật lại vụ việc nầy. Người nầy đã làm chứng dối rằng tôi đã bị thua hàng chục ngàn đô la trong sòng bạc. Thông Điệp của Người Làm Chương Trình đã trình bày bằng một tài liệu dưới dạng sổ ghi chép, trong đó có ghi cách rõ ràng rằng 'Chi Phí Cờ Bạc.' Họ làm cho nó trông như thể chính hội thánh chúng tôi đã ghi ra. Hội thánh chúng tôi chẳng hề làm như vậy, điều nầy hoàn toàn là chuyện bịa đặt.

Để vu cáo tôi, họ cho phát lên một mẫu giấy làm như thể đó là một tài liệu thật. Họ chỉnh sửa toàn bộ chương trình với toan tính làm cho nó xem giống như tôi đã thua và phung phí một số tiền lớn của hội thánh vào trò chơi cờ bạc. Nếu có ai đó phung phí tiền vào sòng bạc, thì cớ gì họ lại chứng minh qua tài liệu, và ai là người đã hạ bút ghi rằng 'Chi Phí Cờ Bạc'?

'Người Chăn Chiên' là Một Thành Ngữ Trong Kinh Thánh

Kinh nói rằng Chúa Jêsus là một Đấng chăn chiên lớn (Hê-bơ-rơ 13:20), Đấng làm đầu các kẻ chăn chiên (1Phi-e-rơ 5:4). Vậy người chăn chiên có nghĩa là gì? Giê-rê-mi 3:15 nói rằng, *"Ta sẽ ban các kẻ chăn giữ vừa lòng ta cho các ngươi, các kẻ ấy sẽ lấy sự sáng suốt khôn ngoan mà chăn nuôi các ngươi."* Những kẻ chăn giữ sẽ dùng sự khôn ngoan và hiểu biết mà chăn nuôi dân sự.

Ở đây, những kẻ chăn chiên là nói đến những ai giỏi bề dạy dỗ dân sự Chúa.

Giê-rê-mi 23:2-4 nói rằng, *"Vậy nên, về những kẻ chăn giữ dân Ngài, thì Giê-hô-va Đức Chúa Trời của Israel phán như vầy: Các ngươi làm tan lạc bầy chiên ta, đã đuổi đi và không chăm nom đến; nầy, ta sẽ thăm phạt các ngươi về những việc dữ mình làm, Đức Giê-hô-va phán như vậy. Ta sẽ nhóm những con sót lại của bầy ta, từ các nước mà ta đã đuổi chúng nó đến. Ta sẽ đem chúng nó trở về trong chuồng mình; chúng nó sẽ sanh đẻ thêm nhiều. Ta sẽ lập lên những kẻ chăn nuôi chúng nó; thì sẽ chẳng sợ chẳng hãi nữa, và không thiếu một con nào, Đức Giê-hô-va phán vậy."*

Điều nầy cũng nói rằng những người chăn chiên là những ai có thể chăm sóc dân sự của Chúa. Người chăn chiên là kẻ được giao phó cho bầy chiên của Chúa là Đấng làm đầu các kẻ chăn chiên, có nhiệm vụ dạy dỗ và chăm sóc chúng. Ngay cả ngày nay, khi nói rằng mục sư là người chăn chiên, ấy là cách nói đúng và hợp với Kinh Thánh.

Đồng thời cũng có rất nhiều tổ chức truyền giáo hoặc các tổ chức của trường mục vụ dùng thuật ngữ 'Người Chăn Chiên' để chỉ những người dạy dỗ sinh viên, mặc dù họ chưa được thụ phong mục sư. Vì người ta chỉ gọi mục sư là 'người chăn chiên,' chúng ta không thể lên án họ là tôn sùng mục sư.

Sự Hiểu Nhầm Liên Quan Đến Chức Vụ Hiệp Một Với Đức Thánh Linh

Những kẻ lìa bỏ hội thánh gây nhiều thử thách bằng cách tạo ra nhiều tư liệu vô lý nói rằng chính tôi đã tự cho mình là Đức Chúa Trời và giảng luận rằng Ngài có bốn thân vị.

Tôi nghe điếng cả người, tôi chỉ giảng luận về Đức Chúa Trời Ba Ngôi và tất cả các công việc trong Kinh thánh là sự thật.

Vì cớ hội thánh chúng tôi đã bày những công việc của Đức Thánh Linh cách mạnh mẽ, kẻ thù ma quỉ và Satan đem lòng căm ghét mà cố phá diệt chúng tôi. Thậm chí ngày nay có một số người rao rắc tin đồn độc ác nói rằng tôi tự công bố mình là Đức Chúa Trời hoặc là Đức Thánh Linh.

Tôi đã giảng dạy rằng nếu chúng ta hết lòng cầu nguyện để quăng xa mọi thứ xấu xa và nếu chúng ta có tấm lòng trong sạch, không tì vết như tấm lòng của Chúa, chúng ta sẽ nhận lãnh được quyền năng của Đức Chúa Trời; chúng ta cũng có thể hiệp một với Đức Thánh Linh và bày tỏ những công việc mạnh mẽ của Ngài.

Đức Chúa Jêsus cũng nói đến sự hiệp một với Đức Chúa Trời.

Trong Giăng chương 17:21-22 có chép lại Lời phán của Chúa Jêsus rằng, *"Để cho ai nấy hiệp làm một, như Cha ở trong Con, và Con ở trong Cha; lại để cho họ cũng ở trong chúng ta, đặng thế gian tin rằng chính Cha đã sai Con đến. Con đã ban cho họ sự vinh hiển mà Cha đã ban cho Con, để hiệp làm một cũng như chúng ta vẫn là một."*

Ví như giám đốc điều hành của một công ty nọ nói cùng tất cả người làm công rằng hãy hiệp một với ông ta. Thì có nghĩa là họ nên đồng tâm hiệp trí với ông ta. Điều nầy không có nghĩa rằng hết thảy các người làm công sẽ trở thành CEO (giám đốc điều hành).

Làm sao tôi có thể thậm chí tưởng tượng rằng mình là Đức Chúa Trời hay Đức Thánh Linh! Chúng ta cũng có thể nhìn xem tấm lòng chân thật của tôi được bày tỏ trong những bài giảng trước đây.

Tôi nghe rất nhiều thứ. Vì có rất nhiều dấu lạ và sự kỳ diệu cùng những công việc phi thường, tôi nghe một số người lo lắng rằng tôi sẽ xưng mình là Đức Chúa Trời. Thưa anh chị em, có ai trong chúng ta nghĩ vậy chăng?

Hồi tôi bị bệnh trong 7 năm trường, bị gia đình và bố mẹ bỏ rơi. Tôi đã được Đức Chúa Trời chữa lành ngay tức thì. Tôi chỉ cầu nguyện và làm việc cách thành tín cho Ngài. Gia đình tôi cũng sống tận hiến cho vương quốc và sự công chính của Ngài.

Chúng ta biết rõ rằng Đức Chúa Trời toàn năng đã ở cùng

tôi đặng bày tỏ cho chúng ta rất nhiều dấu lạ và sự kỳ diệu cùng những công việc phi thường. Có bao nhiêu người trong chúng ta ở đây chưa kinh nghiệm được cánh tay toàn năng của Đức Chúa Trời đã tỏ qua tôi chăng?

Trong chúng ta có người đã lãnh án chết tại bệnh viện, có người bị què, có người bị liệt não và nhiều bệnh khác, nhưng chúng ta đã được lành qua sự cầu nguyện và được khỏe mạnh. Gia đình chúng ta được biết đến phúc âm.

Chúng ta cũng từ bỏ thế gian, quăng xa tội lỗi và ra khỏi tối tăm; chúng ta kiêng ăn và cầu nguyện thâu đêm để sống bởi lời Đức Chúa Trời, chúng ta đang chạy trong cuộc đua đức tin với hy vọng về vương quốc thiên đàng.

Vậy, làm sao tôi có thể tự xưng mình là Đức Chúa Trời? Thật là điều không thể tưởng nổi. Tôi đã giảng rất nhiều sứ điệp như Sứ Điệp Thập Tự Giá, là minh chứng rằng tôi chỉ sống vì sự vinh hiển của Đức Chúa Trời.

Tôi chỉ dâng tất cả vinh hiển lên Đức Chúa Trời. Tôi có thể thay đổi trong giây phút và trở nên như Đức Chúa Trời, giống Chúa chúng ta chăng? Tôi có thể nào chối bỏ Kinh Thánh được chăng?

Có một số người nói những lời không thể tưởng đó. Nếu họ lo lắng cho tôi theo kiểu đó, họ có biết rằng chính họ đã xúc phạm tôi như thế nào chăng? Làm sao việc như vậy có thể xảy ra? Thưa anh chị em trong Đấng Christ, cho dù trường hợp nào, chúng ta cũng không nên nghĩ hoặc nói lời như vậy.

Chúng ta thậm chí không được tưởng tượng ra điều như vậy. Nếu tôi tự xưng mình là Đức Chúa Trời, xin tất cả mọi người hãy kết án tôi và rời khỏi hội thánh nầy. Chỉ có một Đức Chúa Trời.

Duy có Chúa Jêsus Christ là Cứu Chúa của chúng ta. Đức

Chúa Trời là Cha Thiên Thượng, Đức Chúa Con và Đức Thánh Linh, ấy là Đức Chúa Trời Ba Ngôi. Chúng ta tin 66 sách của Kinh Thánh. Tôi tin chắc là trong chúng ta chẳng ai nói những điều như vậy. Tôi đề cập đến điều nầy vì cớ tôi có nghe tin như vậy.

(Trích từ bài giảng ngày 31, tháng 7, 1998, Giảng Luận về Châm Ngôn)

Tôi có nghe rằng trong 'Thông Điệp Người Làm Chương Trình', họ nói rằng tôi tự tôn mình lên thánh. Chứng cứ mà họ đưa ra là cảnh mà các thành viên trong hội thánh quỳ xuống trước tôi. Có một câu chuyện đằng sau sự việc nầy.

Năm 1998, Đức Chúa Trời mở mắt thuộc linh cho nhiều người trong hội thánh chúng tôi và ban cho họ nhiều kinh nghiệm thiêng liêng. Vào ngày sinh nhật của tôi, 15, tháng 5, chúng tôi có tổ chức lễ tạ ơn do ban Sứ Mệnh Phụ Nữ hướng dẫn.

Chúng tôi dự lễ vào buổi sáng, nghe nói có cầu vồng đôi hiện ra rất rõ trên trời, sau khi xong lễ, tôi ra ngoài và nhìn thấy một cầu vồng rất lớn.

Từ ngày đó về sau, mỗi khi hội thánh có sự kiện gì, Đức Chúa Trời thường cho chúng tôi nhìn thấy cầu vồng. Ấy là biểu hiện tình yêu của Ngài, nói rằng Ngài luôn ở cùng chúng tôi.

Không chỉ có cầu vồng, nhiều thành viên trong hội thánh chúng tôi còn thấy những hào quang thiêng liêng hay bụi vàng, bụi bạc do thiên sứ rải xuống. Một số người nhìn thấy thiên sứ. Mọi người thường đứng trước sân hội thánh nhìn chăm lên trời.

Có một sự khác biệt giữa việc có thể và không thể nhìn

thấy những sự thiêng liêng. Những thành viên trong hội thánh thường chia sẻ những gì họ thấy được với nhau. Vào thứ sáu, lúc 11 giờ đêm, khi lễ cầu nguyện thâu đêm bắt đầu. Phần đầu là lễ thờ phượng, phần thứ hai là ngợi khen – thờ phượng và cầu nguyện.

Người hướng dẫn chương trình ngợi khen trong phần hai bất ngờ quỳ xuống trước trước tôi. Những ai chưa quen với phong tục Hàn Quốc nên biết rằng đây là điều thường thấy khi người ta bày tỏ lòng biết ơn và tôn kính, ấy là điều mà người ta gọi là "chào trịnh trọng". Kiểu chào nầy thường được sử dụng đặc biệt khi cuối chào bố mẹ hay chào trịnh trọng một vị thầy. Điều đó chỉ xảy ra trong một lúc.

Người hướng dẫn ngợi khen hôm ấy nói rằng bà cuối chào tôi nhân ngày sinh nhật để tỏ lòng biết ơn tôi đã nuôi lớn bà bởi Lời sự sống cho đến ngày hôm ấy. Khi người hướng dẫn ngợi khen cuối chào, những trưởng lão trong hội thánh cũng bắt đầu làm như vậy. Dĩ nhiên, tôi hiểu được lòng họ; ấy là sự bày tỏ lòng biết ơn và tôn trọng đối với người chăn giữ và dạy bảo họ về ơn sủng của Đức Chúa Trời.

Tôi vô cùng bối rối và cố ngăn họ lại. Đây là lần đầu tiên trong lịch sử hội thánh đã xảy ra điều nầy. Chính người đã khiến người khác làm sự ấy, sau nầy lìa khỏi hội thánh. Bà là người đã gây rất nhiều thử thách cho hội thánh.

Họ cuối chào tôi không phải vì họ muốn phụng sự tôi như Đức Chúa Trời, nhưng chỉ là sự bày tỏ lòng biết ơn người chăn giữ đã nuôi dưỡng họ bằng Lời Chúa.

Vậy mà phát thanh viên ấy đã không đề cập gì đến sự biết ơn chân thành trong cách chào ấy. Họ chỉnh sửa những gì đã xảy ra hầu cho mọi việc nhìn có vẻ như tôi ưa thích được tôn sùng, và làm cho tôi ra bộ như một giáo chủ.

Kinh Thánh Đầy Dẫy Những Sự Mầu Nhiệm

'Thông Điệp Người Làm Chương Trình' đã hợp tác với Hội Đồng Cơ Đốc của Hàn Quốc (CCK), cho phát một chương trình nói rằng hội thánh chúng tôi là một dị giáo, đã sa vào chủ nghĩa thần bí. Những người theo dị giáo và Ủy Ban Phản Ứng Tôn Giáo của CCK nhanh chóng buộc tội hội thánh chúng tôi là dị giáo dựa trên những tài liệu do mấy kẻ đã lìa khỏi hội thánh cung cấp.

Ủy ban nầy nhắc lại sự kiện rắc rối với Hệ Phái Chúa Jêsus Thiên Thượng đã xảy ra hồi năm 1990. Tôi đã nói sự việc nầy trong 'Đời Tôi Và Niềm Tin' tập 1. Về cơ bản, Hệ Phái Chúa Jêsus Thiên Thượng lúc bấy giờ đã lạm dụng quyền hành để lên án và dứt thông công với tôi.

Ở đây tôi không muốn mất thời gian cho việc phân bua ai đúng ai sai trong cuộc phỏng vấn sai trật nầy. Nhưng tôi muốn nói rõ về chủ nghĩa thần bí.

Xuyên suốt Kinh Thánh, từ Sáng Thế đến Khải Huyền, chúng ta thấy đầy những sự mầu nhiệm. Đức Chúa Trời là thần linh, Ngài hiện diện trong không gian bốn chiều, ấy là sự thiêng liêng. Ngài là tác giả của Kinh Thánh qua những người được chọn là những tiên tri và sứ đồ là những kẻ trọn vẹn trước mặt Ngài.

Các tiên tri và sứ đồ nhận lãnh được ý muốn của Đức Chúa Trời qua sự cảm động của Đức Thánh Linh mà viết ra. Họ giống như những người viết hộ, và không phải là tác giả thật sự của Kinh Thánh.

Ví như có một người mẹ sống ở miền quê, bà không biết chữ, nên phải nhờ đến một người hàng xóm viết hộ cho bà những gì mình muốn nói để gởi đến con trai mình. Người hàng xóm nầy chỉ là người viết hộ và người mẹ mới là tác tác giả chính thức của lá thư ấy.

Kinh Thánh dạy chúng ta về Đức Chúa Trời, Đấng vốn là thần linh. Kinh Thánh cho chúng ta biết về sự thiêng liêng và sự sáng tạo của Đức Chúa Trời, Ngài đã tạo nên muôn vật từ con số không. Kinh Thánh chứa đầy những sự không thể hiểu được bằng lý luận của loài người.

Đức Chúa Trời ngự xuống Núi Sinai và nói chuyện cùng Môi-se, chim quạ mang bánh và thịt đến cho Ê-li; Phi-e-rơ thoát khỏi ngục tù nhờ một thiên sứ dẫn đường; và Chúa Jêsus sẽ trở lại với những hồi kèn vang dội. Làm sao chúng ta có thể tin hết những sự nầy bằng sự lý luận và logic của loài người?

Trong Xuất Ê-díp-tô 19:18-19 có chép rằng, *"Bấy giờ khắp núi Sinai đều ra khói, vì Đức Giê-hô-va ở trong lửa giáng lâm nơi đó; khói ra khác nào khói của lò lửa lớn kia, và cả hòn núi đều rung động cách kịch liệt. Tiếng kèn càng vang động; Môi-se nói, Đức Chúa Trời đáp tiếng lại."*

"Người (Ê-li) nằm ngủ dưới cây giếng giêng. Có một thiên sứ đụng đến người và nói rằng: Hãy chỗi dậy và ăn. Người nhìn thấy nơi đầu mình một cái bánh nhỏ nướng trên than, và một bình nước. Người ăn uống rồi lại nằm. Thiên sứ của Đức Giê-hô-va đến lần thứ nhì, đụng người và nói rằng: Hãy chỗi dậy và ăn, vì đường xa quá cho ngươi. Vậy người chỗi dậy và ăn uống, rồi nhờ sức của lương thực ấy, người đi bốn mươi ngày và bốn mươi đêm cho đến Hô-rếp là núi của Đức Chúa Trời." (1Các Vua 19:5-8).

"Thình lình một thiên sứ của Chúa đến, và có ánh sáng soi trong ngục tối. Thiên sứ đập vào sườn Phi-e-rơ, đánh thức người, mà rằng: Hãy mau chờ dậy. Xiềng bèn rớt ra khỏi tay người. Kế đó thiên sứ nói rằng: Hãy nịt lưng và mang dép vào đi. Phi-e-ơ làm theo. Thiên sứ lại tiếp: Hãy mặc áo ngoài và theo ta." (Công Vụ 12:7-8).

"Vì sẽ có tiếng kêu lớn và tiếng của thiên sứ lớn cùng tiếng kèn của Đức Chúa Trời, thì chính mình chúa ở trên trời giáng xuống; bấy giờ những kẻ chết trong Đấng Christ, sẽ sống lại trước hết" (1Tê-sa-lô-ni-ca 4:16).

Ngày nay, khi chúng ta nói đến sự thiêng liêng nầy, nhiều kẻ sẽ buộc tội và nói rằng chúng ta bị sa vào chủ nghĩa thần bí. Có quá ít giáo sư có thể giảng dạy đúng đắn về sự thiêng liêng, do vậy nhiều người chẳng có đức tin đích thực.

Mặc dù người ta có đến hội thánh dự lễ, nhiều người chẳng biết gì đến công việc của Đức Thánh Linh. Do vậy họ chẳng có sự đảm bảo cho việc được cứu. Nhiều người trong số họ chẳng tin có thiên đàng và hỏa ngục, họ cứ phạm tội giống như những kẻ chẳng tin.

Cuộc Phỏng Vấn Đề Cập Đến Dâng Hiến Cưỡng Bức

Có một phỏng vấn dành cho người đã ra khỏi hội thánh chúng tôi. Bà ta trả lời phỏng vấn rằng mình đã dâng hiến quá nhiều cho hội thánh. Và rằng công việc làm ăn của bà bị phá sản, gia đình bà bị vỡ nợ.

Bà nói hồi kiếm được nhiều tiền, thu nhập của bà là 6 triệu won (khoảng 6.000 USD), hầu hết thu nhập đó bà chi vào việc dâng hiến. Song khi chúng tôi tra xem sổ lưu dâng hiến, thì ấy là sự bịa đặt hoàn toàn.

Theo lời của con cái trong gia đình cũng như những người làm công, thì bà mắc nợ rất nhiều. Điều nầy không phải do dâng hiến mà là tại bởi công việc riêng của bà. Hơn phân nửa thu nhập của mình bà phải dùng trả lãi suất nợ vay. Vì cớ nợ tồn đọng chồng chất lâu ngày, cuối cùng, bà đã sa vào con đường vỡ nợ.

Con trai bà biết mẹ mình đã làm chứng dối trong cuộc phỏng theo kế hoạch đã sắp đặt trước của những kẻ đang cố tình gây rắc rối cho hội thánh, cậu ấy đã bất đồng với bà.

Trước khi việc nầy xảy ra, có lần tôi nghe gia đình nầy đang gặp phải khó khăn về tài chánh, tôi đã bỏ ra một số tiền lớn của cá nhân mình để giúp đỡ họ. Vậy mà bà vẫn lìa bỏ hội thánh để theo những kẻ chống đối mang đến thử thách với những lời chứng dối. Vì cơ sự nầy, tôi chỉ còn biết xin Chúa tha thứ cho bà.

Tôi đã tiết kiệm các khoản chi tiêu của mình để giúp đỡ những kẻ đang gặp khó khăn về tài chánh. Khi những người nầy quay ra phản bội và trả ơn cho tôi bằng sự độc dữ của họ, lòng tôi cảm thấy đau đớn vô cùng.

Việc Quay Video Trái Phép Với Những Chiếc Camera Lén Lút

Tháng 5, 1999, Chấp Sự Hyeonju Kim, một trong những thành viên của hội thánh chúng tôi, hết sức ngạc nhiên khi nhìn thấy mình xuất hiện trong một cuộc phỏng vấn trong 'Thông Điệp Người Làm Chương Trình.' Cô thấy rất sốc về điều nầy, vả lại lúc nầy cô đang mang thai trong tháng thứ năm.

Cuối tháng tư, 1999, Chấp Sự Hyeonju Kim nhận một cuộc gọi từ một người phụ nữ mà cô chưa từng biết đến, người ấy nói rằng bà cần được Chấp Sự Kim giúp đỡ. Với lòng dễ cảm thông, Chấp Sự Kim đã đến gặp gỡ với người phụ nữ ấy. Không ngờ rằng người nầy đã lén lút quay phim Chấp Sự Kim bằng một chiếc camera được bố trí sẵn.

Họ đã ngụy trang nhân dạng mình, hỏi vài câu chính, rồi sau đó chỉnh sửa những gì quay được để phát đi một chương trình hoàn toàn khác với sự thật.

Chấp Sự Hyeonju Kim bay thẳng từ Pháp đến hội thánh chúng tôi vào tháng tư, 1998. Bởi đức tin, cô muốn chữa lành cho con trai mình là Joonsu khỏi bệnh chậm phát triển não bộ, cháu bé cứ khóc luôn. Cô đã tham gia đại hội phục hưng và nhận được sự cầu nguyện của tôi. Từ đó, Joonsu không còn la khóc nữa, hai đồng tử trong mắt em cũng trở lại bình thường.

Chấp Sự Hyeonju Kim kinh nghiệm được sự chữa lành thiêng thượng và trở lại Pháp nơi chồng cô đang học. Khi học xong, hai vợ chồng cô quay về Hàn Quốc và tham gia với hội thánh chúng tôi.

Chấp Sự Kim có thai lần nữa năm 1999, con trai đầu của họ là Joonsu, đứa bé được sinh ra trong sự yếu ớt, đã về với Chúa. Về mặt thuộc linh, thật phước cho Joonsu vì em đã được cứu và về với Chúa thay vì phải chịu đau đớn trên đất nầy.

Đôi vợ chồng nầy nhận biết rằng ấy là tình yêu của Chúa nên Ngài đã cất con trai họ đi, để rồi ban cho họ một đứa con khác. Vậy nên họ chẳng buồn rầu, bèn là tiếp tục cuộc sống cơ đốc nhân đầy lòng biết ơn.

Chấp Sự Kim làm chứng về cuộc sống phước hạnh của mình và thúc giục người phụ nữ ấy tin nhận Chúa. Song, chẳng có một điều nào trong nội dung nầy được phát đi. Với rất nhiều câu hỏi lèo lái và họ đã chỉnh sửa theo ý đồ định sẵn, họ phát đi như thể cặp vợ chồng nầy đang gặp chuyện bất hạnh và đầy tuyệt vọng.

Tôi chỉ nói lên vài điều từ những gì đã phát đi về hội thánh của chúng tôi. Thật ra, tôi chẳng để cập đến bất kỳ điều nào trong những việc nầy. Tôi làm sáng tỏ mọi sự trong Chương Trình Ghi Nhận của PD, nhiều sách vở sẽ phải được viết ra.

Nhưng qua việc nhìn vào nhiều trường hợp khác nhau, chúng ta có thể hiểu được sự thật của một trạng huống đã hóa thành điều giả dối. Đây là sự phạm luật báo chí vì họ đã cho phát đi những điều mà họ cố tình làm cho ra vẻ như sự thật. Điều nầy quả thật là sự bức hại tôn giáo.

Tôi muốn giải thích một phần nào của sự việc với hy vọng rằng sẽ chẳng còn ai phải chịu khốn đốn với những sự việc giống như câu chuyện phát thanh mà tôi đã kể vậy, đó cũng là sự vi phạm danh dự cá nhân nghiêm trọng.

Đệ Đơn Phản Đối Bản Tin Thất Thiệt

Hội thánh chúng tôi phải đối diện với thiệt hại nghiêm trọng vì cớ chương trình phát thanh bịa đặt ấy. Chúng tôi đệ đơn lên Ủy Ban Trận Tài Báo Chí để được phân xử. Song, đài phát thanh nói rằng họ chẳng muốn đưa chuyện nầy ra phân xử. Vì vậy, chúng tôi đã đưa đơn ra tòa để phản đối bản tin thất thiệt ấy.

Đây là một cơ hội để bày tỏ sự bất đồng hoặc giải thích một trạng huống nào đó. Nhằm nói lên khía cạnh mà khiến người ta phải đối diện với thiệt hại vì cớ một bản tin đã được tạo ra trong khi sự thật của vấn đề không được sáng tỏ.

Nhờ đó có thể mang lại sự công bằng và chính trực cho những ai phải đối diện với thiệt hại do những bài tường trình phiến diện mang đầy tính sai trật.

Vào ngày 14, tháng 10, 1999, Tòa Án Miền Nam Seoul ban bố một điều luật thể hiện rằng, "MBC phải phát thông tin nói rõ lý do phản đối của Hội Thánh (Trung Tâm) Manmin Joong-ang, theo thời gian đã được ấn định, chương trình, thủ tục, và

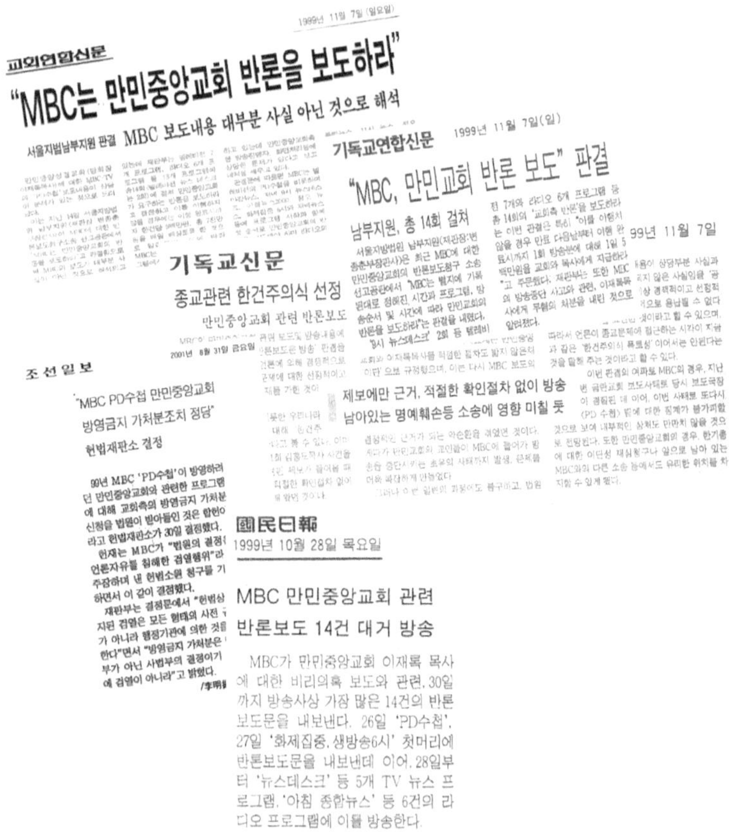

1999년 11월 7일 (일요일)

교회연합신문

"MBC는 만민중앙교회 반론을 보도하라"

서울지법남부지원 판결 MBC 보도내용 대부분 사실 아닌 것으로 해석

기독교연합신문 1999년 11월 7일(일)

"MBC, 만민교회 반론 보도" 판결

남부지원, 총 14회 걸쳐

서울지방법원 남부지원(재판장:변종춘부장판사)은 최근 MBC에 대한 만민중앙교회의 반론보도청구 소송 선고공판에서 "MBC는 별지에 기록된대로 정해진 시간과 프로그램, 방송순서 및 시간에 따라 만민교회의 반론을 보도하라"는 판결을 내렸다. '9시 뉴스데스크' 2회 등 텔레비전 7개와 라디오 6개 프로그램 등 총 14회의 '교회측 반론'을 보도하라는 이번 판결은 특히 "이를 이행치 않을 경우 만료 다음날부터 이행 완료시까지 1회 방송분에 대해 1일 5백만원을 교회와 목사에게 지급하라"고 주문했다. 재판부는 또한 MBC의 방송중단 사고와 관련, 이재록 목사에게 무혐의 처분을 내린 것으로 알려졌다.

기독교신문

종교관련 한건주의식 선정

만민중앙교회 관련 반론보도

2001년 8월 31일 금요일

99년 11월 7일

제보에만 근거, 적절한 확인절차 없이 방송

남아있는 명예훼손등 소송에 영향 미칠 듯

조선일보

"MBC PD수첩 만민중앙교회 방영금지 가처분조치 정당"

헌법재판소 결정

99년 MBC 'PD수첩'이 방영하려던 만민중앙교회와 관련한 프로그램에 대해 교회측의 방영금지 가처분 신청을 법원이 받아들인 것은 합헌이라고 헌법재판소가 30일 결정했다. 헌재는 MBC가 "법원의 결정은 언론자유를 침해한 검열행위"라고 주장하며 낸 헌법소원 청구를 기각하면서 이 같이 결정했다. 재판부는 결정문에서 "헌법상 금지된 검열은 모든 형태의 사전 규제가 아니라 행정기관에 의한 것을 말한다"면서 "방영금지 가처분은 행정부가 아닌 사법부의 결정이기 때문에 검열이 아니라"고 밝혔다.

/李明

國民日報

1999년 10월 28일 목요일

MBC 만민중앙교회 관련 반론보도 14건 대거 방송

MBC가 만민중앙교회 이재록 목사에 대한 비리의혹 보도와 관련, 30일까지 방송사상 가장 많은 14건의 반론보도문을 내보낸다. 26일 'PD수첩', 27일 '화제집중, 생방송6시' 첫머리에 반론보도문을 내보낸데 이어, 28일부터 '뉴스데스크' 등 5개 TV 뉴스 프로그램, '아침 종합뉴스' 등 6건의 라디오 프로그램에 이를 방송한다.

cách thức đã được nói đến trong phần phụ lục, tổng cộng 14 lần trong 13 chương trình kể cả 7 chương trình truyền hình và 6 chương phát thanh."

Phiên tòa cũng phán quyết rằng, "Nếu MBC không tuân thủ điều nầy, kể từ ngày hết hạn cho đến khi mọi sự được hoàn thành, họ sẽ phải trả 5 triệu won mỗi ngày cho một trong những bản tin bị phản đối mà họ phải thực hiện."

Vậy, theo luật của phiên tòa, MBC phải có 'Bản tin lý do phản đối' trong Tòa Soạn MBC (Chương Trình Tin Tức Chính), Bản Tin 12 Giờ Trưa, Hawje Jipjung 6 giờ (Tiêu Điểm Quan Trọng), Bản Tin Cuối Ngày, v.v. 14 lần. Tuy vậy, điều nầy chẳng thể bù đắp được một phần thiệt hại nhỏ nhất mà hội thánh chúng tôi đã phải gánh chịu.

Trong Cơn Ghen Tị, Các Quan Trưởng Phản Bội Chúa Jêsus

Chúa Jêsus chỉ giảng phúc âm về vương quốc thiên đàng, chữa lành bệnh hoạn của nhiều người, và ban sự sống cho nhiều người. Song vì cớ Ngài bày tỏ quyền phép của Đức Chúa Trời, như chữa lành những người mù, là công việc mà con người không thể làm được, người Pha-ri-si, các thầy tế lễ và các quan trưởng đã đem lòng ghen ghét mà phỉ báng Ngài.

Giăng 10:20 có nói rằng, *"Phần nhiều trong đám họ nói rằng: Người bị quỉ ám, người là điên; sao các ngươi nghe làm chi?"* Chúa Jêsus chỉ làm những công việc phước hạnh, nhưng vì những công việc đến bởi quyền năng của Đức Chúa Trời, họ lên án và nói rằng Ngài thì điên.

Cũng như khi Chúa Jêsus chữa lành một người mù và điếc vì bị quỉ ám, người Pha-ri-si nói rằng, "Người nầy chỉ nhờ Bê-ên-xê-bun là chúa quỉ mà trừ quỉ đó thôi" (Ma-thi-ơ 12:24).

Phải chăng Chúa Jêsus đã nhờ Bê-ên-xê-bun mà trừ quỉ? Họ đã vu khống đủ thứ như vậy để giết Chúa Jêsus. Nhiều kẻ báng bổ, tìm cách hạ nhục danh Ngài.

Sứ đồ Phao-lô cũng bày tỏ quyền phép của Đức Chúa Trời qua những công việc phi thường, do đó người cũng bị lên án là đầu đảng của phe người Na-xa-rét như trong Công Vụ 24:5, và 26:24 chúng ta cũng thấy người bị nói là điên.

Cũng vì cớ những công việc đầy quyền năng của Đức Thánh Linh được tỏ qua tôi, kẻ thù là ma quỉ đã liên tục tìm cách phá diệt.

Vì hội thánh được phát triển khá nhanh và công việc của Chúa đã được bày tỏ ra, những kẻ ghen ghét đã tung ra nhiều tin đồn dối trá nhằm kết tội tôi là kẻ dị giáo.

Một Hội Thánh Được Xây Trên Vầng Đá Không Thể Sụp Đổ

Sau vụ rắc rối về chương trình phát thanh truyền hình, nhiều người nghĩ rằng hội thánh chúng tôi sắp sửa đóng cửa.

Theo lẽ thường, điều nầy hoàn toàn có thể xảy ra. Năm 1999, từ ngày 11 đến ngày 22 tháng năm, hội thánh chúng tôi xuất hiện 67 lần trên chương trình phát thanh và truyền hình, 33 lần trên truyền hình, 34 lần trên radio. Đài phát thanh truyền hình buộc tội hội thánh chúng tôi sử dụng những thông tin giả dối, điều đó dường như khiến nhiều người tin theo.

Nhưng một hội thánh được xây dựng trên vầng đá thì không thể bị sụp đổ mặc cho mọi thế lực đen tối đã ra sức phá hại nó. Một hội thánh do Chúa thiết lập, thì được chính cánh tay phải của Ngài nâng đỡ.

Khi Đức Chúa Jêsus vào thành Jerusalem, dân chúng trong thành tung hô Hosana mà nghênh đón Ngài, nhưng rồi bất ngờ họ hóa ra đám đông la hét đòi đóng đinh Chúa.

Chúa Jêsus đã phải bị một trong những môn yêu dấu và được Ngài dạy dỗ phản bội. Khi bị bắt, các môn đệ bỏ chạy tản lạc. Chúa Jêsus nghĩ gì khi nhìn thấy các môn đệ mình sợ hãi bỏ chạy như vậy?

Ắt hẳn Ngài đã động lòng thương xót họ, nhưng không thất vọng, hay ghét bỏ họ. Tôi chẳng hề căm ghét, chống lại những kẻ phản nghịch mình.

Họ phạm đến sự gian ác và những công việc của xác thịt, là những thứ rất khó tha thứ, song tôi cứ tha thứ luôn, và chẳng hề phơi bày những công việc sai trật của họ.

Họ làm ra vẻ như những con chiên ngoan ngoãn, song lén lút lập mưu kế phá diệt. Họ cố tìm cách hại tôi và hội thánh. Mặc dầu tôi ghét tội lỗi họ, nhưng không căm ghét và chống lại họ. Tôi chỉ biết cầu nguyện trong nước mắt hầu cho không một ai trong họ phải bị sa vào con đường hủy diệt, bèn là ăn năn quay lại để được cứu rỗi.

Trải qua những rắc rối như vậy, tôi có thể cảm nhận được tấm lòng của Đức Chúa Trời khi thiên sứ trưởng của Ngài là Lu-ci-phe trở nên kiêu ngạo và phản nghịch. Tôi cảm nhận được tấm lòng của Chúa Jêsus khi Giu-đa-Ích –ca-ri-ốt trở nên kẻ phản bội. Sự thiệt hại và nỗi niềm đau đớn thật khó bề chịu nổi khi bị một người bạn thân phản bội và bỏ đi.

Đức Chúa Jêsus phán rằng, *"Hễ chi sanh bởi xác thịt là xác thịt; hễ chi sanh bởi Thánh Linh là thần"* (Giăng 3:6), chúng ta không thể tin cậy vào những điều của xác thịt vì ấy là sự hay thay đổi. Khi quăng xa những gì thuộc về xác thịt, là điều giả dối, ra khỏi lòng mình để biến đổi trong lẽ thiêng liêng, lẽ thật, chúng ta có thể có được những tấm lòng chân thật và đức tin trọn vẹn, chẳng hề có sự xấu xa nào.

Trải qua ba cuộc thử thách từ năm 1998 đến năm 1999, tôi có thêm thời gian để suy gẫm về Chúa Jêsus là Đấng đã âm thầm vác lấy thập tự lên đồi Golgotha.

Chẳng khi nào Ngài bào chữa rằng mình vô tội hay bị kết tội một cách oan trái. Ngài mang lấy khổ đau chồng chất chỉ để làm trọn sự trù liệu của Đức Chúa Trời. Tôi có thể cảm nhận được một phần rất nhỏ về lẽ sâu nhiệm trong tình yêu vâng phục của Chúa là thế nào.

Chương 4

Nếu Có Thể, Tôi Chỉ Muốn Làm Trọn Ý Chúa

Một Khi Tôi Nhận Được Ân Sủng

Trước khi nhận biết Đức Chúa Trời, tôi đã từng nằm trên giường bệnh bảy năm trường. Theo sự thúc giục của chị gái, tôi đã đến với nơi thờ phượng của bà Shinae Hyun. Một sự kiện làm thay đổi cuộc đời, đối với tôi, hầu như đây là sự thay đổi lạ lùng.

Khi thấy mọi người ở đây đều kêu cầu đến Chúa, tôi cảm thấy rất bối rối, chỉ biết đứng co ro một mình. Tôi chẳng biết cầu nguyện như thế nào, thế rồi tôi cũng đã quỳ xuống. Lửa Đức Thánh Linh đã chữa lành tôi ngay tức khắc. Người ta từng gọi tôi là 'kho bệnh tật,' nhưng chỉ trong giây phút, tôi đã được giũ sạch mọi nỗi bất hạnh. Mọi bệnh tật đã lánh xa. Tôi trở nên một con người hoàn toàn khỏe mạnh.

Dầu vậy, không phải chính sự cầu nguyện của bà Chấp Sự Trưởng Shinae Hyun đã chữa lành tôi, bèn là Đức Chúa Trời chữa lành tôi tại hội thánh đó, tôi vô cùng cảm tạ Chúa! Mỗi khi nói chuyện trong một kỳ đại hội phục hưng nào, tôi nói về sự việc nầy rằng tôi đã được gặp Chúa là Đấng đã cảm động và chữa lành tôi.

Nay bà mục sư ấy đã qua đời. Trước đây bà thường đi xe lăn đến viếng thăm hội thánh chúng tôi. Đôi khi bà nhờ tôi giúp đỡ bằng nhiều cách, và tôi chẳng bao giờ từ chối. Nhiều khi phải gặp khó khăn về những sự ấy, nhưng tôi luôn cố gắng hết sức mình để giúp đỡ bà.

Từ khi còn là một người mới tin Chúa cho đến lúc mở hội thánh, tôi đã phục vụ rất nhiều mục sư, tôi luôn bày tỏ lòng biết ơn đối với họ. Tôi cũng luôn nhớ ơn đến mục sư Taekgu Son, là giáo sư thần học của tôi và cũng là chủ tịch hệ phái Chúa Jêsus Thánh Thiện lúc bấy giờ. Vì lịch trình bận rộn, tôi không thể đích thân đến thăm, song, hàng năm tôi luôn nhờ người nhà hoặc nhân sự hội thánh đến để bày tỏ sự quan tâm của tôi đối với ông.

Khi nhận được sự giúp đỡ của ai, thì việc trả ơn cho người ấy là điều rất quan trọng. Lại càng quan trọng hơn, chúng ta phải tỏ lòng tạ ơn về ân sủng của Đức Chúa Trời. Bằng cách nào và làm gì để chúng ta có thể đền đáp lại tình yêu thương và ân sủng của Đức Chúa Trời?

Đức Chúa Trời phán rằng Ngài sẽ yêu mến những ai yêu mến Ngài, hễ ai tìm kiếm Ngài thì sẽ gặp được Ngài (Châm Ngôn 8:17). Tôi luôn nắm giữ câu Kinh Thánh nầy, yêu mến Đức Chúa Trời là sự ưu tiên hàng đầu, và sẽ đến bất cứ nơi nào hầu cho có thể gặp được Ngài.

Vì Đức Chúa Trời là Sự Sáng, chúng ta phải đi trong sự sáng để có thể gặp Ngài. Vì Đức Chúa Trời là phước hạnh, chúng ta phải làm điều phước hạnh. Vì Ngài là tình yêu, chúng ta có thể gặp được Ngài khi chúng ta có thần linh yêu thương.

Yêu mến Đức Chúa Trời là vâng giữ các điều răn của Ngài, và làm theo Lời Ngài, thì Ngài sẽ yêu mến chúng ta.

Như nai kia khát khao dòng nước, sự ưa thích lớn nhất tự đáy lòng tôi là hiểu được Lời Chúa và làm theo. Trọn đời mình, tôi luôn ý thức về bổn phận và trách nhiệm lớn lao, hoàn thành vương quốc Đức Chúa Trời và sự công chính của Ngài.

Quyền Phép Thêm Quyền Phép

Khi đã vượt qua ba thử thách bởi đức tin, sự vâng phục, và tình yêu, Đức Chúa Trời đã đưa tôi đến những tầm thước sâu nhiệm hơn trong quyền phép của Ngài. Đối với tôi, việc từ bỏ mạng sống mình còn dễ hơn là trải qua ba cuộc thử thách ấy.

Áp –ra- ham đã trở thành tổ phụ đức tin qua việc vượt qua thử thách, ông đã vâng phục Chúa, hiến tế con trai một của mình là Isaac làm của lễ thiêu. Cũng vậy, Đức Chúa Trời đã hài lòng cùng tôi về việc đã vượt qua ba cuộc thử thách, và Ngài đã ban cho tôi quyền năng lớn lao hơn trước.

Lời Chúa Jêsus được ghi lại trong Giăng 14:12 rằng, "*Quả thật, quả thật, ta nói cùng các ngươi, kẻ nào tin ta, cũng sẽ làm việc ta làm; lại cũng làm việc lớn hơn nữa, vì ta đi về cùng Cha.*" Điều nầy nói rằng khi chúng ta hoàn toàn sống trong Lời Chúa, chúng ta sẽ được hiệp một trong thần linh của Đức Chúa Cha và có thể thực hiện được những công việc quyền phép mà Chúa Jêsus đã bày tỏ.

"Đức Chúa Trời có phán một lần, tôi nghe sự nầy hai lần, rằng sự quyền năng thuộc về Đức Chúa Trời" (Thi Thiên 62:12).

Như chúng ta biết, kẻ thù ma quỉ không thể thực hiện được quyền phép thuộc về Đức Chúa Trời. Vì chúng là linh, chúng xúi giục con người đứng lên chống nghịch Đức Chúa Trời. Nhưng thậm chí việc bắt chước theo quyền năng của Ngài, chúng cũng không thể làm được. Quyền năng làm chủ trên sự sống và sự chết, vận mệnh của loài người, quyền năng điều khiển lịch sử nhân loại và sáng tạo nên muôn vật từ con số không, ấy là sự quyền năng hoàn toàn thuộc về Đức Chúa Trời. Vả lại, quyền năng Ngài có thể được bày tỏ qua những người thuộc về Đức Chúa Trời của sự sáng, qua những kẻ sống trong sự sáng đó, là những ai đã được nên thánh, và là những ai đạt đến tầm thước đức tin của Chúa Jêsus Christ.

Sự Khác Nhau Giữa Thẩm Quyền, Quyền Năng, Và Sức Mạnh Thẩm Quyền

Nhìn chung, khi nói đến quyền năng của Đức Chúa Trời, chúng ta thường dùng những thuật ngữ như thẩm quyền, quyền năng, và sức mạnh thẩm quyền với ý nghĩa giống nhau và thay thế nhau. Nhưng, giữa chúng có sự khác nhau về ý nghĩa. Quyền năng làm nên sự vật là không thể đối với loài người, nhưng là điều có thể đối với Đức Chúa Trời.

Thẩm quyền là sức mạnh huy hoàng và đáng tôn quý được Đức Chúa Trời ban cho. Trong lĩnh vực thuộc linh, vô tội là sức mạnh. Cho nên, chúng ta có thể nói rằng tự thân của thẩm quyền là sự thiêng liêng. Những con cái của Đức Chúa Trời là những kẻ đã quăng xa mọi điều xấu xa, giả dối ra khỏi lòng mình, và nên thánh, sẽ được nhận lãnh thẩm quyền thiêng liêng.

Vậy, sức mạnh thẩm quyền là gì? Ấy là quyền năng của Đức Chúa Trời được cặp theo bởi thẩm quyền do Ngài ban cho những kẻ đã quăng xa mọi thứ tội lỗi và nên thánh. Ấy chính là quyền năng đồng hành cùng thẩm quyền. Nhưng khi chúng ta nói đến sức mạnh thẩm quyền, chúng ta thường chỉ nói gọn rằng 'quyền năng.' Sức mạnh thẩm quyền nầy là quyền năng đuổi quỉ cùng những uế linh, và quyền năng chữa lành mọi bệnh tật cùng những sự ốm yếu.

Những sự ốm yếu không chỉ là những bệnh tật. Mà nó còn bao gồm các chứng bại liệt hay thoái hóa chức năng một số bộ phận của cơ thể, cho nên người ấy không thể tham gia vào các hoạt động bình thường. Sự ốm yếu là những thứ không thể được chữa lành bởi khả năng của con người. Chúng gồm những căn bệnh như mù, điếc, câm, và một số chứng bại liệt khác.

Sự Khác Nhau Giữa Ân Tứ Chữa Lành Và Quyền Năng

Người ta thường nghĩ rằng ân tứ chữa lành và quyền năng của Đức Chúa Trời là như nhau. Nhưng giữa hai sự đó có sự khác biệt. Ân tứ chữa lành được nói đến trong 1Cô-rinh-tô 12:9 là sự thiêu đốt vi trùng và bệnh tật.

Với ân tứ nầy, chúng ta không thể chữa lành được một bộ phận bị thoái hóa của cơ thể, hay khiến người điếc có thể nghe, người câm (không thể nói được vì cớ những thần kinh bị chết) có thể nói. Song, những bệnh ấy có thể được lành khi một người nhận được quyền năng của Đức Chúa Trời và cầu nguyện bởi đức tin.

Một khi chúng ta nhận được quyền năng của Đức Chúa Trời, sự nầy sẽ vận hành cách liên tục. Nhưng với ân tứ chữa lành thì không như vậy. Ân tứ chữa lành có thể được ban cho một người mà không kể đến việc họ đã được nên thánh hay chưa. Ân tứ chữa lành sẽ được ban cho những ai cầu nguyện nhiều bởi lòng thương yêu dành cho những linh hồn, hay sẽ được ban đến cho những ai có lòng dạn dĩ và được Chúa sử dụng.

Nhưng quyền năng của Đức Chúa Trời, Chúa của sự sáng, có thể chỉ ban cho kẻ đã được nên thánh. Một khi đã nhận được, thì quyền năng đó sẽ không bị yếu đi hay biến mất. Tâm tình chúng ta càng giống với tâm tình của Chúa, chúng ta sẽ càng nhận lãnh được quyền năng lớn lao hơn, và sẽ làm được những công việc lớn hơn.

Chỉ với ân tứ chữa lành, thì khó mà chữa lành được mọi bệnh tật nghiêm trọng hay bệnh hiếm. Lại càng khó khăn hơn khi người bệnh là người có ít đức tin. Nhưng với quyền năng của Đức Chúa Trời, thì cho dù người bệnh có bày tỏ một đức tin rất bé, thì việc chữa lành cũng sẽ xảy ra ngay. Ở đây, đức tin không phải nói đến đức tin lý trí, bèn là đức tin thiêng liêng.

Bốn Tầm Thước Quyền Phép Của Đức Chúa Trời Đấng Chính Ngài Là Sự Sáng

Đức Chúa Trời cho tôi biết rằng quyền năng của Ngài có nhiều tầm thước khác nhau. Chúng ta có thể tiến đến nhận lãnh quyền năng Ngài với những tầm thước cao hơn tùy vào lượng lẽ thật mà chúng ta đã nuôi dưỡng được trong lòng.

> *"Nhưng về phần các ngươi là kẻ kính sợ danh ta, thì mặt trời công bình sẽ mọc lên cho, trong cánh nó có sự chữa bịnh; các ngươi sẽ đi ra và nhảy nhót như bò tơ của chuồng" (Ma-la-chi 4:2).*

Những ai đã được mở mắt thuộc linh có thể nhìn thấy những vầng hào quang như những tia la-de tuôn đổ xuống và chữa lành bệnh tật.

Tầm thước thứ nhất của quyền năng Đức Chúa Trời là sức mạnh liên hiệp với ánh sáng đỏ. Ấy là ánh sáng của lửa Thánh

Linh là ánh sáng thiêu đốt bệnh tật. Với lửa Thánh Linh, tầm thước quyền năng nầy thiêu đốt những bệnh tật do vi trùng và vi rút gây ra. Quyền năng nầy chữa lành được những bệnh như ung thư, lao phổi, đái đường, bạch cầu, bệnh tim mạch, viêm khớp, AIDS, và những bệnh bất trị khác.

Nhưng tầm thước thứ nhất của đức tin không thể chữa lành hết mọi bệnh tật. Trong những trường hợp ung thư hay lao phổi giai đoạn cuối, nếu người bệnh đã ở trên ranh giới sự sống mà Đức Chúa Trời đã định trong cơ thể họ, thì căn bệnh ấy rất khó được chữa lành với tầm thước quyền năng thứ nhất. Khi các bộ phận hay các lớp mô trong cơ thể bị hỏng và mất chức năng, thì không còn là vấn đề của vi trùng nữa. Cơ thể cần phải tạo ra hoặc tái tạo những bộ phận hay những lớp mô mới. Để làm được việc nầy, chúng ta cần đến tầm thước quyền năng lớn hơn.

Dầu vậy, ví như người bệnh cùng người nhà mình hiệp một trong tình yêu thương và bày tỏ đức tin, công việc của Đức Chúa Trời sẽ xảy ra. Ở hội thánh chúng tôi, có rất nhiều công việc thuộc về tầm thước quyền năng thứ nhất đã xảy ra trong những giai đoạn đầu của hội thánh.

Tầm thước thứ hai của quyền năng là sức mạnh xua đuổi quyền lực tối tăm. Ấy là sự liên hiệp với ánh sáng xanh. Ở tầm thước nầy, chúng ta thường có thể trục xuất quyền lực tối tăm khỏi những kẻ bị quỉ ám và chịu phục bởi những công việc của Satan.

Tầm thước thứ hai của quyền năng cũng có thể chữa lành bệnh rối loạn tâm thần hay rối loạn thần kinh, bệnh tự kỷ, tâm thần phân liệt, suy nhược tinh thần, tâm thần mạn tính và bệnh suy nhược cơ thể. Những thứ chứng bệnh nầy nói chung, xảy ra trong những người che giấu sự thù ghét đối với kẻ khác, và những ai dồn nén hận thù, kém tự trọng và nóng nảy.

Vậy, với quyền năng của tầm thước thứ hai, nhiều thứ bệnh tật do quyền lực tối tăm gây ra sẽ được chữa lành. Đồng thời quyền lực tối tăm cũng sẽ lánh xa khỏi gia đình, công việc, công trường. Cũng sẽ có việc kẻ chết sống lại hoặc cất linh hồn của người ta.

Sứ đồ Phao-lô đã khiến Ơ-tích sống lại (Công Vụ 20:9-12). Khi người ta lừa dối Đức Thánh Linh, Phi-e-rơ rủa sả A-na-nia và Sa-phi-ra, họ ngã xuống và tắt hơi (Công Vụ 5:1-11). Khi Ê-li-sê rủa sả bọn trẻ khi chúng nhạo báng người, liền có hai con gấu cái ra khỏi rừng và giết chết một số trong bọn chúng (2Các Vua 2:23-24). Những công việc nầy được thực hiện ở tầm thước thứ hai của quyền năng Đức Chúa Trời.

Tầm thước thứ ba của quyền năng đồng hành cùng ánh sáng trắng, là ánh sáng trong suốt. Quyền năng nầy được bày tỏ qua các dấu và công việc của sự sáng tạo. Một dấu là một sự việc dễ nhận thấy bằng mắt thường, như người mù sáng mắt, người câm nói được, người điếc có thể nghe.

Cũng có việc người què bước đi và kẻ bại liệt được lành. Những kẻ dị dạng, tàn tật, hay các bộ phận, cơ quan của cơ thể bị thoái hóa hoàn toàn, tất cả đều được tái tạo. Xương gãy được liền, và thậm chí những chiếc xương đã mất cũng được tái tạo.

Tầm thước thứ tư của quyền năng được bày tỏ với ánh sáng vàng, đây là tầm thước trọn vẹn. Chúng ta thấy tầm thước quyền năng nầy được bày tỏ qua Chúa Jêsus. Ở tầm thước nầy, quyền năng có thể ảnh hưởng làm thay đổi điều kiện thời tiết. Điều nầy được bày tỏ qua 'những sự kỳ diệu.' Ấy là, khiến cho có mưa hay làm tạnh mưa. Ở tầm thước nầy, người ta có thể khiến mây dời chuyển. Tầm thước thứ tư của quyền năng Đức Chúa Trời có thể cầm quyền trên mọi sự.

Thậm chí những vật vô tri cũng phải vâng phục mệnh lệnh ở tầm thước thứ tư của quyền năng, chất độc từ khí gas carbon monoxit sẽ phải ra khỏi người bị nhiễm độc, sức nóng phải ra khỏi kẻ bị bỏng. Khi cây vả không ra trái bị Chúa Jêsus rủa sả, nó bèn khô héo ngay tức thì (Ma-thi-ơ 21:19). Khi Ngài quở gió và biển, thì liền yên lặng như tờ (Ma-thi-ơ 8:26).

Cây cối, gió bão, hay biển cả, và mọi vật trong thiên nhiên, đều vâng theo mệnh lệnh của Chúa Jêsus. Giống như Đức Chúa Trời đã tạo nên trời và đất bằng chính lời của Ngài, khi Chúa Jêsus phán, mọi vật vâng theo và trở nên như vậy.

Như trong Hê-bơ-rơ 11:1, ví bằng chúng ta có đức tin trọn vẹn, thì thực chất những điều chúng ta hy vọng đến sẽ trở thành sự thật, và những điều không thấy sẽ hiện ra. Công việc sáng tạo muôn vật từ con số không sẽ được bày tỏ.

Ở tầm thước thứ tư của quyền năng, sức mạnh sẽ xảy ra vượt quá giới hạn thời gian và không gian chỉ bởi lời phán. Đức Chúa Trời muốn ban phát quyền năng Ngài đến hết thảy con cái yêu quý của mình, song hiếm thấy ai đạt tới tầm thước nầy.

Trong Mác 7:24-30, một phụ nữ có con gái bị quỉ ám, đến trước Chúa Jêsus để xin Ngài đuổi quỉ ấy ra khỏi con mình. Chúa Jêsus thấy sự khiêm nhường và đức tin của người thì phán rằng, "...hãy đi, quỉ ấy đã ra khỏi con gái ngươi rồi." Ngay lúc ấy, con gái của bà đã được chữa lành. Người phụ nữ ấy về đến nhà, thì quỉ đã lìa khỏi, y như lời Chúa Jêsus đã phán.

Vả lại, Chúa Jêsus không đi đến chỗ người bệnh đang ở. Chỉ bởi lời phán của Ngài, quyền năng Đức Chúa Trời là quyền năng vượt không gian và thời gian sẽ được tỏ ra.

Những Công Việc Phi Thường

Trong Công Vụ 19:11-12 có chép rằng, *"Đức Chúa Trời lại dùng tay Phao-lô làm các phép lạ khác thường, đến nỗi người ta lấy khăn và áo đã bận vào mình người mà để trên các kẻ đau yếu; thì họ được lành bệnh, và được cứu khỏi quỉ dữ."*

Như Đức Chúa Trời bày tỏ những phép lạ phi thường qua sứ đồ Phao-lô, Đức Chúa Trời cũng bày tỏ những công việc như vậy qua tôi. Giống như trường hợp của Phao-lô, quyền phép sự sáng được lưu lại trong những chiếc khăn tay mà tôi đã cầu nguyện trên đó, khi người ta dùng những khăn đó mà cầu nguyện bởi đức tin cho người khác, những công việc chữa lành cũng đã xảy ra.

Ở hội thánh chúng tôi, nhiều nhân sự và mục sư bày tỏ công

việc chữa lành qua những chiếc khăn tay nầy bởi sự cầu nguyện của họ, và họ cũng tổ chức nhiều đại hội phục hưng tại những quốc gia khác.

Ở tầm thước thứ tư của quyền năng, mọi bệnh tật được chữa lành, quyền lực tối tăm lánh xa bởi quyền năng của Đức Chúa Trời, là quyền năng vượt giới hạn không gian và thời gian. Ở tầm thước thứ tư, những dấu lạ được tỏ ra, muôn vật trong thế gian đều vâng phục. Trong ánh sáng hoàng kim ở tầm thước thứ tư của quyền năng, hết thảy các công việc thuộc về thuộc tầm thước thứ nhất, thứ hai, thứ ba, và tầm thước thứ tư của quyền năng có thể được tỏ ra.

Câu Chuyện Về Một Cô Bé Có Tên Cynthia ở Pakistan

Cynthia là con gái của Mục Sư Wilson John Gil ở Parkistan. Tháng 7, năm 1999, cô đột nhiên buồn nôn và mửa ra những vật có vấy máu và tiêu chảy. Cô phải nhập viện tại bệnh viện Lahore ở Rasheed. Cô bị tắc nghẽn ruột già, cần phải được phẫu thuật cấp cứu ngay. Nhưng cơ thể cô quá yếu để chịu một ca mổ.

Ấy là 'bệnh đường ruột' cùng với chứng tắc nghẽn ruột kết.

Lúc bấy giờ, Maria, chị gái của Cynthia đang ở Hàn Quốc. Maria đưa hình của Cynthia đến chỗ tôi. Hôm đó là ngày 23, tháng 7, 1999, tôi đặtb tay lên tấm hình khẩn thiết cầu nguyện. Liền lúc đó, Cynthia đi đại tiện lần đầu tiên trong suốt 10 ngày qua. Cô bé được bình phục cách mau chóng, ngày hôm sau cô có thể ngồi dậy. Ba ngày sau, cô bé được xuất viện, và đã hoàn toàn bình phục.

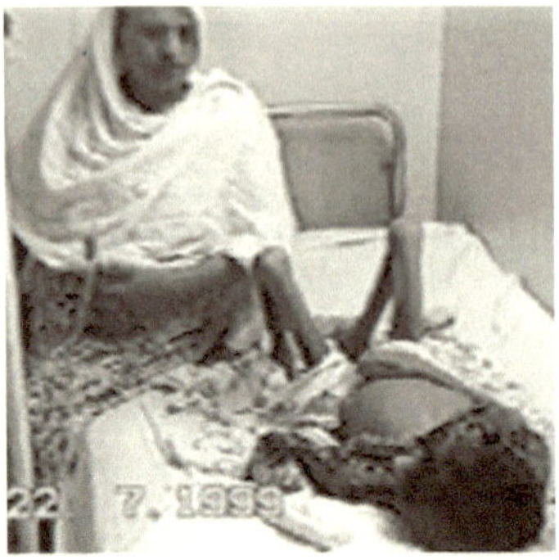

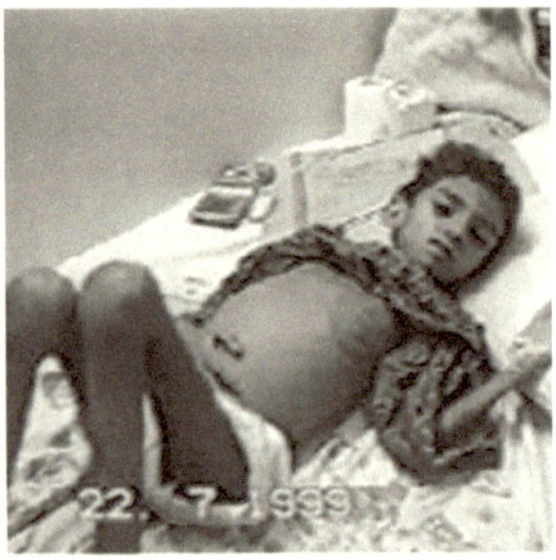

Cynthia trong bệnh viện (22,tháng 7,1999)

Cynthia khỏe mạnh (2007)

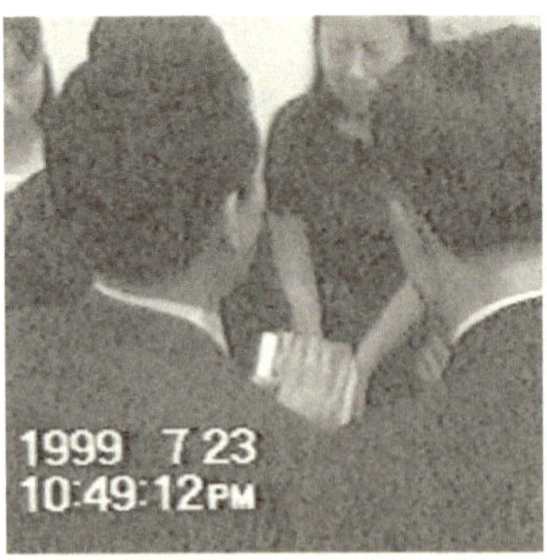

Cầu nguyện trên hình của Cynthia

Quyền Phép Tối Cao Của Sự Sáng Tạo

Có một tầm thước quyền năng cao hơn bốn tầm thước quyền năng đã nói trên. Đó là quyền năng thuộc về Đức Chúa Trời, Đấng Tạo Hóa từ lúc ban đầu. Khi Đức Chúa Trời phán, "Hãy có ánh sáng," thì có như vậy. Đây là quyền năng mà qua đó mọi vật đều được dựng nên bởi lời phán.

Khi Đức Chúa Trời truyền lệnh cho người mù mở mắt, thì mắt người liền mở ra. Khi Đức Chúa Trời phán cùng người què rằng hãy bước đi, thì người liền bước đi. Những công việc Chúa Jêsus đã làm được bày tỏ qua Quyền Năng Tối Cao Của Sự Sáng Tạo, là quyền năng trên hết bốn tầm thước quyền năng đã nói. Đây là quyền năng của Đấng Tạo Hóa trong sự sáng tạo.

Đây không phải là tầm thước khi một tạo vật nhận lãnh quyền năng từ Đức Chúa Trời để bày tỏ qua nhiều công việc khác nhau. Đây là quyền năng đến từ sự sáng nguyên ủy mà Đức Chúa Trời đã có khi Ngài còn ở một mình trước khi sự sáng tạo bắt đầu.

Trong Phúc Âm Giăng, chương 11, ta thấy La-xa-rơ, là kẻ đã chết bốn ngày và có mùi, song khi Đức Chúa Jêsus phán, "Hỡi La-xa-rơ, hãy bước ra!" thì người liền sống lại và bước ra khỏi mộ y theo mệnh lệnh Chúa đã phán. Khi một con người đã quăng xa mọi thứ gian ác, và nên thánh, tiến lên với tư cách của một con người thuộc linh trọn vẹn đạt tới tấm lòng của Đức Chúa Trời, có được sự thông hiểu thiêng liêng, là sự thông hiểu không giới hạn, người ấy có thể bước vào tầm thước vượt khỏi bốn tầm thước quyền năng kia.

Khi con người đạt tới tầm thước Quyền Năng Tối Cao Của Sự Sáng Tạo, những công việc kinh ngạc như sự sáng tạo muôn vật bằng lời phán của Ngài có thể xảy ra.

Thời Kỳ Ngàn Năm Mới Bắt Đầu Với Một Dấu Lớn

Vào năm 2000, Đức Chúa Trời khiến tôi cảm động và dâng lên Ngài một sự thệ nguyện. Tôi đã thực hiện sự nầy trong bốn kỳ. Đức Chúa Trời muốn tôi tập trung trong sự cầu nguyện hết sức mãnh liệt. Ngài cho bảo tôi phải cầu nguyện một mình trên núi, không giao thiệp hay nói chuyện với bất kỳ người nào.

Lúc bấy giờ, tôi có nhiều gánh nặng về tài chánh hội thánh và nhiều vấn đề khác, do vậy, đây là một khó khăn. Tôi không thể thông giao được với Chúa, tôi đã gặp rắc rối lớn vì cớ sự căng thẳng quá mức.

Đương khi còn sống trên đất, Chúa Jêsus cũng cầu nguyện bất cứ khi nào Ngài có thời gian. Dầu rằng chính Chúa Jêsus là quyền năng của Đức Chúa Trời, vì cớ Ngài mang lấy thân xác con người, Ngài cần phải được đầy dẫy Thánh Linh qua sự cầu nguyện để bày tỏ trọn vẹn quyền năng Đức Chúa Trời.

Từ ngày 21, tháng 2, tôi lên núi dâng lời thệ nguyện thứ nhất trong 10 ngày. Mỗi ngày tôi ăn hai lần và ngủ vài giờ. Ấy là những bữa ăn đơn giản, nên mỗi bữa chỉ cần 10 phút. Ngoài những thời gian nầy, suốt ngày tôi quỳ gối cầu nguyện, và đọc Kinh Thánh trong những lúc nghỉ ngơi.

"Làm sao tôi có thể nhận được nhiều quyền năng hơn, làm cho mọi người biết đến danh Đức Chúa Trời là Đấng Tạo Hóa, và thêm một linh hồn được cứu? Làm sao để mọi người biết đến danh Cứu Chúa Jêsus? Làm sao cho mọi người có thể biết đến thiên đàng và hỏa ngục để người ta quay trở lại tin nhận Chúa? Làm sao tôi có thể truyền bá phúc âm đến cho mọi người?"

Mong ước duy nhất của tôi là hoàn thành vương quốc Đức Chúa Trời và sự công chính Ngài. Song, sau khi hoàn tất sự thệ nguyện thứ nhất, tôi cảm thấy xấu hổ và bối rối trước Chúa.

Tôi đã cầu nguyện với hết cả lòng mình, nhưng tôi cảm thấy rằng điều đó chẳng xứng hiệp với sự cầu nguyện của Chúa Jêsus, lúc Ngài đương cầu nguyện tại vườn Ghết-sê-ma-nê, mồ hôi Ngài như những giọt máu đổ ra. Dầu vậy, Cha Thiên Thượng đã đẹp lòng và ban cho tôi một ơn huệ lớn.

Dấu Lạ Nước Đắng Hóa Thành Nước Ngọt

Hội Thánh Manmin Muan Nằm ở #153 tại làng Chun-Jang, thị trấn Heje, quận Muan, tỉnh phận Cheonnam. Nay được nối với đất liền, song trước đây, nơi nầy là một hòn đảo có tên gọi là 'Jookdo.' Ở đây có doanh trại thanh niên, Hội Thánh Manmin Muan đã mua doanh trại nầy để làm nhà nguyện. Từ làng quê nơi tôi sinh ra đến đây mất năm phút chạy xe.

Hội Thánh Manmin Muan chuyển đến đây vào tháng 2, năm 1999, song họ sớm nhận ra rằng ở đây thiếu nước uống. Trước đây có một giếng đào, nhưng đã bị nước biển đã ngấm vào, nước giếng nầy chỉ có thể dùng cho hồ bơi.

Mục Sư Myeongsool Kim của Hội Thánh Manmin Muan luôn ước ao nước nầy hóa thành nước ngọt. Vì ở đây chẳng có sẵn nước uống, người ta phải dùng ống để đưa nước đến đây từ một nơi cách 3 km.

Họ gặp phải khó khăn lớn vào mùa đông vì nước trong đường ống bị đóng băng và làm vỡ đường ống.

Đức Chúa Trời Ngày Hôm Qua và Ngày Nay Vẫn Không Hề Thay Đổi

Mục Sư Myeongsool Kim của Hội Thánh Manmin Muan đọc trong Xuất Ê-díp-tô về chuyện nước đắng Ma-ra hóa thành nước ngọt. Ông nghĩ rằng nước biển nếu được tôi cầu nguyện thì cũng sẽ hóa thành nước ngọt.

Xuất Ê-díp-tô 15:23-25 cho chúng ta thấy rằng, *"Kế đến đất Ma-ra, nhưng vì nước tại đó đắng, uống chẳng được, nên chi chỗ nầy gọi là Ma-ra. Dân sự bèn oán trách Môi-se rằng: Chúng tôi lấy chi uống? Môi-se kêu van Đức Giê-hô-va; Ngài bèn chỉ cho người một cây gỗ, người lấy liệng xuống nước, nước bèn hóa ra ngọt."*

Sự nầy xảy ra cách đây 3.500 năm trước khi dân sự Israel vượt Biển Đỏ. Trong đồng vắng Su-rơ, họ tìm kiếm nước uống nhưng chẳng thấy. Bấy giờ họ bắt đầu oán trách nghịch cùng Môi-se. Khi Môi-se cầu nguyện với Chúa, nước đắng không thể uống được hóa ra nước ngọt và trong dùng làm nước uống.

Mục Sư Myeongsool Kim và các thành viên trong hội thánh không những cầu nguyện để nước ở đó được biến đổi, mà họ còn mời tôi đến thăm hội thánh và cầu nguyện trên vấn đề nầy. Họ tin rằng nước nhiễm mặn của biển sẽ hóa thành nước ngọt.

Nước ngọt giếng Muan

Trong buổi cầu nguyện thứ nhất tại trên núi, tôi cầu nguyện đặc biệt cho Hội Thánh Manmin Muan. Nghe nói trong 10 ngày tôi cầu nguyện, có cầu vồng cả ngày lẫn đêm tại Hội Thánh Manmin Muan. Sau đó, tôi được biết rằng những thành viên của Hội Thánh Manmin Muan đã kiêng ăn cầu nguyện cho thời gian tôi trải qua trên núi cầu nguyện.

Khi từ núi cầu nguyện trở về, ngày 4 tháng 3, sau lễ cầu nguyện thâu đêm tối thứ 6 vừa xong, Mục Sư Myeongsool Kim mang đến tôi một số nhu cầu cần được tôi cầu nguyện.

Vì các thành viên của hội thánh ở Muan đã chịu khổ rất nhiều, tôi không chỉ cầu nguyện cho những vấn đề mà tôi nhận được, song tôi còn cầu nguyện cho nước nhiễm mặn hóa ngọt để dùng làm nước uống. Đức Chúa Trời đã nhậm lời, vượt không gian và thời gian, Ngài bày tỏ công việc lạ lùng tại giếng nước ở Muan cách đó hàng trăm cây số.

Ngày hôm sau, khi Mục Sư Kim cùng các thành viên hội thánh kiểm tra giếng nước, họ nhận thấy rằng nước mặn và đắng trước đây, giờ đã có thể uống được.

"Thưa Mục Sư, một phép lạ đã xảy ra! Nước mặn đã hóa thành nước ngọt. Nước nhiễm mặn không thể uống được, đã hóa thành nước ngọt!"

Mục Sư Kim đã gọi để báo cho tôi hay tin nầy. Qua điện thoại, tôi có thể nghe được những tiếng nói rất phấn khởi của các thành viên Hội Thánh Manmin Muan.

Công Việc Chữa Lành Qua Nước Ngọt

Nước ngọt ấy có chứa một hàm lượng nhỏ ka-li và rất giàu khoáng chất. Nó không những có thể dùng làm nước uống, mà còn bày tỏ công việc chữa lành. Mắt người Hàn Quốc thường chỉ có một mí, ("hai mí" là nếp gấp của phần da phía trên mí mắt). Nhưng bởi đức tin, nhiều người áp nước ấy vào, tức thì mí mắt đôi được tạo ra trên mắt họ. Nhiều người cũng được chữa lành chứng rối loạn dạ dày và các chứng bệnh ngoài da.

Mục Sư Singchil Lee, ở hội thánh chúng tôi, đưa ba con của mình đến chỉ cho tôi xem mí mắt đôi của chúng. Cả thảy ba em đều có mắt một mí, song với nước ấy, nếp gấp da trên mí mắt các em được tạo ra. Cũng có nhiều lời chứng từ những quốc gia khác nữa.

Trong giếng nước ở Muan, có một ống dẫn. Với mắt thuộc linh của mình, một số tín đồ có thể nhìn thấy những tia sáng chiếu xuống từ ngai của Đức Chúa Trời vây quanh đáy của ống dẫn.

Khi nước nhiễm mặn đi qua những tia sáng đó, thì bèn hóa

Cá nước ngọt không thể sống trong nước mặn; cá biển không thể sống trong nước ngọt. Dầu vậy, cá nước ngọt và cá biển chung sống trong nước ngọt Muan

thành nước ngọt. Không chỉ người Hàn Quốc, mà du khách từ những quốc gia khác cũng đến thăm nơi đây. Một số trong họ cũng nhìn thấy những tia sáng đó và là sự sáng quyền năng trong nước ngọt ấy với mắt thuộc linh của mình.

Vào ngày 29, tháng 3, năm 2000, Chấp Sự Hyeonju Oh nhấc một nồi nước sôi ra khỏi bếp. Không may, nồi nước sôi đổ lên ngực và vai bà.

Ngực và phía sau cổ bà bị bỏng rất nặng. Bởi đức tin, bà liền nhận sự cầu nguyện chữa lành được ghi trên hệ thống telephone tự động, và khi đó bà có thể cảm nhận được sức nóng đang khỏi người mình. Sau đó, những chỗ bỏng rỉ nước ra, nhưng khi bà thấm Nước Ngọt Giếng Muan, tức thì những vết bỏng đó biến mất.

Sau ba ngày, bà đến để được tôi cầu nguyện. Trong một tuần, những vảy ở chỗ bỏng rơi ra, da bà hoàn toàn sạch sẽ và được lành, không để lại một ảnh hưởng phụ nào.

Động Vật Cũng Được Nhận Ân Điển Từ Nước Ngọt Giếng Muan

Sự nầy xảy ra tại nhà nguyện Galilee nơi tôi thường đến cầu nguyện. Vào tháng 5, 2003, một chú chim cu đang quanh quẩn bên con chó becgiê, nó chẳng hề sợ hãi khi con becgiê sủa vào. Tôi lấy làm lo lắng.

"Con chó ấy đã xiềng, nhưng một khi cự ly đủ gần, nó có thể cắn. Cớ sao chú chim cu nầy lại chơi ở đó?"

Mỗi khi con becgiê sủa, chú chim cu lùi lại một tí. Nó cứ quanh quẩn ở đó. Tôi thấy cũng vài giờ trôi qua như vậy. Con chó dường mệt mỏi và không sủa nữa.

Tôi được nghe một câu chuyện thú vị từ người quản gia. Mấy hôm gần đây, có một chú chim cu rơi xuống sân và đập cánh giãy giụa. Khi người ấy nhìn thấy chú chim, nó hầu như đã rụng khá nhiều lông, và sắp chết. Có lẽ nó đã ăn phải thuốc độc.

Người quản gia đã cứu sống chú chim cu nầy qua sự cầu nguyện và đồng thời cho uống Nước Ngọt Giếng Muan. Sau nhiều lần cho uống nước như vậy, chú chim cu đã lại sức và bay đi.

Bắt đầu từ ngày hôm sau, mỗi buổi sáng chú chim ấy đều đến thăm nơi nầy. Nó chơi trong sân, hoặc đậu trên cây cho đến chiều tối thì bay đi. Đôi khi nó cũng đưa bạn mình đến chơi nữa. Trước khi việc nầy chưa xảy ra, tôi chẳng bao giờ thấy có một chú chim cu nào đến với nhà nguyện nầy.

Nghe chuyện nầy, tôi rất ấn tượng và cảm động rằng ngay cả một chú chim cũng biết ơn. Ở núi, ắt hẳn nó có rất nhiều bạn bè, song nó vẫn cứ đến một mình và ở lại đây.

Tôi bảo người ấy bỏ đầy đủ thức ăn trên sân hầu cho chú chim ấy có thể rủ bạn bè mình đến.

Jindol Trở Về Từ Cửa Thần Chết Sau 18 Ngày

Chúng tôi có một con chó tên gọi 'Jindol.' Người trông nhà thường mở xích cho nó mỗi ngày một lần. Sau mỗi lần như vậy, Jindol chạy lên núi gần đó rồi quay về sau độ nửa giờ. Nhưng rồi một ngày nọ, ngoài trời có tuyết rơi, không thấy Jindol trở về nữa. Sau một vài ngày cũng chẳng thấy nó trở về. Chúng tôi tìm khắp nơi nhưng chẳng thấy.

Chúng tôi hầu như bỏ cuộc. Nhưng rồi nó trở về sau 18 ngày. Thì ra, nó bị mắc bẫy trên núi và phải chịu đau đớn nhiều. Trên cổ nó vẫn còn mắc một dây sắt, và bị thương rất nặng.

Nó gầy đến nỗi chỉ còn da và xương. Cổ nó trụi cả lông, cái dây đó dường như dính vào xương nó. Ắt hẳn nó đã giãy giụa rất dữ dội trong bùn lầy, đến nỗi bùn phủ kín cả thân nó. Các nhân sự liên tục xịt Nước Ngọt Muan vào cổ nó. Họ cũng nấu một ít cá để bồi bổ cho chú. Tôi cũng thấy tội nghiệp và cầu nguyện cho nó.

Thường thì nó chẳng thân thiện với tôi lắm. Chỉ khi nào trở lại nhà nguyện, tôi mới vỗ về nó một vài lần. Thế nên nó chẳng muốn tiếp đón tôi cho ra trò. Thậm chí nó cũng chẳng muốn đi theo người chăm sóc mình.

Nhưng sau sự việc nầy, Jindol đã hoàn toàn thay đổi. Chỉ cần nghe tiếng xe tôi, nó đã không thể cầm được nỗi vui mừng mà vẫy đuôi lên cách sung sướng. Bấy giờ nó luôn theo sát người chăm sóc mình, và được mọi người yêu thương.

Như con người khi trải qua thử thách thì trở nên trưởng thành hơn, Jindol dường như đã nhận ra giá trị của nhà mình và đầy lòng biết ơn đối với chủ nó. Trải qua kinh nghiệm rằng nó có thể chết nếu rời xa khỏi chủ, nó đã biến đổi thành một con chó đáng yêu và luôn bên cạnh chủ mình.

Được FDA Xét Nghiệm Và Xác Nhận

Một số người hiểu nhầm Nước Ngọt Muan. Gần đây, một đài phát thanh Hàn Quốc có tên là MBC, có cho phát đi vài điều về Nước Ngọt Muan. Vì cớ quan điểm thành kiến của họ, nên dẫn đến một vài sự hiểu nhầm.

FDA (Bộ Quản Lý Thực Phẩm và Thuốc Men) là cơ quan đại diện nhà nước thuộc Bộ Y Tế và Dịch Vụ Cộng Đồng của Hiệp Chủng Quốc Hoa Kỳ. Họ duy trì những giải pháp an toàn và tiêu chuẩn cho thực phẩm, thuốc men, hóa chất, mỹ phẩm, và chất phụ gia thực phẩm. Họ kiểm tra và xác nhận chúng.

FDA đã tiến hành các cuộc xét nghiệm về Nước Ngọt Muan trong năm lĩnh vực, gồm có: xét nghiệm khoáng chất, xét nghiệm kim loại nặng, dư lượng thuốc trừ sâu, nguyên nhân chính gây rát da, và xét nghiệm về sự gây độc cấp tính qua miệng.

Kết quả cho thấy rằng nói chung Nước Ngọt Muan dùng làm nước uống an toàn và tốt cho cơ thể. Đặc biệt rất giàu về những khoáng chất cần thiết cho cơ thể con người, ngoài ra còn chứa nhiều calcium, là chất cao hơn gấp ba lần các nguồn nước nổi tiếng của Pháp và Đức.

Kết quả xét nghiệm đã đánh giá tốt Nước Ngọt Muan. Ngay trong lĩnh vực thuộc linh, những ai tin trong nước ấy có chứa quyền năng Đức Chúa Trời, khi uống hoặc thấm nước ấy vào, lập tức sẽ kinh nghiệm được những công việc chữa lành từ thiên thượng.

Những Kẻ Chỉ Trích Nói Rằng, "Họ Bị Say Rượu"

Sau sự sống lại của Chúa, Phi-e-rơ lãnh được Đức Thánh Linh. Người đã bày tỏ nhiều dấu như chữa lành người bệnh, và đuổi nhiều quỉ. Người Do Thái đem lòng ganh ghét mà kiếm cớ bỏ tù ông cùng những sứ đồ khác. Khi Phao-lô đuổi quỉ, ông cũng bị đánh đập và bỏ tù.

Vào ngày lễ Ngũ Tuần, người Giu-đa từ khắp nơi nhìn thấy các môn đệ của Chúa được đầy dẫy Thánh Linh và nói tiếng lạ. Họ rất ngạc nhiên, nhưng chẳng xem đó là công việc của Đức Thánh Linh. Ấy vậy họ còn lấy sự việc đó ra làm trò cười mà nói rằng đó là những người đang say rượu.

Giống như vậy, có nhiều người chỉ trích công việc của Đức Thánh Linh mà cho rằng những sự đã xảy ra đó là thần bí hoặc chỉ là trò diễn kịch nào đó. Tôi rất lấy làm tiếc khi nghe đến sự việc nầy.

Đức Chúa Trời bày tỏ cho chúng tôi dấu hóa nước mặn thành nước ngọt sau sự thệ nguyện thứ nhất tại núi cầu nguyện. Ngài cho chúng tôi biết rằng Ngài sẽ ban cho tôi sự thông biết có tầm thước khác trước qua sự thệ nguyện thứ hai tại núi cầu nguyện. Ấy là sự khôn sáng giải quyết mọi nan đề.

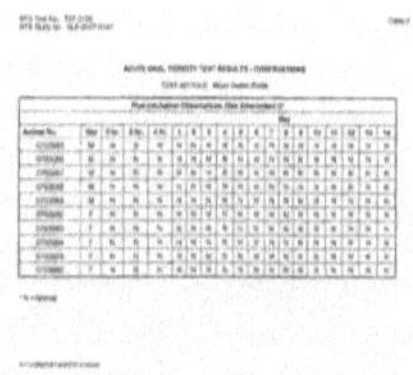

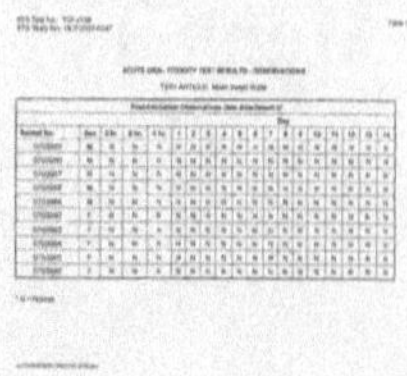

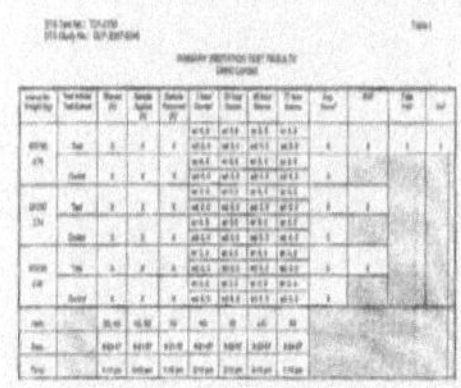

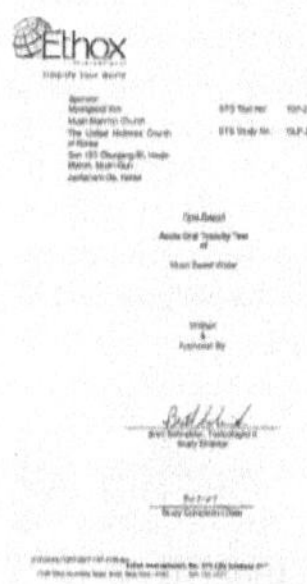

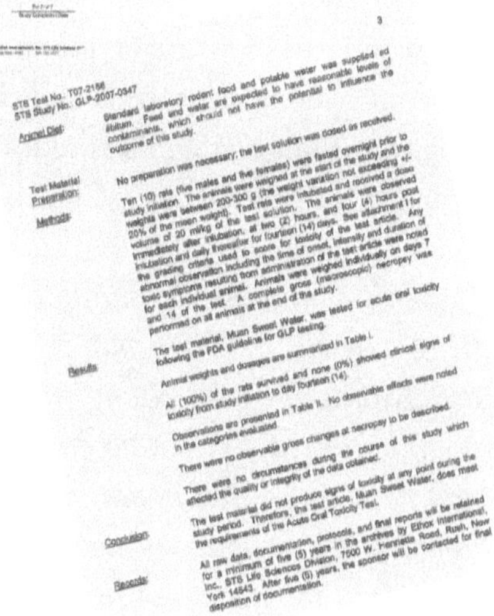

3

STS Test No. T07-2166
STS Study No. GLP-2007-0347

Animal Diet: Standard laboratory rodent food and potable water was supplied ad libitum. Feed and water are expected to have reasonable levels of contaminants, which should not have the potential to influence the outcome of this study.

Test Material Preparation: No preparation was necessary; the test solution was dosed as received.

Methods: Ten (10) rats (five males and five females) were fasted overnight prior to study initiation. The animals were weighed at the start of the study and the weights were between 200-300 g (the weight variation not exceeding +/- 20% of the mean weight). Test rats were intubated and received a dose volume of 20 ml/kg of the test solution. The animals were observed immediately after intubation, at two (2) hours, and four (4) hours post intubation and daily thereafter for fourteen (14) days. See attachment 1 for the grading criteria used to score for toxicity of the test article. Any abnormal observation including the time of onset, intensity and duration of toxic symptoms resulting from administration of the test article were noted for each individual animal. Animals were weighed individually on days 7 and 14 of the test. A complete gross (macroscopic) necropsy was performed on all animals at the end of the study.

Results: The test material, Muan Sweet Water, was tested for acute oral toxicity following the FDA guideline for GLP testing.

Animal weights and dosages are summarized in Table I.

All (100%) of the rats survived and none (0%) showed clinical signs of toxicity from study initiation to day fourteen (14).

Observations are presented in Table II. No observable effects were noted in the categories evaluated.

There were no observable gross changes at necropsy to be described.

There were no circumstances during the course of this study which affected the quality or integrity of the data obtained.

Conclusion: The test material did not produce signs of toxicity at any point during the study period. Therefore, the test article, Muan Sweet Water, does meet the requirements of the Acute Oral Toxicity Test.

Records: All raw data, documentation, protocols, and final reports will be retained for a minimum of five (5) years in the archives by Ethox International, Inc., STS Life Sciences Division, 7500 W. Henrietta Road, Rush, New York 14543. After five (5) years, the sponsor will be contacted for final disposition of documentation.

Độ an toàn và ưu điểm của nước ngọt Muan được xác nhận qua các cuộc xét nghiệm của FDA

Núi Cầu Nguyện Và Sự Lâm Nguy Tính Mạng Tôi

Đức Chúa Trời khiến tôi cầu nguyện trong phần thệ nguyện thứ ba tại núi cầu nguyện giống sự cầu nguyện của Jacob khi người gãy xương chậu. Ngài cũng khiến tôi cầu nguyện như thể lòng tôi vỡ tan. Có nghĩa rằng tôi phải dâng hiến cả đời mình. Trong sự cầu nguyện có lời Chúa phán cùng tôi rằng,

"Hãy mau cứu lấy những linh hồn bằng phúc âm thiêng liêng nầy. Họ nói bằng môi miệng, 'Lạy Chúa, Lạy Chúa, tôi tin.' Nhưng lòng họ chẳng tin, cũng chẳng biết ta. Ví bằng họ thật lòng tin ta, liệu họ có nương cậy vào thế gian khi gặp nan đề chăng? Bên ngoài, họ làm ra vẻ thiêng liêng, nhưng lòng họ đầy sự đoán xét, lên án và phỉ báng người khác. Họ là những mồ mả quyét vôi trắng. Như người mù dẫn đường, có nhiều đầy tớ và giáo sư không có lẽ thật của Đức Chúa Trời đang đưa dẫn nhiều linh hồn đi vào con đường chết. Hãy mau rao giảng phúc âm đến với muôn dân. Nói cho họ biết cách

để được cứu rỗi. Hãy đánh thức những linh hồn đang ngủ mê trong thiên hạ."

Sự nầy có nghĩa rằng trong những ngày sau rốt chỉ rất ít người có đức tin thiêng liêng để được cứu.

Đức Chúa Trời tỏ cho tôi biết Môi-se đã cầu nguyện như thế nào. Để nhận được Mười Điều Răn, người đã cầu nguyện thậm chí không uống một giọt nước nào tại Núi Sinai.

Núi Sinai chẳng có nước, cây cối, hoa cỏ hay chim chóc. Ấy là nơi đồng vắng đầy những đá và cát, việc tìm thấy một bóng cây ở đây cũng đã khó. Môi-se cầu nguyện một mình. Trong lúc người cầu nguyện lần đầu, Giô-suê đồng đi với người. Song, một lần nữa khi người cầu nguyện lần thứ hai để nhận các điều răn, người phải cầu nguyện một mình.

Khi người đã qua tuổi 80, trông người không được béo tốt. Người ăn mặc quần áo cũ sờn, ngày đêm quỳ gối khẩn thiết cầu nguyện. Bàn tay người rướm máu, hai gối người trầy sướt, thậm chí thấy cả xương lộ ra. Ngày đêm người cầu nguyện với nỗi đau trong 40 ngày để nhận được Mười Điều Răn, đó là sự đáp lời từ Đức Chúa Trời.

Để nhận được các điều răn của Đức Chúa Trời và nghe tiếng phán của Ngài không phải việc dễ. Người ấy phải trở nên hoàn toàn vâng phục và thánh khiết. Khi tôi kết thúc phần thứ ba của sự thệ nguyện tại núi cầu nguyện, Đức Chúa Trời bảo tôi hãy cầu nguyện với cả mạng sống mình. Ngài chỉ cho tôi thấy những kín nhiệm của sự thiêng liêng và những sự hầu đến.

Nắm giữ Lời Chúa trong Giăng 14:12, tôi cầu nguyện để lãnh quyền năng và sự thần cảm bội phần hơn để làm được những công việc lớn hơn như Chúa Jêsus đã phán.

Vì chính quyền năng Đức Chúa Trời và sự thần cảm là sự

phải có trong những ngày sau rốt nầy, là lúc cả thế giới đang chìm trong tội lỗi. Ấy là cũng để cứu những kẻ chẳng tin mặc dù họ đã nhìn thấy công việc Chúa, phải phá đổ thần tượng và tư tưởng của học thuyết Đắc-uyn là thứ đang lan tràn khắp thế giới. Đức Chúa Trời rất đẹp lòng với sự cầu nguyện nầy, Ngài hứa rằng điều nầy sẽ được ứng nghiệm.

Cuối tháng tư, gần đến ngày tổ chức đại hội phục hưng vào tháng 5 năm 2000, tôi khởi sự dâng lời thệ nguyện thứ tư. Đức Chúa Trời bảo tôi chớ nghĩ đến bất cứ điều gì, ngay cả gia đình và hội thánh. Cả ngày đêm tôi chỉ tư tưởng về nước trời và Đức Chúa Cha mà kêu cầu trong sự cầu nguyện.

Ban ngày tôi thường ngắm xem những đám mây và mặt trời, ban đêm thì ngắm xem trăng sao, cảm biết nhiều hơn nữa tình yêu và sự sắm sẵn của Đức Chúa Trời. Ngài chỉ cho tôi thấy nhiều sự kín nhiệm trong lĩnh vực thiêng liêng. Ngài dạy tôi cách sâu nhiệm hơn về vương quốc thiên đàng và về những ác linh đang thực hành làm chủ hỏa ngục.

Sau khi kết thúc bốn kỳ dâng lời thệ nguyện, Đức Chúa Trời ví sánh quyền năng sẽ tỏ ra với thác nước Iguacu. Đức Chúa Trời sẽ đáp lời nếu những người tin chỉ bày tỏ dù chỉ là một lượng đức tin nhỏ. Tại đại hội phục hưng vào tháng năm, tôi không còn đặt tay lên từng người bệnh, mà chỉ cầu nguyện cho họ từ trên bục giảng.

Chỉ qua một lần cầu nguyện, nhiều bệnh tật được chữa lành, thị lực được phục hồi, nhiều người đứng dậy khỏi xe lăn mình. Tôi chỉ biết dâng lời cảm tạ Đức Chúa Trời.

Chớ Làm Hỏng Những Phần Thưởng Nơi Thiên Đàng

Ngày 2, tháng 6, năm 2000, lúc đang sắp sửa rời nhà đến với lễ cầu nguyện thâu đêm tối thứ sáu, tôi chợt nhìn thấy Trưởng Lão Jongkyoo Lee. Ông đang đau nặng. Khi nhìn ông, tôi biết rằng phải cầu nguyện để ông được cứu rỗi, chẳng phải cầu nguyện chữa lành. Ông đang hoảng sợ một điều thầm kín nào đó.

Qua sự thần cảm, tôi nhìn thấy những thiên sứ và ác linh đang tranh chiến để dành lấy linh hồn ông. Trong tình cảnh nầy, thật khó cho ông để được cứu rỗi. Ma quỉ đang rủa sả ông trước mặt Đức Chúa Trời hầu cho nó có thể đưa ông xuống địa ngục.

Tôi nhận biết được tình huống gay go nầy và cầu nguyện rằng, "Hỡi hết thảy ác linh, những kẻ cầm đầu chốn không trung, hãy mau ra khỏi! Lạy Cha, xin hãy tiếp nhận linh hồn người nầy."

Mọi người đứng quanh tôi lấy làm ngạc nhiên và bảo tôi cầu nguyện chữa lành cho ông ta.

Có người nói rằng, "Thưa mục sư, người ấy từng là lãnh đạo nhóm tình nguyện viên đã nhiều năm, và ông ta đã tham gia nhóm phục vụ cầu nguyện tự nguyện."

Tôi bảo, "Anh chẳng nghe tôi cầu nguyện sao? Ấy là theo sự đã phán."

Sau khi nhận được sự cầu nguyện, gương mặt ông lộ vẻ bình an, và nước mắt tuôn ra. Trong cơn đau vô hạn, người đã có được sự bình an. Tôi bảo gia đình người lo chuẩn bị tang lễ. Tôi cũng bảo nhân sự hội thánh làm hết sức mình cho tang lễ của người nầy, vì ông đã từng là lãnh đạo của nhóm tình nguyện trong nhiều năm.

Ấy là trường hợp khi ông làm việc cho hội thánh, song chỉ vừa đủ được cứu. Ngày hôm sau, ngày 3, tháng 6, người trưởng lão nầy qua đời. Đức Chúa Trời cho tôi biết rằng ông ta được đến thượng tầng âm phủ, là nơi chờ đón những người được cứu. Nhiều người xếp hàng chờ đợi, tôi thấy người ấy đang cuối đầu.

"Ngươi biết tại sao người con cái Chúa nầy lại cuối đầu chăng?" Ấy là vì người nầy một thành viên của Manmin, đã từng được nuôi dưỡng bằng linh lương qua ngươi."

Ở trong gia đình Manmin, người ấy đã nghe được lời sự sống. Ông là một trưởng lão và là lãnh đạo của một nhóm tình nguyện viên. Lẽ ra ông ta đã được vào nơi ở tốt hơn trên thiên đàng, như vương quốc thứ ba hoặc Jerusalem Mới. Song, người chỉ vừa đủ được cứu. Nói cách khác, ông đã được cứu 'dường như qua lửa' và chỉ được vào paradise. Thế nên ông chẳng ngước đầu lên. Chúa cho tôi biết rằng ông ta đã dâng lời cảm tạ trong nước mắt về việc mình được cứu và nói rằng sẽ cầu nguyện cho tôi đến khi gặp lại.

Vậy, tại sao một nhân sự trung tín trong giây phút đó chỉ nhận được sự cứu rỗi 'dường như qua lửa'? Chúa tỏ cùng tôi như sau:

Khi hội thánh chúng tôi đối diện với ba thử thách, với tư cách là lãnh đạo của một nhóm tình nguyện viên, ông ta, hơn ai hết, nên kề vai sát cánh cùng mục sư và các thành viên của hội thánh. Song khi nghe những tin đồn thất thiệt và nhìn xem những tài liệu do mấy kẻ xấu tạo ra, ông đã bị dao động.

Tôi đã nhiều lần dạy dỗ và nhấn mạnh cùng các thành viên trong hội thánh rằng, chớ xem, nghe, hoặc đồn ra bất cứ sự giả dối nào, nhưng ông đã không làm như vậy. Ông đã nghiêng tai về phía những kẻ cố tình phá diệt hội thánh khiến lòng ông phải bị dao động.

Thậm chí trong vụ rắc rối với sự kiện phát thánh năm 1999, ông ta được vào vị trí bảo vệ hội thánh cùng người chăn bầy, nhưng ông đã bị những kẻ xấu lừa dối rồi bỏ vị trí và không làm nhiệm vụ của mình. Ấy vậy, ông đã làm Chúa Thất vọng, nên Ngài không gìn giữ ông. Những phần thưởng mà ông đã tích lũy nơi thiên đàng bấy giờ đã tiêu tan, thậm chí sự cứu rỗi của ông cũng trở nên khó khăn.

Vì cớ nầy, ma quỉ đã sủa sả người để đưa người xuống địa ngục, song có những thiên sứ đã cố đưa người về với thiên đàng. Thật đau lòng biết bao khi người phải sa vào tình cảnh nầy! Trong lúc người đang lâm nguy, tôi đã cầu nguyện đuổi quỉ, những ác linh lìa khỏi và người bèn được cứu.

Cũng vậy, nếu người ta lên án một hội thánh được Chúa yêu là dị giáo, hoặc buộc tội một mục sư, là người mà Chúa yêu mến, là kẻ theo dị giáo, hoặc tìm đủ cách để nhạo báng họ, ấy là tội báng bổ Đức Thánh Linh. Nếu người ta phạm đến tội nầy, thì cho dù họ có ăn năn cũng chẳng được tha. Thật khó để người ấy được cứu và mọi phần thưởng người tích lũy nơi thiên đàng đều không còn thuộc về người nữa.

Ấy vậy, chúng ta hãy vâng lời luôn luôn, hàng ngày lấy lòng sợ sệt run rẩy mà làm nên sự cứu rỗi mình (Phi-líp 2:12).

Lời Tiên Tri Về Bắc Hàn

Ngày 13 tháng 6, năm 2000, Tổng Thống Kim Daejoong đáp xuống sân bay Soon Ahn ở Pyong-yang, Bắc Hàn. Đây là lần đầu tiên Tổng Thống Cộng Hòa Triều Tiên đến thăm Bắc Hàn trong một cuộc gặp thượng đỉnh.

Tháng 12, năm 1983, tôi đã nói trước về sự kiện nầy rằng trong ba năm nữa, Miền Nam sẽ đối thoại với miền Bắc. Ngay sau khi những kẻ khủng bố Bắc Hàn tấn công nhiều đại sứ Hàn Quốc tại Myanmar, mối quan hệ hoàn toàn bị đóng băng. Nếu có ai nói điều gì không hợp với chính sách của nhà cầm quyền Bắc Hàn thì sẽ bị coi là 'vi phạm nguyên tắc an ninh quốc gia.'

Vụ khủng bố đó xảy ra hồi tháng 10, 1983, khi Tổng Thống Doohwan Chun đang trên hành trình viếng thăm sáu quốc gia , trong đó, Myanmar là quốc gia đầu tiên. Đương lúc viếng thăm lăng mộ của Aung San, bổng nhiên có một tiếng nổ lớn xảy ra trong số những người tùy tùng của tổng thống, 17 người bị thiệt mạng và 14 người bị thương.

Vụ việc bại lộ ra rằng đây là cuộc tấn công do nhà lãnh đạo Bắc Hàn Kim Il Sung lúc bấy giờ chỉ huy. Mối quan nhệ Nam – Bắc hoàn toàn bị đóng băng, không ai có thể nghỉ đến bất kỳ một cuộc trao đổi nào.

Nhưng sau ba năm, bắt đầu từ tháng giêng, năm 1987, có một số đề nghị được đưa ra về việc đàm phán giữa Nam – Bắc Triều Tiên trên vấn đề chính trị và quân sự, một cuộc thảo luận và đàm phán giữa thủ tướng hai miền về việc giảm thiểu lực lực quân đội. Đồng thời trong nửa đầu năm 1990, tôi nói trước rằng quan hệ Nam – Bắc sẽ được cải thiện nhiều hơn, và tiếp tục cải thiện.

Vào tháng 9 năm đó, cuộc thảo luận cấp cao giữa hai miền Nam – Bắc lần đầu tiên được tổ chức tại Seoul. Tháng 10 thi đấu bóng đá diễn ra giữa hai miền, mọi người rất đổi ngạc nhiên về những sự kiện thay đổi bất ngờ nầy. Từ đó, có rất nhiều cuộc trao đổi giữa hai bên, kể cả Thảo Luận về Điền Kinh, và nhiều cuộc thảo luận quan chức cấp cao trong năm đã diễn ra.

Ngay sau khi hội thánh chúng tôi được khai trương, Chúa cho tôi biết rằng sẽ có cuộc Thảo Luận Thượng Đỉnh giữa hai miền Nam – Bắc và tình hình sẽ diễn ra trong thời kỳ cuối cùng.

Ngài cũng cho tôi biết rằng khi có những cuộc thảo luận diễn ra về tổng tuyển cử tổng thống chung giữa hai miền, lúc bấy giờ Ngài đang đứng trước cửa. Có nghĩa rằng những sự xảy ra nầy là rất gần với sự hiện đến của Chúa trên không trung.

Cuộc Thảo Luận Tối Cao Như Đã Được Tiên Tri

Như Chúa đã cho tôi biết vào năm 1983, cuộc Thảo Luận

Tối Cao giữa hai miền Nam – Bắc đã được tổ chức vào ngày 15, tháng 6, năm 2000. Ngay trước khi cuộc thảo luận nầy diễn ra, vào ngày 4, tháng 6, 2000, tôi đã nói trước về những gì sẽ xảy đến trong tương lai có liên quan đến cuộc Thảo Luận Tối Cao nầy.

"Bắc Hàn có chương trình nghị sự riêng trong cuộc thảo luận tối cao nầy. Những đại diện bên phía chúng ta sẽ không bị lừa dối. Một trong những lý do ấy là kinh tế, nhưng đó chỉ là vấn đề nhỏ. Hỡi quý ông bà anh chị em, chúng ta hãy dốc lòng cầu nguyện cho sự nầy."

Vào ngày 11, tháng sáu, trong lễ thờ phượng vào ngày Chúa Nhật, tôi trình bày những gì Chúa đã bày tỏ cùng tôi.

"Cuộc thảo luận sẽ được diễn ra. Buổi thảo luận đầu sẽ xảy ra trong tinh thần rất thân thiện, cùng nhau tản bộ và có cả việc vui đùa. Sẽ có rất mhiều trao đổi về chính trị, kinh tế và thể thao. Nhưng từ buổi thảo luận thứ hai, vì chương trình nghị sự của mình, tổng thống sẽ gặp nhiều khó khăn. Xin hãy cầu nguyện để chúng ta có thể ngăn chặn được những khó khăn lớn. 'Tản bộ' ở đây có nghĩa là hai nguyên thủ quốc gia vừa tản bộ vừa nói chuyện trong tình bằng hữu và thân thiện."

Thực tế, vào ngày 13, tháng sáu, khi Tổng Thống Kim Daejoong đáp xuống Pyong-yang, Kim Jong-il ra tận sân bay để nghênh đón. Hầu hết dân chúng đều nghĩ rằng tinh thần của cuộc nói chuyện sẽ có gì đó vụng về và cứng rắn.

Dầu vậy, trong cuộc viếng thăm Tổng Thống, Kim Jong-il tỏ ra rất thân thiện, cùng bước đi với Tổng Thống Kim Daejoong trong tinh thần bằng hữu. Điều nầy khiến dân chúng Miền Nam ngạc nhiên. Những cử chỉ của ông thậm chí có sức thu hút người dân Miền Nam. Có những thành ngữ như, 'cú sốc Kim Jong-il,' hay 'hội chứng Kim Jong-il.'

Như Chúa đã tỏ cùng tôi, cuộc thảo luận tối cao sẽ được diễn ra trong tinh thần thân thiện, và họ sẽ hứa hẹn nhiều cuộc thảo luận khác. Khi cuộc thảo luận thứ nhất được tổ chức, dân chúng rất cảm động. Cả đất nước đều tràn đầy niềm hân hoan.

Những Kế Hoạch Tỉ Mỉ Được Che Đậy

Sau khi Tổng Thống Kim Daejoong trở về từ chuyến viếng thăm Bắc Hàn, vào ngày 16, tháng 6, kế đến vào ngày 18, trong lễ cầu nguyện thâu đêm tối thứ sáu và lễ Chúa Nhật, tôi trình bày những gì Chúa đã cho tôi biết trước. Bặc Hàn bày tỏ quan điểm thân thiện và nghênh tiếp Tổng Thống Miền Nam với một kế hoạch rất chi tiết.

Chúa cho tôi biết rằng, ngay sau khi Kim Jong-il tiễn chân Tổng Thống Kim Daejoong, ông liền bước ngay vào phòng riêng để tổ chức những thảo luận bí mật về việc tái thống nhất đất nước bằng vũ lực. Họ phân tích từng nhân vật một từ phía Miền Nam, và nhân vật nào sẽ có lợi cho Miền Bắc.

Trong khi dân chúng Miền Nam đang bị mắc lừa bởi thái độ thân thiện của Miền Bắc, họ mơ tưởng đến một cuộc tái thống nhất đất nước trong hòa bình, còn miền bắc thì đang lập kế hoạch tái thống nhất đất nước bằng vũ lực.

Chúa cho tôi biết rằng Kim Jong-il đã chiếm được tâm trí của dân chúng Miền Nam qua những giây phút ngắn ngủi của cuộc nghênh tiếp Tổng Thống Kim Daejoong. Cho đến tận bấy giờ, hình ảnh Kim Jong-il trong dân chúng miền nam là một hình ảnh tiêu cực. Dầu vậy, qua cuộc gặp gỡ nầy, hình ảnh ấy đã hóa ra tích cực. Điều nầy có nghĩa rằng Kim Jong-il đã thành công trong kế hoạch chiếm đoạt tâm trí của dân chúng miền nam nhằm thực hiện mục tiêu của ông ta.

Đức Chúa Trời cũng cho tôi biết rằng cái gọi là 'Chính Sách Hân Hoan' sẽ chẳng đem lại những kết quả tốt đẹp nào. Khi miền bắc nhận được trợ giúp, họ sẽ hợp tác, nhưng đó chỉ là chuyện tiền bạc. Bề ngoài họ làm ra vẻ rất thân thiện, song trong lòng thì khác hoàn toàn. Thực tế, lời nầy đã trở thành sự thật. Miền Bắc đã và đang chuẩn bị vũ khí hạt nhân theo kế hoạch riêng của họ.

Ngay sau khi mở hội thánh nầy, Chúa cho tôi biết rằng một ngày nào đó Bắc Hàn sẽ mở cửa. Ngày ấy đang đến gần qua sự thúc ép của Hoa Kỳ và một số quốc gia khác. Vì vậy, đây chính là lúc mà chúng tôi sắm sẵn một số mục sư và dân sự để chuẩn bị cho những công việc truyền giáo ở Bắc Hàn.

Song, thời hạn mà Bắc Hàn sẽ mở cửa sẽ chẳng còn lâu. Họ sẽ cảm thấy hệ thống an ninh của mình bị đe dọa, nên sẽ đóng cửa trở lại. Trước khi đóng cửa, họ cảnh báo hết thảy người ngoại quốc phải rời khỏi quốc gia nầy. Dường ấy, nhiều giáo sĩ sẽ rời khỏi miền bắc, dầu vậy vẫn có một số người ở lại cho đến cùng để rao truyền phúc âm, và chịu tuẫn đạo.

Chương 5

Như Nước Tràn Khắp Biển

Khởi Sự Sứ Mệnh Truyền Giáo Hải Ngoại Trên Quy Mô Toàn Diện

Kể từ khi hội thánh vừa mới mở cửa vào tháng 7, 1982 trên một diện tích chừng 70 m2, tôi cùng nhiều nhân sự trong hội thánh cầu nguyện cho sứ mệnh truyền giáo đến muôn dân và việc xây dựng Hội Thánh Huy Hoàng, ấy là khải tượng được Chúa ban cho.

Mười bảy năm sau, hướng về thời kỳ Ngàn Năm Mới trong sự trù liệu trước của Chúa, sứ mệnh truyền giáo hải ngoại bắt đầu trên quy mô toàn diện.

Trong sách Công Vụ, chúng ta thấy tại Jerusalem có một cuộc phục hưng lớn trong thời kỳ hội thánh đầu tiên. Khi sự bắt bớ chống lại hội thánh trở nên ác liệt hơn, tín đồ bị tản lạc khắp nơi.

Qua bắt bớ, đức tin của tín đồ trở nên mạnh mẽ hơn và Đạo Cơ Đốc cũng bắt đầu lan tràn khắp thiên hạ. Kết cuộc, kẻ thù ma quỉ sẽ bị diệt vong, ý chỉ và sự trù liệu của Đức Chúa Trời chắc chắn sẽ được hoàn thành.

Ngay từ đầu, hội thánh chúng tôi đã được đầy dẫy Thánh Linh. Có rất nhiều dấu và sự kỳ diệu được bày tỏ, hội thánh được phát triển nhanh chóng. Có điều dễ thấy, kẻ thù ma qui luôn tìm cách phá diệt hội thánh.

Mỗi khi thử thách đến, bởi đức tin và tình yêu chúng tôi cùng nhau vượt qua, Đức Chúa Trời ban cho chúng tôi quyền năng mỗi ngày một lớn hơn. Bắt đầu với chiến dịch tại Uganda vào tháng bảy năm 2000, chúng tôi đã có thể bắt đầu sứ mệnh truyền giáo ra thế giới trên quy mô toàn diện.

Uganda, Khởi Điểm Sứ Mệnh Thế Giới

Mặc dù Uganda được mệnh danh "Hòn Ngọc Phi Châu," hơn nơi nào hết, Uganda rất cần đến ơn thương xót của Chúa. Ở đây có nhiều nguy cơ nghèo khó, bệnh hoạn và nội chiến. Theo số liệu thống kê, có đến 30% dân số nhiễm HIV dương tính, và lây lan rất nhanh chóng.

Cơ Đốc Nhân ở Uganda đang trong tình trạng báo nguy về xu hướng phát triển toàn cầu của Hồi Giáo.

Lúc đang rao giảng tại Chiến Dịch Liên Minh Uganda, tôi cảm biết được lý do Chúa sai tôi đến quốc gia nầy.

Trên máy bay từ London đến Nairobi, có xuất hiện một cầu vồng rất lớn bên ngoài cửa sổ. Cầu vồng ấy ôm gọn chiếc máy bay trong lòng. Từ đó, hễ khi nào chúng tôi đi truyền giáo đến những quốc gia khác, cầu vồng thường xuất hiện. Có cầu vồng ba tầng, cầu vồng vắt ngang qua bầu trời, và rất nhiều cầu vồng khác đã xuất hiện.

Vào ngày 4, tháng 7, 2000, tôi cùng đoàn truyền giáo đến Uganda. Nhiều lãnh đạo chính trị và tôn giáo ra tận sân bay tiếp đón chúng tôi, kể cả Thư Ký của Tổng Thống về vấn đề Tôn Giáo, Thị Trưởng thành phố Kampala, ông Jehoah Nkangi, Bộ Trưởng bộ Tư Pháp Uganda. Dân địa phương, trong những trang phục truyền thống, chào đón chúng tôi trong những vũ điệu và sự tung hô nồng nhiệt.

Trên đường từ sân bay về khách sạn, có rất nhiều người vẫy tay chào đón chúng tôi. Tôi nhìn thấy có nhiều áp phích lớn quảng bá về chiến dịch nầy. Dân chúng được xem chiến dịch nhiều lần qua truyền hình, báo chí địa phương cũng rất quan tâm đến sự kiện nầy.

Chúng tôi có cuộc họp báo tại khách sạn Nile, Kampala, nhiều nhà báo cùng đến kể cả CTV. Tôi nói với họ rằng, kẻ mù sẽ được sáng mắt, kẻ què sẽ bước đi, cùng nhiều công việc lạ lùng sẽ được tỏ ra để tôn vinh Đức Chúa Trời.

Dầu vậy, khi chiến dịch được quảng bá, kẻ thù ma quỉ và Satan ra sức đánh phá chiến dịch. Qua một số giáo sĩ Hàn Quốc, nhiều tin đồn giả dối đã lan truyền ra. Họ cũng xúi giục một số nhà báo tìm cách ngăn chặn chiến dịch nầy.

Song đức tin chân thành của người Châu Phi dành cho Đức Chúa Trời đã đáp lại theo cách khác hẳn những gì mà một số giáo sĩ người Hàn Quốc mong đợi. Những công việc cố tình quấy phá đã khiến cho chiến dịch được nhiều người biết đến và nổi tiếng hơn. Không những quan chức nhà nước mà còn có nhiều nhà báo cũng đến để thỏa mãn và biết rõ chiến dịch nầy.

Hội Nghị Lãnh Đạo Hội Thánh

Vào ngày 5 và ngày 6 tháng 7, Hội Nghị Lãnh Đạo Hội Thánh được tổ chức tại Sảnh Đường Hội Nghị Quốc Tế Kampala. Không những mục sự tại Uganda, mà còn có nhiều mục sư từ Kenya và Tanzania cũng đến dự. Hàng ngàn mục sư đầy tâm huyết đã có mặt tại hội nghị nầy. Ngay cả các gian bên cũng chẳng còn chỗ trống.

Tôi tuyên giảng sứ điệp với chủ đề, 'Thánh Thay là Đức Chúa Trời.' Họ rất chăm chú, đến giữa sứ điệp khi những dấu và sự kỳ diệu của Đức Chúa Trời được nói đến, hết thảy họ đều hoan hô, vỗ tay tôn vinh Đức Chúa Trời. Họ vui mừng như thể chính họ đã kinh nghiệm được những công việc đó.

Khi nghe đến công việc của Đức Chúa Trời, nhiều người ở Hàn Quốc đưa mắt nhìn khó chịu, họ cố tìm cách buộc tội,, quấy phá, gây chia rẽ. Những gì xảy ra tại Uganda thật khác hẳn với sự đó ở Hàn Quốc. Dân chúng ở đây có tấm lòng trong sáng, họ tin vào lời Chúa như chính lời Ngài vốn là như vậy.

Chiến Dịch Liên Minh Bùng Nổ Những Công Việc Chữa Lành

Ngày hôm sau, Chiến Dịch Liên Minh được tổ chức trong ba ngày tại Sân Vận Động Nakivubo. Ngày đầu tiên của chiến dịch, có khoảng 70.000 người tham dự. Chiến dịch mở màng bằng lời thông báo của Giám Mục Grivas Musisi, tôi tuyên giảng sứ điệp về Đức Chúa Trời là Đấng Tạo Hóa.

Sứ điệp được dịch sang tiếng Anh và tiếng địa phương Uganda, vì vậy bài giảng gốc chỉ khoảng 20 phút.

Sau sứ điệp, tôi chỉ cầu nguyện cho người bệnh trong năm phút. Mặc dù là ngắn, công việc chữa lành đã xảy ra cách kỳ diệu ngay từ ngày đầu tiên. Tôi nhìn thấy có một người phụ nữ nằm bất động phía dưới sân khấu.

Có mấy người dường như người nhà của bà đến lay động, song bà vẫn nằm yên chết. Nhưng sau khi tôi cầu nguyện vừa xong, bà vùng dậy và bước lên sân khấu. Mọi người thấy vậy vô cùng phấn khích.

Một cô gái bị bỏng chân không thể đi được đã đứng dậy bước đi. Một người có chân nọ ngắn hơn chân kia, đã có thể bước đi bình thường. Thêm vào những sự nầy, có nhiều người chạy lên phía trước để làm chứng về việc họ được chữa lành khỏi bệnh AIDS, bệnh ngoài da, và có rất nhiều phép lạ của Đức Chúa Trời đã xảy ra.

Vào ngày thứ hai và thứ ba, nhiều công việc quyền năng của Đức Chúa Trời đã được tỏ ra. Nhiều người ném gậy, ném nạng bước lên phía trước. Mọi người đồng thanh hô vang trong sự vui mừng. Máy ảnh của các thợ chụp hình và của các nhà báo nháy đèn liên tục, và tiếng của phóng viên tại chỗ reo lên trong sự phấn khích.

Một người đã phải đi nạng trong 14 năm quăng xa chúng và tự đi trên chân mình. Người mù được sáng mắt. Có một người không thể bước đi được vì bệnh ung thư, đã trở nên khỏe mạnh và bước đi. Một bé trai sáu tuổi không biết nói cũng chẳng biết đi, đã có thể nói và đi được.

Tường Thuật Trên CNN

Với những lời chứng về chữa lành, tiếng vỗ tay, tiếng reo mừng, sự cảm động và khoái chí của dân chúng đã khiến cho sân vận động như thể muôn dân nhóm lại một nơi. Có người thì vẫy khăn tay, người thì nhảy múa và nhấc bổng ghế lên cao.

Chiến dịch được truyền trực tiếp qua đài truyền hình quốc gia Uganda và WBS. Tin tức về chiến dịch được tường thuật

Được CNN tường thuật

hàng ngày trên 4 kênh và đồng thời trên nhiều đài phát thanh khác nhau. Ngay cả CNN và một phát thanh viên đến từ Vương Quốc Anh cũng có mặt tại hiện trường để lấy và đưa tin.

"Tiến Sĩ Jaerock Lee đã chứng tỏ rằng ông là người của Đức Chúa Trời qua việc bày tỏ nhiều dấu và sự kỳ diệu của Chúa Jêsus Christ bởi quyền năng của Đức Chúa Trời. Ấy là những dấu và sự kỳ diệu mà chỉ có thể đến từ người của Đức Chúa Trời..."

Thậm chí ngay sau khi chiến dịch kết thúc, CNN tường thuật về quyền năng của Đức Chúa Trời đến ba lượt. Chúa đã có kế hoạch ưu tiên bày tỏ công việc của Ngài ở những quốc gia khác. Trong khi những người được chữa lành làm chứng về những gì đã xảy đến cho mình, những người khác có được đức tin và thấy

được công việc của Đức Chúa Trời. Họ mang đến rất nhiều khăn tay để nhận lấy sự cầu nguyện lên đó.

Có rất nhiều thư từ, hình ảnh và đề tài cầu nguyện. Tôi chẳng có đủ thời gian để cầu nguyện cho mỗi một thứ trong chúng, nên tôi đã cầu nguyện hết thảy cho chúng trong một lượt. Kế theo, những người khác cũng mang đến hàng mớ thứ để được cầu nguyện.

Nhiều lãnh đạo hội thánh của Uganda đã được nghe sứ điệp hằng sống và thuần khiết cùng sự chứng kiến những công việc hiển nhiên đến từ quyền năng Đức Chúa Trời. Họ thừa nhận rằng đức tin của mình được làm mới lại và họ được thêm sức.

Sau chiến dịch, nhiều mục sự đến với tôi quỳ gối và ăn năn

về những công việc đánh phá chiến dịch mà họ đã làm. Tôi nghe những người trong ban tổ chức chiến dịch cũng nhận rất nhiều cuộc điện thoại ăn năn như vậy. Vì họ chẳng biết rằng tôi là người của Đức Chúa Trời, nên đã quấy rầy, họ muốn được bày tỏ lòng ăn năn bằng hành động.

Tin Nhận Những Công Việc Bởi Quyền Năng Đức Chúa Trời

Một người nữ 22 tuổi, là người Hồi Giáo đã không thể đi được vì bị bại liệt phần hạ bộ cơ thể, thế nhưng trong chiến dịch nầy chị đã được chữa lành. Một số nhà cầm quyền Hồi Giáo ra sắc lệnh khóa miệng, cấm bất kỳ người nào nói đến sự chữa lành của người chị em đó trong chiến dịch nầy. Dầu vậy, tôi có nghe chị ta nói rằng, "Tôi đã tham dự và được chữa lành trong chiến dịch nầy, nên tôi phải nói ra."

Người dân Uganda có lòng nghèo khó, họ đã tin nhận phúc âm thiêng thượng và công việc bởi quyền năng Đức Chúa Trời với lương tâm trong sáng mình. Hoặc là mục sư hay những tín đồ bình thường, nếu có ai quanh mình được chữa lành, họ liền vui mừng và reo vang như thể chính mình được lành. Thậm chí sau khi chiến dịch đã kết thúc, dân chúng vẫn còn đứng đó một hồi lâu. Tôi rất cảm động về tấm lòng nhân từ và trong sáng của họ.

Có một người bởi mắt thuộc linh của mình mà nhìn thấy xe lửa và ngựa lửa ở xung quanh nơi xảy ra chiến dịch (2Các Vua 6:17). Đức Chúa Trời đã đẩy lùi công việc của kẻ thù ma quỉ qua thế lực nầy. 'Ngựa và xe bằng lửa' chính là những thiên binh, thiên sứ đang hiện diện ở đó.

Sau chiến dịch, khi tôi cầu nguyện cho người dân Uganda, Đức Chúa Trời cho tôi biết rằng mặc dầu họ có thể hát ngợi khen hết lòng, nhưng họ chỉ biết rất ít về lời Ngài.

"Người dân của quốc gia nầy ca hát ngợi khen để tôn vinh Đức Chúa Trời với trọn cả tấm lòng. Họ biết Đức Chúa Trời qua sự ngợi khen, song họ chẳng biết Chúa qua lời Ngài. Nhưng lần nầy, ngươi đã cho họ biết rõ về Đức Chúa Trời qua lời hằng sống."

Lời Đức Chúa Trời và những công việc ra bởi quyền năng Ngài được tỏ ra trong chiến dịch nầy đã nhanh chóng được biết đến cách rộng rãi qua nhiều phương tiện truyền thông và chương trình phát sóng. Qua chiến dịch nầy, các hội thánh ở Uganda đã được hiệp một và mạnh mẽ hẳn lên.

Mười Người Câm – Điếc Được Chữa Lành Tại Chiến Dịch Nagoya

Sau chiến dịch Uganda, Chúa hướng dẫn chúng tôi tổ chức một chiến dịch tại Nhật Bản. Ở đây người ta thờ phụng rất nhiều thần tượng, số người tin Chúa chưa đến 1%.

Có một số mục sư người Nhật là những người đã được Chúa đụng chạm và lòng họ được cảm động trong Chiến Dịch Liên Minh Nhật – Hàn được tổ chức tại hội thánh chúng tôi năm 1992. Họ muốn thiết lập mối thông công lâu dài và hỗ trợ truyền giáo. Lần đầu tiên chúng tôi gởi đội truyền giáo đến Nhật Bản vào năm 1994 và thiết lập một chi nhánh hội thánh ở đây. Từ đó sứ mệnh truyền giáo đến Nhật Bản của chúng tôi được bắt đầu.

Chiến dịch đã được sắp xếp để tổ chức vào ngày 14, tháng chín, 2000, nhưng từ ngày 11, trời bắt đầu mưa nặng do ảnh hưởng của bão nhiệt đới. Tin tức cho biết thành phố Nagoya đã bị ngập lụt. Họ dự báo rằng cơn bão đang hướng đến Hàn Quốc.

Tại Nhật Bản đã có hơn 30.000 căn hộ bị ngập lụt. Thành

phố Nagoya ra lệnh cho 17.000 dân phải di tản. Cả thành phố đều ngưng hoạt động. Có lời cảnh báo rằng sẽ có mưa lớn trong tuần lễ đã được lên hoạch tổ chức chiến dịch.

Dầu vậy, vào ngày 13 tháng 9, khi chúng tôi đến Nhật Bản, thì mưa lụt đã tạnh, và nước lũ rút khỏi thành phố. Chúng tôi có thể tổ chức chiến địch theo đúng kế hoạch đã sắp đặt, từ 14 đến 15 tháng chín, trong thời tiết đẹp của mùa thu. Ban Nhạc Nissi của hội thánh chúng tôi đã cống hiến cho họ một cuộc trình diễn về văn hóa Cơ Đốc Nhân có tính nghệ thuật cao.

Đặc biệt trong chiến dịch nầy có 13 người câm – điếc đến tham dự. Chúng tôi đã cho thông dịch ra ngôn ngữ điệu bộ để họ có thể hiểu được sứ điệp, họ lắng nghe rất chăm chú.

Vào ngày thứ hai, qua sự cầu nguyện, 10 người ấy đã được chữa lành ngay một lúc bởi sự thương xót của Đức Chúa Trời. Thật vô cùng cảm động khi thấy họ vui mừng và làm chứng rằng họ có thể nghe được.

Nishio Shenbrio không thể cầm giữ được niềm vui khi cô nói rằng mình đã bị điếc từ khi mới sinh, hai năm trước chiến dịch nầy, tai cô có những tiếng kêu o o, song những thứ đó đã dần dần ra khỏi và cô đã có thể nghe được.

Tôi Lên Đường Đến Pakistan Với Tinh Thần Tuẫn Đạo

Tại quốc gia Pakistan có 97% dân số theo Hồi Giáo. Theo hiến pháp thì họ có quyền tự do tôn giáo, thế nhưng giới Cơ Đốc Nhân ở đây phải đương đầu với đủ thứ bất lợi cùng nhiều thứ khác.

Họ thường chịu khốn đốn với nạn bạo lực và thậm chí bị giết, song họ chẳng thể đòi quyền lợi được. Vì cớ có nhiều vụ đánh bom xảy ra trong những nhóm Hồi Giáo khác nhau, thử hỏi một Cơ Đốc Nhân có còn cơ hội nào chăng?

Thực ra tôi đã sẵn sàng tuẫn đạo. Khi cầu nguyện cho chiến dịch nầy, Đức Chúa Trời phán rằng, "*Sẽ có nhiều công việc quấy phá cho đến chừng chiến dịch được tổ chức. Dầu vậy ta sẽ cảm động các quan chức cấp cao để giúp đỡ ngươi, vậy chớ lo lắng mà chi. Chiến dịch sẽ được tổ chức trong sự an ninh mà chẳng hề gặp tai nạn hay rủi ro nào, ngươi sẽ làm vinh hiển ta cách lớn lao.*"

Vào ngày 16 tháng mười, năm 2000, trong chuyến bay đến Pakistan, nhìn qua cửa sổ tôi thấy một chiếc cầu vồng có bốn phần hiện ra rất rõ.

Tôi nhận ra rằng Đức Chúa Trời đã tỏ cho thấy chiếc mống nầy với ngụ ý Ngài sẽ bảo đảm bốn ngày chiến dịch tại Pakistan bằng những hào quang của bốn tầm thước quyền năng Ngài. Các mục sư, những người trong ban tổ chức chiến dịch và những phóng viên báo chí có mặt tại sân bay để chào đón chúng tôi.

Cynthia, con gái của Mục Sư Wilson John Gil, cũng đến tận sân bay để đón tiếp chúng tôi. (Tôi đã giới thiệu về lời chứng của cô trong chương ba.) Cô đã trở thành một thiếu nữ hoàn toàn khỏe mạnh.

Trong thành phố Lahore có rất nhiều tờ quảng cáo dán tường về chiến dịch nầy. Đồng thời chiến dịch nầy cũng được quảng bá rộng rãi trên nhiều phương tiện truyền thông đại chúng. Những tờ quảng cáo dán tường bị xé rách khắp nơi bởi tay những người Hồi Giáo, và ngay cả việc đe dạo đánh bom.

Vào ngày 18, tháng 10, những người trong ban tổ chức đã chuẩn bị một bó hoa chào đón chúng tôi tại khách sạn quốc tế Avari. Nhiều quan chức cấp cao đã có mặt, kể cả S.K. Tresler, Bộ Trưởng Bộ Văn Hóa, Thể Thao, Tuổi Trẻ, và Du Lịch; Bộ Trưởng Bộ Tư Pháp của Bang Pun-jab; và Chánh Án tiền nhiệm Tòa Án Tối Cao.

Trước tiệc chiêu đãi, có một sự kiện ngoài tưởng tượng đã xảy ra. Ông Abdula, một trong những lãnh đạo Hồi Giáo tối cao của bang Punjab, đã đi xe lăn đến để được cầu nguyện cho đôi chân mình.

Những người theo Đạo Hồi không được phép có quan hệ với giới Cơ Đốc Nhân. Ấy vậy, đối với một người lãnh đạo Hồi Giáo đến với tôi để được cầu nguyện, thì đây là một quyết định lớn đối với cá nhân ông ta. Khi cầu nguyện cho người lãnh đạo Hồi Giáo nầy, tôi nhận ra rằng Chúa Jêsus đã thắng trong trận chiến thuộc linh của chiến dịch nầy.

Vì đây là một quốc gia hồi giáo, nếu không có sự ủng hộ từ phía nhà cầm quyền thì sẽ rất khó cho việc tổ chức chiến dịch. Đức Chúa Trời đã sắm sẵn những cánh tay trợ giúp từ trước.

Những Cánh Cổng Đóng Chặt

Ấy là ngày đầu tiên của hội nghị các mục sư, vào lúc 9 giờ sáng ngày 19 tháng 10. Sáng hôm đó, tôi nghe hội nghị đã bất ngờ bị hủy bỏ. Sân vận động và hội nghị địa phương cũng bị đóng cửa. Thực ra, chúng tôi đã có đủ các loại giấy phép cần thiết từ phía nhà cầm quyền.

Khi chúng tôi đến địa điểm tổ chức chiến dịch, cảnh sát vũ trang đã ra chặn chúng tôi lại. Khi đoàn chúng tôi yêu cầu họ mở cổng, họ chỉ để cho xe tôi cùng mấy người tùy tùng vào. Rồi họ lại đóng cổng nữa. Các viên cảnh sát trưởng được trang bị súng trường và lựu đạn cầm tay đã ngăn chặn các xe buýt không cho vào sân vận động.

Vì sức ép từ phía những người Hồi Giáo lên chính quyền nhà nước, chính phủ đã phải hủy đại hội vì lý do an ninh. Từ phía trong sân vận động, có một số mục sư địa phương đã có mặt ở đó trước khi các cổng bị đóng chặt. Họ ngợi khen và cầu nguyện.

Dần dần, các sĩ quan công an trở nên cứng rắn hơn với dân chúng. Có nhiều người đã phải đi hơn 10 đến 20 giờ để đến đây, nhưng họ thậm chí không thể đến gần được sân vận động. Từ đằng xa bên ngoài những cánh cổng, tôi nghe tiếng dân chúng hát ngợi khen và cầu nguyện.

Tôi chỉ biết trông cậy Đức Chúa Trời mà cầu nguyện, và nghe có tiếng đáp rằng, *"Không ai có thể quấy phá chiến dịch nầy. Vào giữa trưa, các cánh cổng sẽ mở ra."*

Tôi nói với dân chúng, "Xin chớ lo lắng, hội nghị sẽ được bắt đầu vào lúc giữa trưa."

Thật ra, lực lượng cảnh sát có vũ trang vẫn còn canh gác tại các cổng, tình hình chẳng thấy có sự thay đổi nào. Song đoàn truyền giáo cùng tôi đều bởi đức tin mà nói rằng hội nghị sẽ bắt đầu vào giữa trưa.

Một Cánh Tay Trợ Giúp Được Chúa Sắm Sẵn

Và như chúng tôi đã xưng nhận bởi đức tin, các cổng sân vận động đã được mở vào lúc giữa trưa.

Rất nhiều người tiến vào sân vận động với thái độ chững chạc, hai tay đưa lên cao, trông như những vị tướng vừa thắng trận trở về. Bộ trưởng S.K. Tresler hay tin cuộc hội nghị đã bị hủy bỏ, ông bèn gọi đến cho những quan chức nhà nước yêu cầu cho phép cuộc hội nghị được tiến hành, và sau đó ông liền đích thân đến tham dự.

Ông đang chuẩn bị lên đường đi Islamabad, nhưng khi nghe tin nầy, ông bèn hoãn lại để đến với hội nghị nầy. Những người đang chờ đợi từ các vùng ngoại ô thành phố tiếp tục cầu nguyện cho hội nghị được bắt đầu, cũng đến trong niềm hân hoan phấn khởi.

Ông Bộ Trưởng S.K. Tresler gởi thông điệp chúc mừng đến hội nghị các mục sư. Trong hai ngày hội nghị, tôi giảng về bí quyết phát triển hội thánh và 'Sứ Điệp Thập Tự Giá.' Khi tôi cầu nguyện cho người bệnh, một cô gái bị quỉ ám được phóng thích. Một người bị u bướu 14 năm được chữa lành, khối u biến mất.

Một số người điếc có thể nghe được. Có rất nhiều lời chứng của những người được phóng thích khỏi những xiềng xích đau khổ. Tin nầy truyền đi rất nhanh qua đài truyền hình quốc gia và nhiều đài khác, qua báo chí, và được truyền miệng từ người nầy qua người khác.

Người Ta Tập Hợp Lại Ngay Cả Bên Ngoài Nơi Tổ Chức Chiến Dịch

Lúc 7 giờ tối, ngày 20 tháng 10, chiến dịch được bắt đầu tại Học Viện Burt. Vì hội nghị mục sư được tổ chức rất thành công, người ta luôn tập trung đông đúc trong khu vực ấy. Trong ba ngày hội nghị, mỗi ngày có đến hàng trăm ngàn người đến tham dự.

Người ta đã tập trung đến từ khắp mọi miền đất nước bằng các phương tiện như xe buýt và tàu hỏa. Nơi tổ chức chiến dịch đông nghẹt người, đến nỗi không còn chỗ trống. Những người không thể vào được bên trong, lắng nghe sứ điệp từ bên ngoài qua những chiếc loa phóng thanh. Tôi còn nghe nhiều người phải quay trở về vì họ không thể đến đủ gần để có thể nghe được.

Ngày thứ hai và thứ ba, người đến dự càng thêm đông, ngay cả bên ngoài cũng đông nghịt người. Ngày thứ nhất cảnh sát có thái độ tìm cách ngăn chặn đại hội, đến ngày thứ hai và thứ ba thái độ ấy hoàn toàn thay đổi, họ đã giúp đỡ và bảo vệ an ninh cho chúng tôi đến cuối cùng.

Lực lượng cảnh sát vũ trang hạng nặng đã bảo vệ sân khấu và phái đoàn chúng tôi suốt ngày. Họ tổ chức nhiều lớp rào an ninh chung quanh địa điểm chiến dịch nhằm duy trì sự an ninh tuyệt đối.

Nhiều quan chức cấp cao và lãnh đạo hội thánh đã tham gia

chiến dịch, đài truyền hình quốc gia cùng nhiều cơ quan báo chí khác đã hăng say trong công việc đưa tin. Tin tức về chiến dịch nầy đã nhanh chóng được truyền đến các quốc gia Trung Đông và các nước Hồi Giáo khác.

Tôi rao giảng sứ điệp nói về Chúa Jêsus là Cứu Chúa của chúng ta. Tôi cũng quả quyết rằng hết thảy bệnh tật có thể được chữa lành và mọi nan đề có thể được giải quyết và họ có thể được vui hưởng sự sống đời đời nơi thiên đàng chỉ khi chúng ta cầu nguyện trong danh Chúa Jêsus Christ. Những người đến dự đã hết sức chăm chú lắng nghe sứ điệp. Sứ điệp đã được thông dịch sang tiếng Anh và Urdu.

Hàng ngàn người Hồi Giáo cũng đến tham dự chiến dịch nầy. Các thành viên trong ban tổ chức cho biết rằng khoảng 50 – 60% số người tham dự là người Hồi Giáo. Đến một lúc tôi hỏi đám đông để biết họ có tin Chúa Jêsus Christ không, nếu có, hãy đưa tay lên. Hầu hết đều đưa tay lên cao. Quả thật, đây là giây phút đầy cảm động.

Trong ba ngày chiến dịch, sau phần giảng sứ điệp, tôi cầu nguyện cho hết thảy người bệnh cùng một lúc. Tôi đã dốc hết sức mình ra để cầu nguyện hầu cho có thể thêm một người nhận được sự chữa lành thiêng thượng. Qua sự cầu nguyện, Đức Chúa Trời đã bày tỏ công việc của Đức Thánh Linh cách mạnh mẽ và đầy quyền năng.

Khi kết thúc sự cầu nguyện, nhiều người kinh nghiệm được sự chữa lành thiêng thượng đã tiến lên sân khấu để làm chứng. Trong chốc lát, sân khấu không còn chỗ trống. Con số người kinh nghiệm được công việc chữa lành của Đức Chúa Trời trong chiến dịch nầy là không kể xiết.

Liên hiệp chiến dịch Pakistan

Nhiều chứng bệnh địa phương được chữa lành, nhiều quỉ phải lìa khỏi. Người mù được nhìn thấy, những kẻ điếc được rỗng tai. Có một thiếu nữ bị liệt bẩm sinh, không thể bước đi được đã có thể bước đi và một chân nọ của chị ngắn hơn chân kia 5cm đã mọc dài thêm ra.

Chiến dịch truyền giáo nầy đã được thực hiện nhờ vào sự ủng hộ, dâng hiến truyền giáo và kiêng ăn cầu nguyện của các thành viên hội thánh chúng tôi. Rất nhiều người bởi đức tin mình đã dâng 'hai đồng xu' vào khoản dâng truyền giáo. Đức Chúa Trời cho tôi biết rằng những người nầy sẽ nhận được phần thưởng tốt đẹp ở đất nầy cũng như các giải thưởng quý giá trên thiên đàng.

Đức Chúa Trời đã đẹp lòng với chiến dịch nầy, vì vậy Ngài đã phán rằng, ngay sau chiến dịch nầy Ngài sẽ bảo vệ hội thánh chúng tôi cùng hết thảy các hội thánh thành viên trên khắp nơi bằng ánh sáng của sự sáng tạo.

Đồng thời Ngài cũng ban cho tôi một thanh gươm bằng lửa làm ân tứ. Khi ánh sáng của sự sáng tạo xua tan đi mọi sự tối tăm, thì thanh gươm bằng lửa ấy sẽ rời ra và yếu đi. Ngài giải thích rằng, qua việc nầy Ngài sẽ bảo toàn lời tôi, chẳng hạn, nếu tôi truyền lệnh cho các xương liền lại, thì chúng sẽ liên kết và liền lại. Ngài cũng cho tôi biết rằng sẽ có những công việc sáng tạo.

Quyền Năng Đức Chúa Trời Làm Sống Lại Kẻ Chết

Vào ngày 6, tháng 5, năm 2001, trong lễ thờ phượng vào ngày Chúa Nhật, có một cầu vồng hiện ra rất rõ ôm lấy mặt trời trên đầu hội thánh chúng tôi. Đây là dấu cho thấy rằng Đức Chúa Trời ở cùng chúng tôi trong hai tuần Đại Hội Duy Trì Phục Hưng Đặc Biệt lần thứ chín sẽ được bắt đầu vào ngày hôm sau.

Suốt kỳ đại hội phục hưng, những chiếc cầu vồng và mống thẳng nhiều lần xuất hiện trên đầu hội thánh. Trong lần đại hộ nầy, cũng có rất nhiều công việc chữa lành. Chẳng hạn như, bệnh ung thư lan đến màng ruột và bệnh bạch cầu đã được chữa lành.

Yamazaki, đến từ Nhật Bản, lưng người nầy bị cong 90 độ đã mười năm trước kỳ đại hội phục hưng. Bà tham dự tuần lễ đầu tiên kỳ đại hội phục hưng qua Internet tại Nhật Bản. Khi nhận sự cầu nguyện cho người bệnh, lưng bà gần như được trở lại bình thường và cơn đau cũng lắng dần.

Bà rất đỗi ngạc nhiên và đã trực tiếp đến Hàn Quốc để tham dự phần còn lại của kỳ lễ nầy. Vào ngày 17 tháng 5, khi nhận sự cầu nguyện, lửa Thánh Linh giáng xuống trên bà, khiến toàn thân bà ướt đẫm mồ hôi và lưng bà hoàn toàn trở lại ngay thẳng.

Ueda Hideo, cũng đến từ Nhật Bản, người nầy đang bị bệnh đái đường, viêm gan và chứng nghiện rượu. Ông ta đến tham dự kỳ phục hưng nầy chỉ theo thể sự thúc giục của người khác. Khi nhận sự cầu nguyện, ông cảm thấy có thứ gì như rác rưởi được quyét ra khỏi đầu mình, và bởi sức mới được ban cho, bấy giờ ông có thể tự bước đi được.

Toàn Thân Đã Cứng Lại Và Lạnh Ngắt

Jaeho Lee là mục sư địa phương của hội thánh chúng tôi. Ngày 8 tháng 5, có điều gì đó xảy ra với ông ta. Người nhà ông cho tôi biết rằng, sáng sớm ông bỗng nhiên nôn mửa rất nhiều. Vào hai giờ chiều ông trở nên kiệt sức.

Ông liên tục bị mất nước qua đường tiêu chảy và nôn mửa, cho đến 5 giờ chiều thì bất tỉnh. Vì cơ thể bị mất nước rất nhanh, da ông trở nên nhăn nhó. Thậm chí hậu môn không khép lại được nữa, nước bọt màu trắng từ bên trong cứ chảy ra. Theo y học, thì đây là tình trạng đã chết.

Mới đây ông còn là một người khỏe mạnh, nhưng chỉ qua mấy giờ đã hóa ra nông nỗi nầy. Người nhà đưa ông đến hội thánh vào buổi tối của lễ phục hưng. Họ lo sợ buổi lễ bị ảnh hưởng nên đã chờ cho đến khi kết thúc họ mới cho tôi hay.

Lúc đó, toàn thân Mục Sư Lee đã mất cảm giác. Các cơ bắp bắt đầu co giật và tiếp đến ông rơi vào tình trạng bất tỉnh hoàn toàn.

Khoảng 11 giờ đêm, khi hay tin, tôi vội vàng bước ra ngoài.

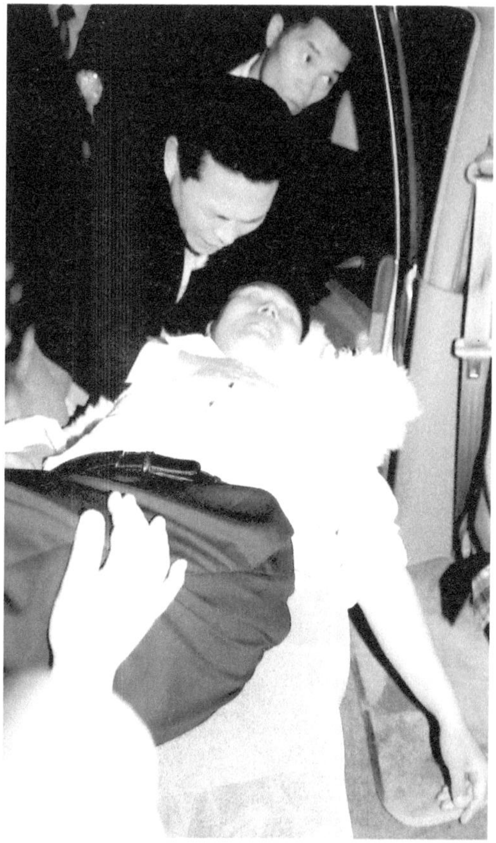

Mục Sư Lazarus Jaeho Lee đang được cầu nguyện trong tình trạng bất tỉnh

Mục Sư Jaeho Lee đang nằm chết lặng trên xe. Hai đồng tử mở to ra, toàn thân tê cứng và lạnh. Song người nhà ông tin rằng chỉ cần tôi đặt tay lên là ông sẽ sống lại.

Khi tôi cầu nguyện với Đức Chúa Trời và đặt trọn niềm tin vào nơi Ngài là Đấng làm cho sống lại cho dù là kẻ đã chết. Ngài nhậm lời ngay. Khi tôi cầu nguyện vừa xong, thân thể ông mềm ra và ông bắt đầu tỉnh lại. Trong vòng 5 phút, ông đã có thể tự đứng lên. Mục Sư Jaeho Lee đã đổi tên thành 'Lazarus' Lee, ông nói rằng mình đang sống cuộc sống được cho thêm. Hiện nay ông là một giáo sĩ đang thi hành chức vụ tại Mỹ Latin.

Ông đang làm chức vụ của một giáo sĩ đến Mỹ Latin (Sảnh Đường Hội Thành Phố Cuzco Peru)

Giảng Luận Về Sáng Thế Ký Và Những Điều Kỳ Diệu

Đức Chúa Trời khải tỏ cho tôi về Sáng Thế Ký. Vào ngày 1 tháng 12, năm 2000, nhằm vào ngày lễ cầu nguyện thâu đêm tối thứ sáu, tôi khởi sự loạt bài giảng về sách nầy. Ấy là loạt bài giảng kéo dài trong sáu năm. Đức Chúa Trời là Đấng đã tạo nên muôn vật, Ngài có thể làm sáng tỏ mọi sự ngay cả những việc từ trước vô cùng.

Ngày nay, mặc dù với sự tri thức cùng với nền khoa học tinh vi và phát triển, người ta chẳng thể biết được gì về những sự việc từ trước khi có thời gian. Chỉ khi nào Đức Chúa Trời khải tỏ sự ấy, thì chúng ta mới có thể hiểu được.

Vậy, làm sao chúng ta có thể biết được sự khải tỏ nầy là đúng? Sau khi Ngài bày tỏ cho hội thánh chúng tôi nhiều công việc đầy quyền năng như đã được ghi trong Kinh Thánh, Đức Chúa Trời bắt đầu khải tỏ cho tôi về sách Sáng Thế Ký.

Đức Chúa Jêsus phán rằng, *"Nếu các ngươi không thấy phép lạ và điềm lạ, thì các ngươi sẽ chẳng tin."* (Giăng 4:48).

Đúng như vậy, ngày nay mặc dù với những chứng cứ rành rành, người ta vẫn chẳng chịu tin, ấy vậy chúng ta rất cần những công việc của Đức Chúa Trời hằng sống.

Vào ngày 5 tháng tư, năm 2001, một hội nghị nhỏ của nhóm lãnh đạo do ban Sứ Mệnh Phụ Nữ ở hội thánh chúng tôi tổ chức. Hội nghị nầy có một chương trình đặc biệt, có tên gọi là 'Ngắm Xem Những Đám Mây.' Họ đã lập kế hoạch cho chương trình nầy từ tháng giêng cùng năm.

Vì Đức Chúa Trời đã bày tỏ cho chúng tôi nhiều sự kỳ diệu về những ngôi sao và sao băng, lúc bấy giờ, họ đã lập kế hoạch ngắm xem những đám mây. Tôi đã cầu nguyện cho sự kiện nầy.

"Lạy Chúa, trong hội nghị nầy, sẽ có một sự kiện trông xem những đám mây, vậy, xin hãy tỏ cho chúng tôi một sự kỳ diệu."

Chúa đáp rằng, *"Ta sẽ tỏ cho các ngươi một bức tranh toàn cảnh của nhiều đám mây."*

Lời cầu nguyện của tôi đã được nhậm, tôi nói điều nầy cho các thành viên hội thánh biết trước trong lễ cầu nguyện thâu đêm tối thứ sáu ngày 30 tháng 3, và trong lễ thờ phượng vào Chủ Nhật.

"Khi tổ chức sự kiện xem mây, Đức Chúa Trời sẽ tỏ cho chúng ta bức tranh toàn cảnh bằng nhiều hình dạng khác nhau của những đám mây."

Thực ra, vì kế hoạch đã được lập trước từ nhiều tháng, chúng tôi chẳng thể biết được vào ngày ấy thời tiết sẽ như thế nào. Chúng tôi cũng chẳng thể biết là bầu trời vào hôm ấy sẽ có mây hay có mưa gì chăng. Dầu vậy, tôi đã xưng nhận ra môi miệng và cầu nguyện cách dạn dĩ và Đức Chúa Trời đã nhậm lời tôi.

Từ tám giờ sáng hôm đó, một cầu vồng rất rõ hiện ra trên bầu trời. Buổi sáng, chúng tôi tổ chức hội nghị trong phòng thể dục dụng cụ. Sự kiện được lên kế hoạch cho 3 giờ chiều cùng ngày. Hàng ngàn tín đồ đến từ mọi miền đất nước đã có mặt tại nơi tổ chức sự kiện. Khi chúng tôi bước ra bên ngoài với niềm mong đợi về những gì sẽ xảy ra, tôi chỉ có thể nhìn thấy một bầu trời trong xanh không một gợn mây.

Sự kiện được mở đầu bằng sự cầu nguyện của tôi để được nhìn xem những đám mây. Chúng tôi tiến hành nghi lễ và các tín hữu đã đi vòng quanh sân. Lúc bấy giờ, những đám mây có hình dạng những con chiên bắt đầu tuôn đổ ra từ khu vực chung quanh mặt trời rồi dần dần che kín cả bầu trời. Chúng di chuyển từ tây sang đông.

Chẳng phải những đám mây sẵn có trên bầu trời di chuyển mà bèn là cổng thiên đàng mở ra, những đám mây từ đó đi ra. Những đám mây có hình những con chiên nầy che khuất cả bầu trời, rồi sau đó biến mất, tiếp theo là những đám mây hình chữ 'V', là biểu tượng chiến thắng. Và cũng có những đám mây hình những vị tiên tri, rồi sau đó biến mất.

Cho đến khi những đám mây dày đặc xuất hiện che kín mặt trời, mặt trời xem giống như mặt trăng. Chẳng mấy chốc bầu trời trở nên tối tăm như lúc nửa đêm. Đức Chúa Trời tỏ chúng tôi biết Ngài đã dẫn dắt dân sự Israel trong đồng vắng trong cuộc Xuất Hành là thể nào.

Qua sự dời chuyển những điều kỳ diệu nầy trên bầu trời, Đức Chúa Trời cho chúng tôi hiểu được về việc mở 'cửa sổ' hay 'cổng' thiên đàng. Quả thật đây là một bức tranh toàn cảnh kỳ diệu do Đức Chúa Trời tạo ra từ những đám mây trong một giờ rưỡi. Thật quá tuyệt vời.

Chiến Dịch Chữa Lành Qua Khăn Tay Tại Indonesia

Vào năm 2001, từ ngày 19 – 29 tháng tư, chúng tôi sai phái các trợ lý mục sư và đội truyền giáo đến Indonesia để tiến hành một chiến dịch chữa lành qua khăn tay tại bốn thành phố thuộc ban Iryanjaya.

"Về phần các môn đồ, thì đi ra giảng đạo khắp nơi, Chúa cùng làm với môn đồ, và lấy các phép lạ cặp theo lời giảng mà làm cho vững đạo" (Mác 16:20).

Đội truyền giáo đã tổ chức nhiều chiến dịch và sử dụng những chiếc khăn tay mà tôi đã cầu nguyện trên đó. Hễ khi nào có ai yêu cầu tôi cầu nguyện lên khăn tay, tôi bèn cầu nguyện rằng, "Hãy truyền cho khăn tay nầy với quyền năng sáng tạo hầu cho bất kỳ khi nào họ cầu nguyện bởi đức tin thì kẻ chết có thể được sống lại." Khi họ sử dụng những chiếc khăn tay nầy trong sự cầu nguyện bởi đức tin, những công việc mạnh mẽ và đầy

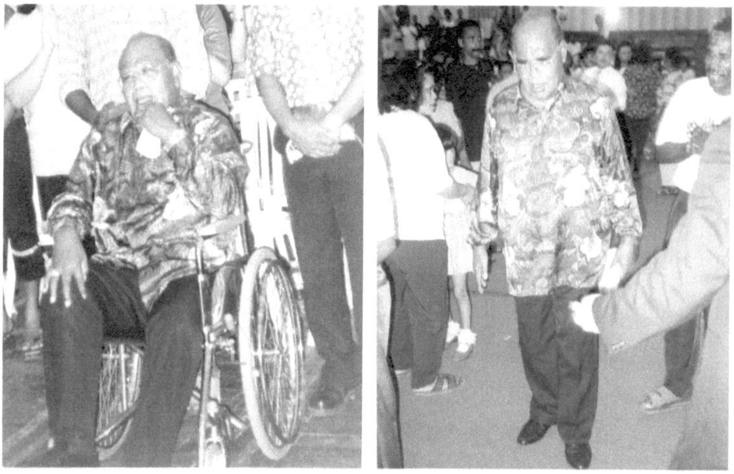

Jacob Patipi đứng dậy khỏi xe lăn và bước đi sau khi được cầu nguyện bằng khăn tay

quyền năng của Đức Thánh Linh liền xảy ra.

Mỗi buổi Đức Chúa Trời đều bày tỏ cho những công việc nóng cháy của Đức Thánh Linh. Khi đội truyền giáo tuyên giảng sứ điệp và sử dụng khăn tay trong việc cầu nguyện, những ác linh phải lìa khỏi. Những trẻ em bẩm sinh không biết đi đã trở nên biết đi, những kẻ không thể nghe đã có thể nghe được. Nhiều dấu lạ đã xảy ra. Báo chí địa phương cũng theo sát những gì đang diễn ra. Có một phát thanh viên còn yêu cầu đội truyền giáo chúng tôi đến với chương trình phát sóng trực tiếp của họ.

Một Thống Đốc Đứng Dậy Khỏi Xe Lăn Mình

Cựu thống đốc ban Iryanjaya, Indonesia, ông Jacob Patipi lúc bấy giờ 65 tuổi. Hồi năm 1996, ông bị một cơn đột quỵ và té ngã do huyết áp cao, dẫn đến hậu quả một phần thân thể ông bị liệt. Ông đến tham dự chiến dịch nầy trên xe lăn mình. Ông chỉ có thể bước đi được với sự giúp đỡ của bốn người. Ông chẳng nói được cũng chẳng nghe rõ.

Nhưng khi người trợ lý mục sư của chúng tôi đặt khăn tay lên ông và cầu nguyện, ông đứng dậy khỏi xe lăn và bước đi. Đồng thời ông cũng có thể nghe và nói được. Sau khi chiến dịch kết thúc, chúng tôi nhận được những lá thư đánh giá cao từ ban Iryanjaya nói rằng ông Jacob Patipi đã có thể có cuộc sống bình thường.

Những Công Việc Của Đức Thánh Linh Làm Rung Chuyển Công Viên Uhuru

Tháng sáu năm 2001 chúng tôi tổ chức một chiến dịch tại Kenya, thành phố cửa ngõ của Đông Phi. Quyền năng sáng tạo đã ban cho tại chiến dịch Pakistan cũng được bày tỏ trong chiến dịch nầy. Trước khi tổ chức chiến dịch, chúng tôi có một hội nghị mục sư tại Trung Tâm Hội Nghị Quốc Tế Kenyatta ở Nairobi.

Tôi giảng giải về Đức Chúa Trời là Đấng đã hiện hữu từ trước vô cùng. Tôi cũng nói về sự phản loạn của Lucifer, Vườn Ê-đen, và về lãnh vực thiêng liêng. Những người tham dự hết lòng chăm chú lắng nghe với sự khao khát lời sự sống. Có một số người nhịn ăn trưa để giữ chỗ ngồi.

Ngày hôm sau, có khoảng 8.000 người tham dự, nhiều hơn ngày đầu 2.000 người. Ấy là vì có một số mục sư ban đầu đã không hợp tác vì cớ họ nghe những tin đồn thất thiệt, nhưng cuối cùng nhiều người trong số họ đã đến với hội nghị ngày tiếp theo. Có một số giáo sĩ Hàn Quốc là những kẻ tạo ra những tài

liệu giả dối rồi phát tán đến các hội thánh và các cơ quan báo chí trong nỗ lực ngăn chặn không cho chiến dịch được tổ chức.

Đại Chiến Dịch đã được tổ chức từ ngày 29 tháng 6 đến ngày 1 tháng 7 tại Công Viên Uhuru. Vì sân khấu đối diện với mặt trời, nên việc rao giảng sứ điệp sẽ phải gặp ít nhiều khó khăn.

Tại đây Đức Chúa Trời cũng đã bày tỏ công việc của Ngài. Khi tôi bước lên bục giảng để công bố sứ điệp, có những đám mây bắt đầu di chuyển và che khuất mặt trời. Nhờ vậy tôi đã rao giảng sứ điệp cách thoải mái.

Mọi người hết sức ngạc nhiên khi chứng kiến sự nầy trong ba ngày liên tục. Ngay cả người tài xế địa phương lái xe cho tôi cũng lấy làm kinh ngạc trước sự kiện nầy.

Ngay từ ngày đầu của chiến dịch, sân khấu đã đầy dẫy những

Chiến dịch liên hiệp Kenya (Công viên Uhuru)

người muốn làm chứng về sự chữa lành qua sự cầu nguyện. Mỗi ngày công viên Uhuru đã phải chứa đến hơn một trăm ngàn người.

Có một em bé chân ngắn chân dài và đi lại khó khăn, đã được chữa lành và bắt đầu nhảy nhót. Nhiều người bị mắc bệnh AIDS đã được chữa lành cũng như nhiều chứng bệnh khác. Nhìn mọi người sung sướng tôi cảm thấy đây là phần thưởng của mình.

Ngày tiếp theo, chúng tôi có buổi họp mặt dùng tiệc trưa cùng với các thành viên trong ban tổ chức. Nhiều giám mục rất ngạc nhiên trước sự bày tỏ quyền năng của Đức Chúa Trời và đã hỏi tôi làm sao để họ có thể nhận được quyền năng đó.

Có rất nhiều lời bình luận như:

"Đây là lần đầu tiên trong đời tôi được thấy có rất nhiều người được chữa lành ngay một lúc, và lại càng là điều đáng ngạc

Người phụ nữ què đã bước đi

nhiên hơn khi thấy ông chẳng cầu nguyện cho từng người."

"Tôi cảm thấy như được nhìn lại những cảnh đã được ghi trong Kinh Thánh hơn hai ngàn năm trước."

"Tôi không thể thực sự hoàn toàn tin vào Kinh Thánh, nhưng qua chiến dịch nầy, tôi hoàn toàn tin chắc rằng Kinh Thánh là thật."

Hết thảy những đầy tớ của Đức Chúa Trời đều có ước ao bày tỏ được quyền năng Ngài như chính Chúa Jêsu đã làm hầu cho qua những dấu kỳ phép lạ cặp theo mà có thể làm vững đạo. Dầu vậy, để giải bày hết mọi sự đó trong một thời gian ngắn ngủi, thì không phải là chuyện dễ.

Trong chuyến bay trở về Hàn Quốc, nhìn qua cửa sổ tôi có thể nhìn thấy những chiếc cầu vồng và mống thẳng.

Làm Sống Lại Những Chân Tóc Đã Chết

Năm 2001, anh Heehoon Park có một mái tóc thật dày, song đến năm lớp 7, anh bắt đầu khốn khổ với căn bệnh hói đầu mà không rõ nguyên nhân. Tóc anh cứ rụng dần, khi vào cấp ba, đầu anh chỉ còn vài sợi tóc. Trông thật đáng thương, thậm chí giống như anh vừa mới cạo trọc.

Các bác sĩ nói rằng trường hợp tóc quăn bị rụng là sự hiếm thấy. Họ cũng cho biết rằng đây là trường hợp rụng tóc không phải do nguyên nhân chân tóc yếu mà là bị chết. Chẳng có cách điều trị nào.

Điều trị bằng y dược chẳng có tác dụng gì, anh đã sử dụng đến các loại dược thảo, song cũng chẳng có kết quả. Anh sử dụng đến những liệu pháp cổ truyền cùng những loại thuốc đắc tiền, nhưng không thứ nào có tác dụng cả.

Năm cuối cấp ba, anh bắt đầu tham dự trong hội thánh chúng tôi. Anh dự 2 tuần Đại Hội Duy Trì Phục Hưng Đặc Biệt vào năm 1988, tóc anh bắt đầu mọc trở lại. Từ khi có nước ngọt

Muan, anh liên tục xịt nước ấy lên đầu mình.

Vào năm 2001, mái tóc rụng của anh đã hoàn toàn được phục hồi. Những chân tóc chết đã được làm sống lại bởi ơn huệ của Đức Chúa Trời, anh đã có lại mái tóc hoàn toàn khỏe mạnh.

Khởi Đầu Quyền Năng Tối Cao Của Đấng Tạo Hóa

Philippines là một quốc gia mà phần lớn người dân đều theo Công Giáo La Mã, nhà nào cũng có tượng Nữ Đồng Trinh Mary. Người ta thường cầu xin Mary ban phước cho mình. Tháng 9 năm 2001, Đức Chúa Trời đã cho phép Quyền Năng Tối Cao Của Đấng Tạo Hóa, là đỉnh cao quyền năng Ngài, được bày tỏ tại chiến dịch Philipines.

Khi tôi cầu nguyện cho chiến dịch Philippines, Đức Chúa Trời phán rằng, Ngài sẽ dấy lên hồi chuông cảnh báo cuối cùng cho toàn thể Công Giáo La Mã trên thế giới qua chiến dịch nầy. Có nghĩa rằng trong quá khứ, Ngài cũng đã từng cảnh báo họ qua 'tiếng gọi thức tỉnh.'

Có lần tôi nghe nói rằng tượng Mary đổ nước mắt bằng huyết. Song Công Giáo La Mã chẳng tự nhận biết về lý do khiến Đức Chúa Trời đã bày tỏ ra điều nầy.

Mary, Một Công Cụ Của Đức Chúa Trời

Nữ Đồng Trinh Mary chỉ là một tạo vật như hết thảy loài người. Song khi Chúa Jêsus hiện đến trên đất trong hình thể loài người, thì Mary được sử dụng để sinh hạ Ngài. Dầu vậy, Mary không thể trở thành mẹ của Đức Chúa Jêsus.

Vì Đức Chúa Jêsus được hoài thai bởi Đức Thánh Linh, trong sự hoài thai đó, không có sự kết hợp của trứng và tinh trùng, Ngài chẳng nhận trứng của Mary cũng chẳng nhận gì từ tinh trùng của Giô-sép, Giô-sép chẳng thể trở thành cha của Chúa Jêsus. Bởi vậy, trong Kinh Thánh chúng ta có thể nhận thấy rằng Đức Chúa Jêsus chẳng hề gọi Mary là 'mẹ.'

"Hỡi đàn bà kia, đó là con của ngươi!" (Giăng 19:26).

Lời nầy được sứ đồ Giăng ghi lại khi người đứng cạnh chân thập giá nơi Đức Chúa Jêsus đang chịu cực hình. Chúa Jêsus không gọi Mary là 'mẹ' mà gọi 'đàn bà.' 'Con trai' ở đây nói đến sứ đồ Giăng.

Trong sách Giăng 2:4, Chúa Jêsus cũng đáp cùng Mary rằng, *"Hỡi đàn bà kia, ta với ngươi có sự gì chăng? Giờ ta chưa đến."* Chúa Jêsus dùng danh xưng 'đàn bà' nhằm nói rằng Ngài đã đến thế gian với tư cách là Chúa Cứu Thế.

Đức Chúa Jêsus, Cứu Chúa chúng ta là Đức Chúa Trời Ba Ngôi Một Thể, chính Ngài là Đấng Tạo Hóa, ấy vậy chẳng thể có ai là mẹ của Ngài được. Trong sự hiểu biết như vậy, Chúa Jêsus đã không gọi Mary là mẹ mà gọi với danh xưng 'đàn bà.'

Khi Công Giáo La Mã tạc những bức tượng bà Mary để thờ phượng chúng, điều ấy là phạm đến Mười Điều Răn của Đức Chúa Trời nói rằng chúng ta chớ làm bất kỳ một hình tượng nào, cũng chẳng thờ lạy nó.

Khi Nữ Đồng Trinh Mary nhìn xuống từ thiên đàng, thấy loài người làm nên Chúa Jêsus chỉ là một hài nhi bên cạnh bà, rồi thờ lạy bà, một tạo vật, lẽ nào người lại chẳng thấy đau lòng đến nỗi đã đổ nước mắt ra máu sao?

Cơn Bão Nhiệt Đới Typhoons Đã Lặng Hẳn

Philippines nằm trong mùa bão nhiệt đới từ tháng 6 đến tháng 10, hầu như có mưa suốt ngày. Mưa lớn thường gây tắt nghẽn giao thông. Khoảng 11 giờ đêm, ngày 24 tháng 9, năm 2001, chúng tôi đến sân bay quốc tế Manila. Do ảnh hưởng bão nhiệt đới, nên có mưa và gió lớn.

Vừa đến nơi, chúng tôi liền có cuộc họp báo tại khách sạn Manila. Các phóng viên dường như rất quan tâm đến hướng đi và những hậu qua do cơn bão nhiệt đới khốc liệt ngày 11 tháng 9 gây ra.

"Chúng tôi đang chịu ảnh hưởng bởi cơn bão nhiệt đới ấy, một cơn bão khác đang sắp sửa đổ đến. Các ông có thể nào tổ chức chiến dịch ngoài trời được chăng? Đợt tấn công kinh khiếp của trận bão ngày 11 tháng 9 có để lại khó khăn gì chăng?"

Tôi công bố với họ rằng, "Kể từ hôm nay, sẽ chẳng có cơn mưa nào, và các cơn bão nhiệt đới cũng sẽ biến mất. Vì Đức Chúa Trời ở cùng chúng tôi, sẽ chẳng có thiên tai, chiến tranh hay tai nạn nào trong lúc nầy. Xin chớ lo lắng."

Tôi mạnh dạn tuyên bố như vậy với họ vì tôi đã kinh nghiệm rằng Đức Chúa Trời luôn ở cùng chúng tôi, khi tổ chức sự kiện ngoài trời, chúng tôi chẳng bao giờ gặp phải một cơn mưa nào. Các phong viên dường như chẳng thể tin lời tôi. Nhưng Đức Chúa Trời đã làm thành những gì tôi nói.

Chẳng giống như trong bản tin dự báo thời tiết, một cơn bão nhiệt đới với vận tốc 130km/h thình lình đổi hướng và tiến về Thái Lan. Một cơn bão khác bị chặn đứng và yếu dần như thể nó gặp phải bức tường kiên cố và phải lặng đi.

Mùa hè ở Philippines thường rất nóng và ẩm ướt. Dầu vậy, khi chúng tôi có mặt ở đó, thời tiết trở nên rất đẹp và có gió mát. Các mục sư địa phương vô cùng vui sướng và nói rằng chỉ cần nhìn xem thời tiết là họ biết chắc rằng Đức Chúa Trời đang ở cùng chúng tôi.

Cảm Nhận Được Quyền Năng Tối Cao Quyền Năng Sáng Tạo

Ngày 26 tháng 9, năm 2001, chúng tôi tổ chức hội nghị mục sư với khoảng 5.000 người tham dự tại trung tâm hội nghị quốc tế Manila.

Ngày 27 tháng 9, hội nghị mục sư vào buổi sáng, chiến dịch đầu tiên tại công viên Luneta, Manila vào buổi chiều. Cũng có rất nhiều người được chữa lành tại đây.

Gilbert Ondinal, là vận động viên bóng chày, một trong số những người được chữa lành. Anh đã gặp phải một vụ rủi ro nghiêm trọng trong lúc đang chơi bóng. Anh bị gãy chân và sái xương. Để có thể đi được, anh cần phải chịu phẫu thuật để cấy ghép hai xương lại với nhau bằng các thanh kim loại.

Tuy vậy, anh không đủ tiền cho ca phẫu thuật ấy, nên phải chịu khổ sở trong một năm đi nạng. Song, khi nhận được sự cầu nguyện tại cuộc hội nghị mục sư hôm ấy, toàn thân anh nóng lên và cơn đau biến mất.

Sau khi hội nghị kết thúc, Gilbert muốn đến công viên Luneta để tham dự chiến dịch, song anh đã bị nhỡ xe buýt. Anh chỉ còn cách chống nạng đi đến đó. Sau đó, anh nhận thấy rằng cơn đau đã biến mất, và có sức mạnh trong chân mình. Anh quăng nạng qua một bên và bước đi hơn 2 km để đến nơi tổ chức chiến dịch.

Đức Chúa Trời đẹp lòng với hành động xuất phát từ lòng khao khát ân huệ Ngài, nên đã khiến anh có thể bước đi với sức mới.

Sau đó, Gilbert đi đến bệnh viện để kiểm tra lại chân, bác sĩ cho biết rằng các chỗ xương gãy đã hoàn toàn liền trở lại và được phục hồi cách bình thường. Một thời gian sau anh viết thư cho chúng tôi và nói rằng anh có thể chơi lại bóng chày.

Tại Công Viên Luneta

Từ buổi ngợi khen và thờ phượng trong ngày đầu của chiến dịch, những công việc đầy quyền năng của Đức Thánh Linh đã xảy ra. Một số người được khiêng đến trên cáng đã đứng dậy và bước đi, và một số người làm chứng rằng họ được chữa lành ngay khi vừa mới đến vị trí chiến dịch. Một số được chữa lành trong khi lắng nghe sứ điệp. Có một người đương khi ngang qua, nghe tiếng ngợi khen thì bèn vào tham dự chiến dịch. Người nầy đã mười năm qua không thể nhìn thấy, nay đã được phục hồi thị lực.

Tôi kết thúc sự cầu nguyện cho người bệnh sau phần sứ điệp. Thình lình, từ bên dưới sân khấu có mấy người khiêng đến một kẻ đã cứng như gỗ.

Trông anh ta như một khúc cây. Anh bị chứng loạn tim rồi

bất ngờ bị ngã. Toàn thân cứng đơ, hai đồng tử như người chết.

Tôi lo sợ rằng nếu anh ta chết ở đây thì sẽ làm hổ danh Chúa. Tôi nhanh chóng đi xuống, nhân danh Chúa Jêsus Christ, đặt tay cầu nguyện cho anh ta. Khi lời cầu nguyện vừa dứt, anh ta tỉnh lại và ngồi dậy.

Đức Chúa Trời vận hành mạnh mẽ với Quyền Năng Tối Cao của sự Sáng Tạo. Tôi vô cùng cảm tạ Đức Chúa Trời về ân điển Ngài đã bày tỏ qua công việc với quyền năng lớn lao. Dầu vậy, khi về đến khách sạn, nước mắt tôi bỗng tuôn ra. Tôi quá bối rối trước Chúa vì đã không hoàn thành ý chỉ Ngài một cách lớn lao hơn.

Những Lời Tiên Tri Về Tình Hình Thế Giới

Năm 1982, ngay sau khi mở hội thánh, Đức Chúa Trời tỏ cho tôi biết rằng thế giới sẽ có ba thế lực chính: Hoa Kỳ, liên minh Nga – Trung, và EU (Liên Hiệp Châu Âu).

Ngài cũng cho tôi biết rằng Hoa Kỳ sẽ ngày càng trở nên đơn độc hơn, quyền lực của nó ngày càng yếu dần. Ngài nói rõ rằng ngay cả các nước đồng minh nó cũng quay lưng và chống đối nó, những nước ấy đi theo con đường mưu tìm lợi ích riêng của mình.

Khi mới lập quốc, Hoa Kỳ có lòng tôn kính Đức Chúa Trời, Ngài đã ban phước cho họ, khiến họ trở nên một quốc gia hùng mạnh nhất thế giới. Song ngày nay, dân chúng ở đây có khuynh hướng lãng tránh Đức Chúa Trời.

Đức Chúa Trời giảng giải rằng Trung Quốc sẽ liên minh với Nga, họ sẽ có những cuộc tập trận chung, và ngày càng trở nên mạnh mẽ hơn. Những quốc gia trước đây theo Mỹ sẽ quay sang Trung Quốc.

một cuộc viếng thăm Dubai

Thực tế ngày nay cho thấy rằng nhiều quốc gia ở châu Mỹ La Tinh và Phi Châu đang thiết lập những mối quan hệ ngày càng tốt hơn với Trung Quốc thay cho Hoa Kỳ. Khi tôi đang giảng sứ điệp về những điều nầy, thì việc Trung Quốc trở nên nổi trội trên trường quốc tế còn ở đằng xa. Vậy nên, những thành viên trong hội thánh dường như ngạc nhiên đến lặng người, chẳng thể đáp 'Amen'.

Nhìn vào thực tế lúc bấy giờ, họ không sao tin được. Đức Chúa Trời cũng cho tôi biết rằng, nền kinh tế thế giới sẽ bị suy yếu; giá xăng dầu sẽ leo thang, những quốc gia Trung Đông sẽ cấu hiệp nhau sử dụng xăng dầu như một vũ khí chống lại các quốc gia khác.

Tháng 6 năm 2001, Đức Chúa Trời cho biết rằng thế giới

hiện nay đang trong tình trạng tranh đua không giới hạn. Điều nầy có nghĩa rằng không phân biệt hệ thống kinh tế - chính trị, nhà nước dân chủ hay cộng sản, nhiều quốc gia sẽ liên hiệp hoặc xoay lưng lại với nhau tùy vào lợi ích riêng của chúng.

Trong quá khứ, một khi đã trở thành đồng minh với nhau thì mối quan hệ giữa các quốc gia ấy tiếp tục trong một thời gian dài, song ngày nay điều ấy không còn như vậy nữa. Sự ấy là vì thế giới đang đến hồi chung cuộc.

Khởi Đầu Bằng Vụ Khủng Bố Ngày 11 Tháng 9

Hầu hết những Cơ Đốc Nhân đều quan tâm, vui thích với sự hiện đến lần thứ hai của Chúa. Khi các môn đệ hỏi Chúa Jêsus về dấu của ngày sau rốt trong Ma-thi-ơ chương 24, Đức Chúa Jêsus đáp rằng, *"Các ngươi sẽ nghe nói về giặc và tiếng đồn về giặc. Hãy giữ mình, đừng bối rối, vì những sự ấy phải đến; song chưa là cuối cùng đâu. Dân nầy sẽ dấy lên nghịch cùng dân khác, nước nọ nghịch cùng nước kia; nhiều chỗ sẽ có đói kém và động đất. Song mọi điều đó chỉ là đầu sự tai hại"* (Ma-thi-ơ 24:6-8).

Ngày 21 tháng 10, năm 2001, tôi giảng sứ điệp với chủ đề, "Thời sau rốt sẽ có điềm gì?" Sau đây là một đoạn trích từ bài giảng đó:

"Như chúng ta biết, vào ngày 11 tháng 9, một bi kịch đã xảy ra gây sốc toàn cầu. Kẻ khủng bố tấn công trong lòng nước Mỹ. Nước nầy thề sẽ trả đũa, và cuộc chiến đã nổ ra. Bấy giờ cả thế giới đều liên lụy đến tình trạng căng thẳng nầy.

Đây là hồi chuông cảnh báo chúng ta về sự khởi đầu của thời sau rốt. Đây cũng sẽ là một nguyên nhân dẫn đến chiến tranh thế giới thứ III, là chiến tranh được Chúa cho phép. Đức Chúa Trời cho phép chiến tranh xảy ra, không có nghĩa rằng Ngài khiến cho cuộc chiến xảy ra.

Điều nầy có nghĩa rằng Đức Chúa Trời sẽ không ngăn chặn sự xảy đến của cuộc chiến ngay từ đầu vì cớ những kẻ ác. Khởi đầu là vụ khủng bố 11/9, Đức Chúa Trời cho tôi biết rằng sẽ có nhiều thảm họa trong thời sau rốt.

Vì nước Mỹ đã phải gánh chịu sự khốn đốn bởi vụ khủng bố nầy, họ nhận được sự đồng cảm của thế giới, và các nước đồng minh hứa sẽ hợp tác nhiều hơn, dầu vậy, khi cuộc chiến tiếp diễn, các nước Trung Đông sẽ liên hiệp lại với nhau, và các quốc gia Châu Âu cũng sẽ liên hiệp với nhau, đứng lên chống lại nước Mỹ. Cuối cùng cuộc chiến ấy trở thành cuộc chiến giữa Cơ Đốc Giáo và Hồi Giáo."

"Cuộc tấn công khủng bố nầy có thể được xem là sự khai mào của Thế Chiến Thứ III. Hiện nay đói kém và động đất hàng năm xảy ra khắp mọi nơi.

Khi có hàng ngàn người bị thiệt mạng trong một cuộc ngộ biến nào đó, chúng ta chớ coi đó là khởi đầu của thảm họa thời sau rốt. Song vụ khủng bố bất ngờ tấn công nước Mỹ nầy có thể được xem là khởi đầu của thảm họa và tai ương. Đây là vụ khủng bố gây sốc toàn cầu.

Tôi chẳng có một thành kiến cá nhân nào chống lại nước Mỹ, cũng chẳng có ý xúc phạm ai. Tôi vô cùng hối tiếc trước ngộ biến nầy. Tôi chỉ muốn cố gắng giảng giải tình hình từ sự soi sáng của Đức Chúa Trời, hầu cho họ có thể thấy được vấn đề và lấy đó làm điều có lợi cho quốc gia mình. Sau đây là những gì Đức Chúa Trời đã tỏ bày cùng tôi:

Giá như Đức Chúa Trời bảo vệ họ, thì vụ ngộ biến nầy không thể xảy ra. Quốc gia nầy đã không giữ được niềm tin như lúc ban đầu. Một số hội thánh thậm chí còn tấn phong mục sư cho những kẻ đồng tính luyến ái.

Khi thảm họa nầy xảy đến, ví bằng họ có tấm lòng thành thật, trước hết, họ nên nhìn lại chính mình để biết tại sao Đức Chúa Trời đã không che chở họ, đặng ăn năn những việc làm trai trật của mình.

Khi sự sửa phạt của Đức Chúa Trời được công bố trước dân sự Ni-ni-ve, cả vua cùng thần dân của nó đều kiêng ăn để bày tỏ lòng ăn năn. Tương tự như vậy, bắt đầu từ tổng thống, nhân dân nước Mỹ lẽ ra đã hạ mình ăn năn trước Chúa. Lẽ ra họ tìm kiếm những phương cách để có sự hòa bình với mọi người qua sự tha thứ và giải hòa.

Song vì cớ lòng kiêu ngạo của một quốc gia hùng mạnh nhất hành tinh, họ nghĩ rằng họ có thể báo trả lại những gì đã xảy ra bằng chính sức mạnh của mình. Họ khăng khăng rằng 'mắt đền mắt, răng đền răng'. Và điều nầy càng gây khó khăn cho họ nhiều hơn.

Khi nước Mỹ tiếp tục duy trì sự cứng rắn trong việc trả đũa bằng vũ lực, mỗi ngày họ càng lún sâu thêm vào khó khăn cả về chính trị lẫn kinh tế đều bị tuột dốc, nền kinh tế toàn cầu cũng gặp khó khăn.

Các quốc gia Trung Đông sẽ cấu hiệp nhau, đứng lên chống Mỹ. Họ sẽ lấy dầu mỏ làm vũ khí để kiểm soát nền kinh tế thế giới. Nhiều quốc gia sẽ lo sợ khủng bố và

thấy rằng sự đồng minh của họ với nước Mỹ chẳng còn đem lại lợi ích nữa, khiến họ bắt đầu rút lui."

"Trên thế giới có rất nhiều nguyên nhân xảy ra chiến tranh. Chỉ nội Trung Đông, nhiều quốc gia như Iran, Iraq, và Syria đều có lòng thù hận đối với nước Mỹ. Rất nhiều vụ tấn công khủng bố đang xảy ra trên khắp thế giới.

Cuộc chiến tại Afgahanistan sẽ là một trong những dấu hiệu thời sau rốt đã xảy ra, có một nguyên nhân sâu xa trong đó. Nếu cuộc chiến đã xảy ra tại một nơi mà sẽ gây xung đột lớn xuyên suốt Trung Đông, thì nó sẽ mau chóng trở thành cuộc chiến thứ III, và sau đó sẽ kéo cả thế giới vào cuộc.

Như Chúa Jêsus đã phán, những sự ấy sẽ đến, song chưa phải cuối cùng, mà chỉ là khởi đầu của thảm họa và tai ương xảy đến trên toàn cầu. Đồng thời nó cũng là cớ để tạo ra nguyên nhân chiến tranh thế giới thứ III, ấy vậy Afgahanistan đã được chọn.

Khi chúng ta được cất lên không trung thì sự cuối cùng sẽ đến. Và đây chỉ là sự rắc rối gây ra nguyên nhân của sự cuối cùng. Sự rắc rối nầy gieo mầm cho một cuộc chiến sẽ kéo toàn bộ các nước Trung Đông vào cuộc."

Vậy thì, điều gì sẽ xảy đến với Hàn Quốc? Khi mối quan hệ với Mỹ không còn đem lại lợi ích cho Hàn Quốc nữa, chúng tôi sẽ chuyển hướng sự nhờ cậy của chúng tôi đến nơi khác. Vì sẽ có rối loạn về kinh tế kể cả sốc dầu mỏ, theo lẽ thường, nền kinh tế của chúng tôi cũng phải gặp khó khăn.

Dầu vậy, vì cớ Đức Chúa Trời đã trù liệu trước về sự hoàn thành một điều gì đó qua quốc gia nầy trong những ngày sau cuối, Ngài sẽ che chở chúng tôi khỏi những hoạn nạn cuối cùng tới một mức độ nhất định nào đó.

Đặc biệt, sẽ có một lộ trình được mở ra qua hội thánh chúng tôi. Đức Chúa Trời cho chúng tôi có những chiến dịch hải ngoại tại Uganda, Pakistan, Kenya, và những quốc gia chung quanh Trung Đông.

Đức Chúa Trời nhiều lần bảo cho tôi biết và hiểu được tại sao Ngài cho chúng tôi có những chiến dịch tại các quốc gia đó. Đức Chúa Trời cũng cho tôi biết rằng những tin tức về tôi và hội thánh chúng tôi đã đi sâu vào những nhà cầm quyền của các quốc gia Hồi Giáo.

Chương 6

Chỉ Bởi Danh Chúa Jêsus Christ

Mặc Dầu Hai Tay Bị Rách

Trước lễ cầu nguyện thâu đêm tối thứ sáu, các thành viên trong hội thánh bắt đầu đến nhà tôi từ lúc 3 giờ chiều. Tôi gặp gỡ với họ lúc 4 giờ. Chỉ trong một thời gian ngắn, họ tranh thủ thăm hỏi ý kiến để tôi đưa ra lời khuyên cho họ, tôi cầu nguyện và bắt tay với họ. Chúng tôi thường kết thúc vào khoảng 6 giờ tối.

Sau đó tôi đến hội thánh để bắt đầu cho buổi nhóm. Đến 11 giờ đêm, khi buổi thờ phượng bắt đầu, tôi cảm thấy đuối sức, song Đức Chúa Trời đã vực tôi lên để tôi có thể rao giảng sứ điệp cách mạnh mẽ.

Thậm chí vào ngày Chúa Nhật, từ sáng sớm người trong hội thánh đã có mặt tại nhà tôi. Cảm động trước tấm lòng sẵn sàng chờ đợi của họ, tôi ra cũng ra sớm để chào đón họ. Buổi gặp gỡ bắt đầu trước 5 giờ sáng. Tôi lắng nghe những nan đề và cầu nguyện cho họ. Việc gặp gỡ và cầu nguyện kéo dài trong 3 giờ, sau đó tôi đến hội thánh.

Từ lễ cầu nguyện thâu đêm vào thứ sáu cho đến lễ thờ phượng vào Chúa Nhật, tôi bắt tay với hàng ngàn người, tay tôi đến nỗi trầy sướt, thậm chí rướm máu. Hàng tuần, tay tôi luôn bị trầy sướt và rách, song tôi vẫn có động lực mạnh mẽ thúc đẩy để tiếp tục những cuộc gặp gỡ như vậy.

Chính bởi sự ban cho của Đức Chúa Trời, mà từ trẻ em cho đến người lớn đều hết mực yêu mến người dẫn dắt họ và luôn mong muốn để gặp gỡ và chào hỏi với người. Tôi cầu nguyện và bắt tay họ, hầu cho quyền năng Đức Chúa Trời ngự đến trên họ và để lời cầu nguyện của họ được nhậm.

Khi nhìn thấy mọi người vui mừng sau khi được chữa lành khỏi những căn bệnh nan y hoặc sự cầu xin của họ được Chúa đáp lời, và khi nhìn thấy những người chỉ qua việc bắt tay với tôi mà nan đề của họ được giải quyết, tôi dâng vinh hiển lên Đức Chúa Trời, và cảm nhận được ơn phước ban cho cùng sức sức mới Chúa ban.

Đức Chúa Jêsus đã làm gì? Tôi dốc sức cầu nguyện cho mọi người, tôi đặt tay lên từng em bé, từng đứa trẻ, lòng tôi chẳng hề thờ ơ trước một em bé nào.

Hướng Đến Mục Tiêu

Đầu năm 2002, Đức Chúa Trời ban cho tôi một mục tiêu mới. Đó là sự hoàn thành 'Quyền Năng Sáng Tạo Tối Thượng.' Đây là quyền năng ban đầu của Đức Chúa Trời, bởi đó Ngài đã tạo nên trời đất bằng chính lời phán của mình. Chẳng hạn như, bởi lời phán của Ngài kẻ mù được thấy, kẻ điếc rỗng tai, kẻ què đứng dậy bước đi.

Như có chép trong Kinh Thánh, chỉ bởi lời phán mọi vật có thể được tạo nên từ con số không. Quyền Năng Sáng Tạo Tối Thượng có thể gọi những xương khô sống lại để làm thành một đội quân hùng mạnh. Quyền năng ấy có thể khiến cho có lời nói ra từ miệng một con lừa. Khi quyền năng sáng tạo nầy được tỏ ra một cách êm xuôi, không gặp trở ngại nào, chúng ta có thể nói rằng ấy là sự đã trọn. Quyền Năng Sáng Tạo Tối Thượng có thể kiểm soát không những trên thế giới vật chất mà còn cả trên thế giới thuộc linh, là thế giới vô hình nữa.

Để bày tỏ Quyền Năng Sáng Tạo Tối Thượng, Đức Chúa

Trời cho biết rằng tôi phải trải qua ba cuộc thử thách như chính Chúa Jêsus đã trải qua. Chúa Jêsus là Con của Đức Chúa Trời, dầu vậy Ngài đã sinh ra làm người để trở thành Cứu Chúa. Do vậy Ngài đã nhận nhận lấy những sự thử thách giống như con người. Ấy cũng là con đường bày tỏ thẩm quyền bởi lời phán của Ngài trong cả hai thế giới vật chất và thuộc linh.

Đức Chúa Jêsus luôn có Quyền Năng Sáng Tạo Tối Thượng, nhưng Ngài chỉ bày tỏ điều đó chỉ khi Ngài đã trải qua ba cuộc thử thách. Tại tiệc cưới, Ngài đã hóa nước thành rượu. Với năm bánh và hai con cá, Ngài đã cho năm ngàn người ăn. Lời Ngài phán sóng gió yên lặng. Hết thảy những điều ấy là công việc sáng tạo. Lời Ngài phán kẻ què bước đi, người phung được sạch.

Ngài bảo Ngài có thể gọi đến hơn mười hai đạo thiên sứ (Ma-thi-ơ 26:53). Song, theo thể mạng lệnh từ thiên thượng, để làm theo sự công chính và hoàn thành ý chỉ của Đức Chúa Cha, Ngài đã không làm vậy, mặc dù Ngài có thẩm quyền và năng quyền để làm chủ trên thế giới tâm linh cũng như thế giới vật chất.

Tôi lên núi để tiếp tục phần hai của sự cầu nguyện vào tháng hai, năm 2002. Trong khi cầu nguyện, Đức Chúa Trời cho tôi nhận biết rằng những thử thách mà tôi đã trải qua từ khi được gọi trở thành đầy tớ Ngài, tất cả là để cho cho tôi nhận lãnh Quyền Năng Sáng Tạo Tối Thượng. Ngài cũng cho diễn tả một dụ ngôn thú vị đối với tôi.

Trong dụ ngôn ấy tôi đang cầm lái một con thuyền có tên gọi 'Manmin,' Đức Chúa Trời sai một cơn bão nhiệt đới mạnh đến với chúng tôi. Điều khó quên rằng, năm 1998 và 1999 Ngài đã làm lay chuyển hội thánh bằng ba cuộc thử thách. Một số người nhảy ra khỏi thuyền và lọt vào biển. Một số khác thì do dự và bâng khuâng rằng mình có nên nhảy ra khỏi thuyền chăng. Một số khác thì vẫn cố chèo lái và giữ thật chặt vào các dây neo hầu cho khỏi bị té ngã.

Cũng có một số người đi vào khoang thuyền và ngủ ngon, thậm chí đương lúc con thuyền chao đảo. Đức Chúa Trời tán dương những người nầy.

Về mặt thuộc linh, tôi là thuyền trưởng con thuyền 'Manmin.' Những kẻ do dự chẳng biết mình nên nhảy ra khỏi con thuyền nầy chăng, thì phải đương đầu với cuộc chiến giữa hai tấm lòng vì cớ họ bị sa tan cám dỗ. Một vấn đề dĩ nhiên là dầu vậy, Đức Chúa Trời vẫn ban ơn thương xót và cứu vớt họ.

Những người có thể ngủ trong khoang thuyền là vì họ hoàn toàn tin tưởng vào thuyền trưởng của họ. Tôi nhận thấy rằng đây là những người trưởng thành và trở nên những chiến binh thuộc linh. Chính họ là những người được lãnh rất nhiều ơn phước.

Qua ba cuộc thử thách ấy, những thành viên hội thánh có dịp để xem lại đức tin của mình. Đức Chúa Trời cho phép những thử thách ấy xảy đến với chúng tôi là vì Ngài muốn đưa chúng tôi vào Jerusalem Mới, và để hoàn thành sự trù liệu của Ngài đối với sứ mạng truyền giáo cho thế giới, và công cuộc xây dựng Hội Thánh Huy Hoàng.

Trong sự trù liệu đó, Đức Chúa Trời cho phép Satan mang thử thách đến với chúng tôi, song chúng tôi đã vượt qua bởi đức tin. Đức Chúa Trời đã cho phép những thử thách không thể chịu nổi xảy ra đối với bản thân tôi. Dầu vậy, tôi đã vượt qua tất cả, Ngài đã ban cho tôi từ quyền năng lớn lao nầy đến quyền năng lớn lao khác. Và cuối cùng Ngài ban cho tôi Quyền Năng Sáng Tạo Tối Thượng. Chẳng có gì để kẻ thù Satan có thể buộc tội được. Đức Chúa Trời đã cho phép những thử thách nầy xảy đến với tôi vì ấy là tận cùng của tất cả những thử thách.

Bắt Tay Bởi Đức Tin Chữa Lành Bệnh Ung Thư Mũi

Tháng giêng năm 2002, tôi có nhận một lá thư từ Chấp Sự Hoim Choo. Nội dung lá thư ấy như sau:

"Vào tháng 12 năm 2001, bà gia tôi sống ở Mokpo thình lình bị chảy máu cam. Bà đến một bệnh viện gần đó, họ khuyên bà đi đến một bệnh viện lớn hơn ở Seoul. Bà đã đến khám tại hai bệnh viện ở Seoul. Kết quả cho biết bà bị ung thư mũi.

Bệnh đã lan ra một phạm vi khá rộng. Các bác sĩ đề nghị giải phẫu cắt bỏ xương mũi và thay xương nhân tạo vào. Bà gia tôi đã bị chảy máu cam hơn 15 ngày, và phải có gạt trong mũi.

Hai ngày sau khi bà được chẩn đoán, tôi đến tham gia lễ cầu nguyện thâu đêm tối thứ sáu. Sau khi tất lễ, tôi viết tên căn bệnh của bà gia vào bàn tay mình. Sau đó, khi ông đi qua tôi đưa tay ra bắt, thưa Mục Sư. Tôi tha thiết mong ước Đức Chúa Trời bày tỏ quyền năng Ngài qua ông. Sáng sớm thứ bảy, tôi trở về sau lễ cầu

nguyện thâu đêm, gặp một người bà con ở quê tại đó.

Tôi nói cùng người ấy, "tôi đã viết tên căn bệnh của bà gia mình xuống lòng bàn tay và đã bắt tay với ông Mục Sư Trưởng, hầu cho bà được Đức Chúa Trời chữa lành."

Tôi xưng nhận đức tin rằng Đức Chúa Trời sẽ chữa lành bà gia tôi. Khoảng 7 giờ sáng Chúa Nhật, tôi gọi bà dậy. Tôi biết có phép lạ đã xảy ra.

Bà gia tôi bảo rằng, "Hoim nầy, buổi sáng mẹ thức dậy và thấy không có máu cam nữa."

Lúc ấy tôi chỉ nghĩ rằng bệnh chảy máu cam của bà đã ngưng, mà chẳng biết rằng bệnh ung thư của bà đã được chữa lành hoàn toàn. Ngày 2 tháng giêng, năm 2002, tôi đưa bà đến bệnh viện để phẫu thuật.

Bác sĩ kiểm tra lần cuối trước khi phẫu thuật, ông nói rằng, "Thật lạ lùng, bà chẳng có ung thư gì cả." Bệnh ung thư ấy đã biến mất! Bà liền được xuất viện.

Tôi đã bắt tay bởi đức tin cho bà gia tôi là người chẳng có đức tin như vậy, và Đức Chúa Trời đã chữa lành bà. Trong lễ đầu năm, chồng tôi cũng nhận được sự cầu nguyện dành cho người bệnh, anh ấy được chữa lành khỏi bệnh tiêu chảy đã kéo dài hai tháng. Anh ấy vô cùng vui sướng và làm chứng với mọi người chung quanh mình."

Hiện nay bà gia của Chấp Sự Hoim Choo đang tham gia trong hội thánh chúng tôi và có sức khỏe tốt. Quyền Năng Sáng Tạo Tối Thượng không chỉ có thể chữa lành người bệnh qua việc đụng chạm hoặc cầu nguyện trên hình ảnh của họ, mà còn thay đổi được cả thời tiết nữa.

Chữa Lành Bệnh Ung Thư Qua Việc Cầu Nguyện Bằng Chiếc Khăn Tay

Soonchang Sim sống ở Hampyeong, tỉnh Cheonnam. Tháng tư năm 2002, anh ấy bị choáng váng và đi lại khó khăn. Mỗi khi tiểu tiện, anh cảm thấy đau đớn dữ dội và có máu cục ra theo nước tiểu.

Bác sĩ chẩn đoán anh bị ung thư bàng quang, đã lan rộng đáng kể, và cho biết rằng bệnh ung thư nầy có nguy cơ lan đến phổi, họ đề nghị anh nên phẫu thuật ở một bệnh viện lớn tại Seoul. Anh đã nhập viện tại Bệnh Viện Đại Học Nữ Giới Ehwa. Theo lời đề nghị của Chấp Sự Soollay Shim, chúng tôi cử một mục sư trong hội thánh đến thăm anh ta tại bệnh viện.

Người mục sư ấy giảng giải cho anh biết rằng mình có thể được chữa lành bởi đức tin nếu anh ăn năn vì đã không sống theo lời Đức Chúa Trời, và nếu anh giữ được lời Ngài. Người mục sư ấy cũng cầu nguyện cho anh bằng chiếc khăn tay.

Chiếc khăn tay mà người mục sư ấy sử dụng là một trong những chiếc đã nhận được sự cầu nguyện của tôi. Đức Chúa

Trời đã bày tỏ những công việc nóng cháy của Đức Thánh Linh khi người ta bởi đức tin mà cầu nguyện với những chiếc khăn tay này.

Sau khi được cầu nguyện, anh khó vì sự đau đớn ghê gớm. Anh đi tiểu lúc 4 giờ sáng, và nghe có gì đè nặng trong bụng vọt ra ngoài.

Bệnh ung thư ấy đã ra khỏi anh. Từ đó anh không còn thấy đau đớn khi tiểu tiện nữa, và nước tiểu cũng đã trong. Ngày hôm sau anh được chẩn đoán lần cuối trước khi phẫu thuật, bác sĩ cho biết rằng anh hoàn toàn khỏe mạnh. Và anh liền được xuất viện.

Thậm chí với một ca phẫu thuật, thì anh cũng sẽ rất khó được lành hoàn toàn vì chứng ung thư ấy đã lan rộng. Dầu vậy, qua sự cầu nguyện với chiếc khăn tay, anh đã kinh nghiệm được công việc của Đức Chúa Trời và sức khỏe mình được phục hồi.

Không chỉ ở Hàn Quốc, song hàng tuần từ khắp nơi trên thế giới chúng tôi nhận được rất nhiều lời chứng của những người được chữa lành qua sự cầu nguyện với chiếc khăn tay mà tôi đã cầu nguyện trên đó. Tôi chỉ biết tạ ơn và dâng sự vinh hiển lên Đức Chúa Trời về sự nầy.

Tiếng Tha Thiết Kêu Cầu

Hai Tuần Đại Hội Duy Trì Phục Hưng Đặc Biệt Hàng Năm đã trở thành bữa tiệc lớn, nơi người ta thấy được những công việc đầy quyền năng của Đức Chúa Trời. Lễ phục hưng nầy được tổ chức từ ngày 6 đến ngày 16 tháng 5, năm 2002 với chủ đề 'Quyền Năng.'

Khi cầu nguyện cho kỳ lễ phục hưng nầy, Đức Chúa Trời cho tôi biết rằng vào thứ hai của tuần thứ hai, Ngài sẽ hướng công việc chữa lành vào những kẻ kém thị lực; ngày thứ ba, những chứng bệnh về bất lực và những ai không thể đi được; vào thứ tư, những kẻ điếc và câm. Ngài cũng cho tôi biết rằng sẽ có rất nhiều người được chữa lành.

Vào sáng Chúa Nhật, ngày 5 tháng 5, một chiếc cầu vồng tỏa sáng bên trên hội thánh. Nhìn thấy cầu vồng, tôi đoan chắc rằng quyền năng Đức Chúa Trời sẽ bày tỏ lớn lao hơn trong kỳ phục hưng nầy.

Đức Chúa Trời đã bày tỏ cho chúng tôi những công việc của quyền năng sáng tạo vượt quá sự mong đợi. Kẻ mù được thấy, kẻ câm được nói, và nhiều bệnh tật được chữa lành. Ấy là điều giống như những sự đã được chép trong Kinh Thánh.

Thật vui sướng biết bao khi nhìn thấy người ta được chữa lành qua sự cầu nguyện tha thiết của tôi! Hễ khi nào tôi lớn tiếng kêu cầu mà rằng 'Hỡi Chúa!' Tôi kêu cầu với tất cả sức mình.

Bởi những công việc đầy quyền năng và diễn ra nhanh chóng của Đức Thánh Linh, hàng trăm người được chữa lành, họ bước lên đầy bên trên và bên dưới bục giảng để làm chứng về những phép lạ đã xảy đến trên họ.

Như Đức Chúa Trời đã hứa, qua những hào quang chữa lành, nhiều người quăng bỏ kính mắt, những kẻ khác ném nạng, người thì đứng lên khỏi xe lăn.

Những người đã được mở mắt thuộc linh có thể nhìn thấy một quả cầu lửa xoay tròn nhanh chóng từ chỗ ngực tôi, rồi đi ra qua hai cánh tay với quyền năng của Đức Thánh Linh. Một số trong họ cũng nhìn thấy thiên sứ đụng chạm người bệnh, và khiến cho những khớp xương cứng đơ lỏng và mềm ra.

Trong kỳ phục hưng nầy, đặc biệt những người có thị lực kém đã được phục hồi một cách tốt đẹp. Thậm chí những kẻ mù được sáng mắt. Những kẻ không thể nhìn thấy vì bị đục nhân mắt và đái đường cũng được phục hồi thị lực. Đồng thời có nhiều người đứng dậy khỏi xe lăn. Những người bị bại liệt bẩm sinh cũng được chữa lành. Những người tin được nhìn xem những sự đó thì cùng nhau vui mừng và tôn vinh Đức Chúa Trời.

Cơn Lốc Thánh Linh Nhanh Chóng Và Mạnh Mẽ

Đức Chúa Trời ban cho chúng ta phúc âm thiên thượng năm mặt và quyền năng sáng tạo, ấy là khí giới thiêng liêng để hoàn thành sứ mệnh truyền giáo cho muôn dân trong thế gian đầy dẫy tội lỗi và tối tăm. Hễ nơi nào chúng ta đặt chân đến, những công việc đầy quyền năng của Đức Thánh Linh bùng nổ cách dữ dội, khiến nhiều người trở lại với Đức Chúa Trời.

Từ Bỏ Cuộc Chạy Đua Vào Chức Vụ Tổng Thống

Honduras là một quốc gia mà Công Giáo La Mã chiếm ưu thế. Đây là quốc gia đang chịu khốn đốn với nghèo đói và đủ thứ bệnh tật.

Trước khi lên đường đến Honduras, nhân sự chúng tôi, những người đang có mặt ở đó làm công việc chuẩn bị cho chiến dịch, tường thuật với tôi rằng tình hình an ninh công cộng ở đó rất tệ, thậm chí dân thường cũng mang theo súng bên mình, thật nguy hiểm.

Họ cũng cho biết rằng vì thời tiết ở đây rất nóng nên có nhiều người chết do muỗi cắn. Khi tôi cầu nguyện cho điều nầy, Đức Chúa Trời đáp rằng Ngài đã bao phủ thành phố và nơi chiến dịch sắp được tổ chức bằng ánh sáng quyền năng Ngài, những thiên binh thiên sứ đang canh giữ khu vực nầy. Thế thì tôi chẳng phải lo lắng gì.

Ngày 23 tháng 7, năm 2002, tôi đáp xuống Sân Bay Quốc Tế tại San Pedrosula. Khoảng 1.700 người dân địa phương ra chào đón chúng tôi. Trong đó có ông Esteban Handal, là đại biểu quốc hội. Ông là người đóng vai trò chủ đạo trong việc tổ chức chiến dịch tại quốc gia nầy.

Ông Handal là một ứng cử viên tổng thống. Ông là một đại biểu quốc hội, một doanh nhân, và đồng thời là một phát thanh viên Cơ Đốc danh tiếng.

Từ khi tham dự chiến dịch của chúng tôi tại Philippines năm 2001 và lần đầu tiên tận mắt chứng kiến công việc của Đức Chúa Trời, cuộc sống ông đã được thay đổi.

Ông hỏi, "Thưa Mục Sư, tôi có nên chạy đua vào chức tổng thống lần nầy chăng, hay tốt hơn tôi nên tập trung lo công việc Chúa?"

"Nếu phải chọn, tôi xin khuyên ông chỉ làm công việc Chúa."

Theo lời khuyên của tôi, ông đã ngưng các hoạt động chính trị, và quyết định truyền bá phúc âm thiên thượng ra khắp thế gian.

Không Thể Thỏa Hiệp Tôn Giáo

Khi vừa đến khách sạn, những phóng viên báo chí từ bảy đài truyền hình và năm đài phát thanh đã có mặt tại đó. Câu hỏi đầu tiên là tại sao chúng tôi chọn Honduras.

"Đức Chúa Trời đã sai tôi đến đây để chúc phước cho đất nước nầy. Các bạn sẽ thấy hàng ngàn người được chữa lành trong chiến dịch nầy."

Tôi nói thêm, "Tôi nói rằng hàng ngàn người, bởi vì không chỉ những người có mặt tại chiến dịch, mà còn những người nhìn xem chiến dịch qua truyền hình và nghe qua radio, cũng sẽ được chữa lành."

Tôi mạnh dạn công bố điều nầy vì Đức Chúa Trời luôn tỏ ra cho chúng tôi nhiều dấu lạ và điều kỳ diệu trong mọi chiến dịch. Vì cớ tôi đã công bố điều khó tin giữa nơi công chúng, tôi sẽ trở thành một kẻ bịp bợm nếu những điều đó không xảy ra.

Nhưng lời tôi nói ra đã được ứng nghiệm. Chúng tôi nghe từ phía những phóng viên tường thuật trực tiếp chiến dịch rằng họ nhận rất nhiều cuộc điện thoại từ khán giả. Hàng ngàn cuộc gọi nói rằng họ đã được chữa lành đương lúc xem chiến dịch qua truyền hình.

Câu hỏi thứ hai mà các phóng viên dành cho tôi là, "Nhà Thờ Công Giáo La Mã và một số người Tin Lành đang cố gắng liên hiệp với nhau và thiết lập việc hòa giải giữa những tôn giáo khác nhau, vậy, ông nghĩ gì về điều đó?" Tôi trả lời cách nghiêm nghị, "Đức Chúa Trời duy nhất là Đấng Tạo Hóa. Cơ Đốc không thể thỏa hiệp với những tôn giáo khác. Đức Chúa Trời đã phán rõ ràng với chúng ta trong Mười Điều Răn rằng Ngài là Đức Chúa Trời duy nhất, trước mặt Ngài chẳng có thần nào khác. Bởi vậy, không có một tôn giáo nào khác."

Các phóng viên dường như rất đổi ngạc nhiên vì tôi trả lời cách nghiêm khắc tại một quốc gia như Honduras, nơi có đến hơn 90% dân số theo Công Giáo La Mã.

Ngày hôm sau, trên tờ báo 'La Tiempo', ở mặt nầy là hình của vị giáo hoàng đang được người khác giúp đỡ vì mắc bệnh Parkinson.

Nhưng ở mặt kia, là một sự quảng bá về chiến dịch của chúng tôi và ảnh của tôi, lời chú thích tương phản rằng, "Hôm nay, Chúa Jêsus Christ sẽ chữa lành. Kẻ mù sẽ thấy, kẻ câm sẽ nói, kẻ điếc sẽ được nghe."

Thời Tiết Nóng Bức Trở Nên Mát Mẻ

Vào các buổi sáng ngày 26 và 27 tháng 7, chúng tôi có tổ chức hội nghị mục sư tại Hội Thánh Ebenezer trong thời tiết mát mẻ.

Tôi nghe nói thời bất ngờ thay đổi từ ngày đoàn truyền giáo chúng tôi đặt chân đến Honduras. Trước đó nhiệt độ lên đến trên 400C, song từ ngày đoàn truyền giáo chúng tôi đến, những cơn gió mát bắt đầu thổi nhẹ, vào ban ngày, những đám mây che kín mặt trời, tạo nên một thời tiết dễ chịu hơn.

Trước khi chúng tôi lên đường đến Honduras, Đức Chúa Trời nhiều lần phán cùng tôi rằng Ngài sẽ kiểm soát mọi điều kiện thời tiết, nên tôi chớ lo lắng gì về điều đó. Vì chúng tôi chẳng bao giờ gặp một khó khăn nào trong khi tổ chức các sự kiện ngoài trời, tôi thật sự chẳng lo lắng gì. Dầu vậy, vì cớ Ngài phán nhiều lần rằng chớ lo lắng mà chi, tôi cảm thấy có điều gì đó sắp xảy ra.

Lúc 7 giờ tối, ngày 26 tháng 7, chúng tôi bắt đầu ngày thứ nhất của chiến dịch. Nhưng khoảng 6 giờ tối hôm ấy trời bắt đầu mưa. Khi trời mưa nặng hơn, họ không thể sử dụng thiết bị phát thanh và microphones được.

Sân vận động có sức chứa 60.000 người đã không còn chỗ trống. Tôi nghe nói rằng nếu mưa, thì người dân địa phương sẽ bỏ về.

Dầu vậy, giữa lúc trời tuôn mưa, đội trình diễn chúng tôi vẫn tiến ra sân khấu. Với trang phục truyền thống xinh đẹp 'Hanbok'của Hàn Quốc, họ đã trình diễn những vũ điệu lộng lẫy say mê.

Vì nước mưa, sân khấu trở nên rất trơn trượt, họ phải cởi giày ra để thực hiện những vũ điệu thờ phượng mạnh mẽ. Mặc dù mưa nặng, song những người đến dự vẫn không rời chỗ. Đội trình diễn địa phương cũng tiến ra sân, cùng nhau nhảy múa ngợi khen với những cánh tay đưa cao.

Tôi ngồi trong phòng chờ, và nói rằng sẽ ra sân khấu lúc 6 giờ, song những người trong ban tổ chức đã can ngăn. Tôi tin chắc rằng khi mình bước ra sân khấu thì mưa sẽ tạnh, nhưng họ ngăn tôi lại và bảo rằng tôi không nên bị nhiễm nước.

Lúc 7 giờ, không thể chờ lâu hơn nữa, tôi tiến thẳng ra sân khấu mặc cho những người trong ban tổ chức khuyên ngăn.

Ngay thời khắc ấy, cơn mưa nặng đã trở thành mưa phùn. Rồi cơn mưa phùn ấy cũng sớm tạnh. Bầu trời trở nên trong sáng và có gió nhẹ. Kết quả của trận mưa và gió nhẹ trước khi chiến dịch xảy ra, những thứ muỗi nguy hiểm và bọ nhậy phiền toái cũng đã biến mất.

Có Rất Nhiều Người Không Thể Vào Được Bên Trong Sân Vận Động

Sau sứ điệp, tôi cầu nguyện cho người bệnh. Những lời chứng của những kẻ được chữa lành tiếp tục cho đến 10 giờ đêm. AIDS, mù, câm, và nhiều thứ bệnh hoạn khác đã được chữa lành. Những công việc nóng cháy và mạnh mẽ của Đức Thánh Linh đã được tỏ ra cho chúng tôi qua Quyền Năng Sáng Tạo Tối Thượng. Rất nhiều dấu có thể nhìn thấy đã xảy xay, nhưng có bao nhiêu người ắt hẳn rất nhiều người đã được chữa lành những căn bệnh từ bên trong cơ thể mà chúng ta không thể nhìn thấy được!

Vào ngày thứ hai, thậm chí ngay trước khi chiến dịch bắt đầu, tất cả các chỗ ngồi đều không còn chỗ trống, người ta còn đứng cả dưới đất nữa.

Có những cơn gió mát thổi nhẹ, chẳng có bọ nhậy hay muỗi mòng gì cả, ngay cả chung quanh những bóng đèn. Vấn nạn về muỗi mòng nghiêm trọng tới mức ông phó thị trưởng của San Pedrosula đã yêu cầu tôi cầu nguyện cho nan đề nầy. Dầu vậy, khi Đức Chúa Trời ở cùng, chúng tôi chẳng thấy có côn trùng độc hại nào.

"Thưa Mục Sư, kể cả những người không thể vào được bên trong sân vận động, con số người tham dự là hơn 10.000 người, vẫn còn có hàng chục ngàn người ở bên ngoài nữa."

Khi không còn một chỗ ngồi nào trống, vì lý do an ninh, họ ngăn giữ, những người đang đổ xô vào sân. Tôi cảm thấy hối tiếc cho những ai phải đứng bên ngoài.

Qua lời cầu nguyện ngắn dành cho người bệnh, có rất nhiều người đứng lên khỏi xe lăn và bước đi, có thêm nhiều người nữa được chữa lành và bước ra làm chứng.

Bởi Lửa Đức Thánh Linh, Mọi Sự Đều Có Thể

Dưới sự lãnh đạo của Bác Sĩ Jose Samara ở Bệnh Viện Bethesda tại San Pedrosula, các bác sĩ y khoa đã thẩm tra lại nhằm đưa ra những tư liệu để chứng minh các trường hợp đã được chữa lành. Họ đã kiểm tra bằng tia X, MRI, và xét nghiệm máu.

Hội đồng y khoa cũng có một niềm tin vững chắc sau lần đầu tiên được nhìn thấy những công việc đầy quyền năng của Đức Chúa Trời. Bác sĩ Cruz Marin, một trong những bác sĩ y khoa, đã đưa ra kết quả xét nghiệm của mình trên cô bé 12 tuổi có tên Maria Yesenia. Năm bé lên hai, sau một cơn sốt, mắt phải bị mất thị lực.

Cô bé phải cấy ghép giác mạc, nhưng vẫn không thể nhìn thấy được. Thế nhưng khi nhận được sự cầu nguyện trong chiến dịch nầy, một luồng ánh sáng đã đi vào mắt cô, khiến cô đã phân biệt được nhiều vật thể khác nhau.

Esteban Zuninga, một cậu bé mười hai tuổi, bị nhiễm HIV 8 tháng sau khi sinh. Cậu bé tham dự chiến dịch sau khi nhìn xem một quảng bá trên truyền hình. Trong lúc cầu nguyện cho người bệnh, cậu bé cảm thấy có một sức nóng xuất khỏi cơ thể mình.

Bởi chứng tiêu hóa kém, cậu bé ăn chẳng thấy ngon. Song, sự đau đớn của cậu bé đã biến mất trong chốc lát, và cậu bé đã cảm thấy thèm ăn. Sau đó, cậu đi đến bác sĩ để kiểm tra, kết quả cho biết cậu đã được chữa lành hoàn toàn.

Osman Guerra Miranda bị bệnh AIDS. Cô ta không thể bước đi được, chỉ nằm suốt ngày. Khi tham dự chiến dịch nầy và nhận được sự cầu nguyện, cô cảm thứ gì như lửa đáp đậu trên người cô, ngay lúc ấy, cơn đau ra khỏi. Cô liền đứng dậy và bước đi.

A rmaldo Batres được giao cho trách nhiệm bảo an cho chiến dịch. Một tháng trước ngày chiến dịch, anh bị thương ở chân. Anh rất khó khăn trong việc di chuyển và thậm chí không thể nghĩ đến việc chạy. Anh vẫn chăm chỉ làm công việc cho chiến dịch bất chấp sự đau nhức trong chân. Tuy vậy, trong lúc cầu nguyện cho người bệnh, anh cảm thấy toàn thân run rẩy và mát lạnh, thế rồi anh được chữa lành hoàn toàn.

Anh được chữa lành trọn vẹn tới mức có thể chơi bóng đá ngay vào hôm sau. Con gái 8 tuổi của anh ngay khi mới sinh ra đã không thể nghe được, song, sau khi nhận được sự cầu nguyện tại chiến dịch, cô bé đã có thể nghe rõ.

Suiafa Liera là một tín đồ phái Mormon. Cô xem chiến dịch qua truyền hình, trong lúc cầu nguyện cho người bệnh, cô đặt hai tay lên chân. Cô bị tai nạn 8 tháng trước và không thể đi được. Khi nhận sự cầu nguyện, lửa Thánh Linh đến trên cô, khiến cô có thể bước đi và chạy nhảy ngay tức thời. Cô đã cải đạo và trở thành người theo đạo Tin Lành.

Các mục sư địa phương nói rằng, “Tôi cảm thấy như mình đang sống trong Kinh Thánh. Giờ tôi tin chắc rằng Đức Chúa Trời quả thật là Đấng Toàn Năng.” Khi nghe những lời ấy, tôi được khích lệ vô cùng.

Giống như trong thời Chúa Jêsus, khi kẻ đau bệnh đến bởi đức tin, thì họ kinh nghiệm được những công việc nóng cháy của Đức Thánh Linh và được chữa lành.

Khi trở về Hàn Quốc sau chiến dịch, tôi nhận một lá thư từ Phó Tổng Thống Honduras. Ông đại diện người dân nước mình gởi lời cảm ơn đến tôi về việc rất nhiều người được chữa lành, cùng sự giúp đỡ và hướng dẫn họ về vấn đề thuộc linh.

Tầm Thước Mới Của Quyền Phép

Những công việc lớn lao của quyền phép Đức Chúa Trời luôn được bày tỏ trong mỗi một chiến dịch hải ngoại, song tôi chưa thật sự thỏa lòng. Đối với thế gian đầy tội lỗi nầy, thì tầm thước quyền phép đó chưa đủ để hoàn thành sứ mạng truyền giáo đối với thế giới.

Sau chiến dịch Honduras, Đức Chúa Trời đưa tôi đến một tầm thước quyền phép mới. Ngài giảng giải cho tôi về 'Lời Tạo Hóa Ban Đầu,' ấy là điều lần đầu tiên tôi được nghe. Ngài ban cho tôi một mục tiêu mới mà tôi phải tìm ra lời phán ban đầu để đạt được sự tuyệt hảo của Quyền Năng Sáng Tạo Tối Thượng.

"Ngài là Đấng cỡi trên các từng trời thái cổ; kìa Ngài phát tiếng ra, là tiếng có sức lớn" (Thi Thiên 68:33).

Tiếng nguyên thủy là tiếng của Đức Chúa Trời, Đấng Tạo Hóa trong buổi ban ban đầu. Ấy là tiếng vô cùng uy nghi và cao thượng như thể tiếng chuông ngân vang xuyên suốt toàn vũ trụ. Đức Chúa Trời sáng tạo nên vũ trụ cùng muôn vật bằng tiếng phán nầy. Tiếng nguyên thủy nầy của Đức Chúa Trời bao trùm lên muôn vật, do vậy khi tiếng nầy vang lên, tức thì muôn vật đều phục theo.

> *"Đức Giê-hô-va phán rằng: Thần ta sẽ chẳng hằng ở trong loài người luôn; trong điều lầm lạc, loài người chỉ là xác thịt; đời người chỉ là một trăm hai mươi năm mà thôi" (Sáng Thế 6:3)*

Chỉ có một thực thể không thể nghe được tiếng nguyên thủy nầy. Ấy là con người xác thịt, là kẻ chưa được sanh lại bởi nước và Thánh Linh. Để thức tỉnh họ, chúng ta cần đến quyền năng Đức Chúa Trời. Trong Bốn Sách Phúc Âm, chúng ta thấy những ghi chép về sự phục tùng của muôn vật trước lời phán của Chúa Jêsus.

> *"Môn đồ bèn đến thức Ngài dậy, rằng: Thầy ôi, Thầy ôi, chúng ta chết! Nhưng Ngài vừa thức dậy, khiến gió và sóng phải bình tịnh, thì liền bình tịnh và yên lặng như tờ. Ngài bèn phán cùng môn đồ rằng: Đức Tin các ngươi ở đâu? Môn đồ sợ hãi và bỡ ngỡ, nói với nhau rằng: Người nầy là ai, khiến đến gió và nước, mà cũng phải vâng lời người?" (Lu-ca 8:24-25).*

Khi Đức Chúa Jêsus phán, sóng gió đều vâng phục. Vì Ngài phán bằng tiếng nguyên thủy của tạo hóa, ngay cả những vật vô tri cũng đã nghe và phục theo. Đó là vì tiếng của Chúa Jêsus chính là tiếng nguyên thủy của Đức Chúa Trời.

Có sự khác nhau giữa quyền năng được bày tỏ qua tiếng nguyên thủy với quyền năng được bày tỏ qua sự cầu nguyện bởi đức tin. Ấy là tốc độ và tầm vóc của sự bày tỏ. Tiếng nguyên thủy có thể tỏ ra những công việc sáng tạo ngay tức thời. Nhưng lời cầu nguyện bởi đức tin, trước hết làm cảm động thiên binh, thiên sứ, nên tốn nhiều thời gian hơn.

Ở Hàn Quốc, chúng tôi có một vài nhà thông thái đã nói tiên tri về những sự việc của một vài thập niên đến hay thậm chí hàng trăm năm đến.

Những người nầy đã quăng xa bản năng tội lỗi của họ qua một thời gian dài trong nề nếp kỷ luật về thuộc linh và đã đến tình trạng 'hư vô.' Họ chẳng hề tự đoán xét hay buộc tội điều gì, mà chỉ nghe tiếng của Đức Chúa Trời. Không thường xuyên, bèn là đôi khi họ nghe và hiểu được, và những gì họ nói tiên tri đã được ứng nghiệm.

Ví dụ, trường hợp của Admiral Soonshin Lee, người đã tận hiến cuộc đời mình cho vua và nhân dân với một tấm lòng nhân từ chẳng hề có sự độc dữ nào. Trong nhật ký của người, chúng ta có thể thấy rằng người đã nhận biết về sự hiện diện của Đức Chúa Trời và cầu nguyện cùng Ngài với tấm lòng nhân hậu của mình.

Vì cớ người biết những gì sẽ xảy đến, về cuộc xâm lăng sắp đến của Nhật Bản. Người tạo ra cái gọi là 'Thuyền rùa' bất chấp sự chỉ trích, và đã cứu được quê hương khỏi sự sụp đổ.

Những Tổ Phụ Đức Tin Là Những Người Nghe Được Tiếng Nguyên Thủy

Khi trưởng thành trong sự thiêng liêng, chúng ta có thể nghe và nhận được sự hướng dẫn của Đức Thánh Linh. Và khi chúng ta biến đổi tình trạng phát triển nầy thành trạng thái hư vô và bước vào tầm thước sâu nhiệm hơn của thuộc linh, chúng ta có thể nghe được tiếng nguyên thủy của Đức Chúa Trời. Ngài phán rằng tôi phải thay đổi tầm vóc thuộc linh mà tôi đã có thành tầm thước của trạng thái hư vô (1Ti-mô-thê 5:23).

Trong Kinh Thánh, chúng ta thấy có những cảnh con người có thể nghe được tiếng nguyên thủy. Để vượt Biển Đỏ, Môi-se đã làm theo tiếng phán của Đức Chúa Trời, người đưa gậy ra truyền lệnh cho Biển Đỏ rẽ đôi. Sau đó công việc lớn lao của Đức Chúa Trời đã xảy ra.

Khi Giô-suê nghe tiếng nguyên thủy, người đã truyền lệnh cho mặt trời và mặt trăng ngừng lại. Và mặt trời và mặt trăng đã ngừng lại. Sự ấy chẳng phải vì người có đức tin lớn. Ví bằng chính người có quyền năng khiến cho mặt trời và mặt trăng ngừng lại, thì bởi lời phán của người mọi vật sẽ phục theo.

Người đã không phải truyền lệnh cho mặt trời và mặt trăng ngừng lại, nếu như người chỉ rằng, "Tất cả quân A-ma-lét phải bị diệt vong." Tức thì tất cả quân lính ấy sẽ bị tiêu diệt và cuộc chiến sẽ kết thúc.

Giống như khi La-xa-rơ đã chết bốn ngày và lời phán của Chúa Jêsus đã khiến người sống lại. Trước đó Chúa Jêsus đã nghe tiếng của Đức Chúa Trời. Thật ra, Ngài luôn luôn nghe tiếng của Đức Chúa Cha.

Vì Ngài đã nghe Đức Chúa Cha bảo cùng Ngài rằng La-xa-rơ sẽ sống lại và Đức Chúa Trời sẽ được vinh hiển, Đức Chúa Jêsus đã chẳng lo lắng gì. Khi người truyền lệnh cho La-xa-rơ với tiếng nguyên thủy, La-xa-rơ liền sống lại và bước ra khỏi mộ.

Bông Trái Ra Từ Huyết Tuẫn Đạo Của Thô-ma

Chennai, Ấn-độ, là nơi mà sứ đồ Thô-ma rao giảng phúc âm và chịu tuẫn đạo. Ngày nay có một ngôi thánh đường kỷ niệm ngự tọa tại đó. Thô- ma là một trong mười hai môn đệ của Chúa Jêsus. Người được biết rất nhiều về tính nghi ngờ của mình. Dầu vậy, sau khi người gặp Chúa phục sinh, người có được đức tin đích thực và nhận lãnh Thánh Linh. Người chịu tuẫn đạo đương lúc rao giảng phúc âm.

Tháng 10 năm 2002, Đức Chúa Trời dẫn tôi đến xứ sở đạo Hin-đu của đất nước Ấn-độ. Ngài cho tôi biết rằng đây là chiến dịch đã định sẵn từ trước vô cùng và chiến dịch đầu tiên là nơi mà những công việc của tiếng nguyên thủy của sự sáng tạo sẽ được bày tỏ; đây cũng là điểm khởi đầu rất quang trọng cho sự truyền bá phúc âm vào Trung Đông và Israel.

Cơn Khô Hạn Nghiêm Trọng

Chennai là một vùng nằm ở đông-nam Ấn độ, là thành phố lớn thứ tư của quốc gia nầy. Một chiến dịch được tổ chức tại Bãi Biển Marina với sự ủng hộ của tổ chức Thông Công Chức Vụ Phúc Âm Toàn Vẹn Chennai.

Ngày 8 tháng 10, tôi rời khỏi sân bay Incheon. Trên đường đến Singapore, những chiếc cầu vồng luôn xuất hiện rồi ẩn đi. Nhiều lần tôi đã nói đến việc chúng ta có thể nhìn thấy cầu vồng bất kỳ nơi nào trên hành trình truyền giáo của chúng ta, và lần nầy chúng tôi được nhìn thấy chiếc cầu vồng đi theo máy bay khoảng một giờ.

Khi có cầu vồng bốn vầng tỏa sáng, thì có thể đó là dấu mà Đức Chúa Trời sẽ ở cùng chúng tôi trong 4 ngày chiến dịch. Những loại mống khác cũng xuất hiện, kể cả mống thẳng. Các thành viên đội truyền giáo chúng tôi luôn reo mừng sung sướng và ngạc nhiên, họ chụp hình và quay phim để ghi lại những hình ảnh đó.

Khoảng 10 giờ tối ngày 8, tháng 10, chúng tôi đáp xuống sân bay Chennai. Trời đang mưa phùn. Khi tôi bước lên xe ô tô và rời khỏi sân bay, trời bắt đầu mưa lớn.

Dầu vậy những người đến đó để chào đón chúng tôi tỏ ra rất vui sướng mặc dù họ bị ướt sũng. Tôi nghe nói tình trạng hạn hán nầy đã kéo dài ba năm, và 9 tháng rồi chẳng có giọt mưa nào. Ấy là nan đề lớn ở đây.

Cả thành phố Chennai đều xuống đường biểu tình phản đối chính quyền trung tâm về vấn đề cung cấp nước. Ấy vậy, khi tôi đến trời lại mưa liên tục. Một số người gọi tôi là 'Người Mưa', nói rằng tôi đã mang mưa theo mình.

Luật Chống Cải Đạo

Đức Chúa Trời muốn được vinh hiển lớn lao qua chiến dịch nầy, và Satan cũng ra sức ngăn cản.

Một số kẻ tung tin giả dối tại Chennai hòng chặn đứng chiến dịch. Nhưng có điều gì đó lớn lao trọng đại hơn đã xảy ra. Một sắc lệnh chống lại việc cưỡng bức cải đạo được ban ra.

Nói rằng, "Không ai được làm thay đổi tôn giáo hoặc quyến rũ thay đổi tôn giáo, hoặc trực tiếp hay những cách khác để khiến bất kỳ người nào từ một tôn giáo nầy sang một tôn giáo khác bằng cách ép buộc hay cám dỗ hay bằng những phương kế lừa dối.

Bất kỳ người nào bị phát hiện vi phạm sắc lệnh nầy, sẽ bị bỏ tù ba năm và bị phạt tiền 50.000 Rupees. Nếu đối tượng cải đạo là 'người tuổi vị thành niên, phụ nữ, hay một người trong chế độ được hưởng đặc quyền, hoặc một bộ tộc,' thời hạn ở tù sẽ là 5 năm và tiền phạt là 10.000 Rupees."

Những ai tự mình cải đạo và những người lãnh đạo tôn giáo có liên quan đến hành vi cải đạo phải có trách nhiệm báo cáo lên nhà chức trách địa phương.

Luật nầy được ban hành và có hiệu lực vào ngày 10 tháng 10, ngày đầu của chiến dịch. Tôi phải liều mình chịu bị bắt vì cớ rao giảng phúc âm.

Khi chưa đến Ấn-độ, tôi chẳng hề biết điều nầy. Những người trong ban ban tổ chức chiến dịch của hội thánh đã không thông báo sự ấy, vì họ e rằng tôi sẽ lo lắng.

Vì tình hình như vậy, những người trong ban tổ chức chiến dịch yêu cầu tôi chỉ rao giảng về sứ điệp hòa bình và phước hạnh.

Dầu vậy, nếu tôi không giảng về Đức Chúa Trời là Đấng Tạo

Hóa và Chúa Cứu Thế Jêsus Christ, thì tôi chẳng có lý do gì để đến đó. Tôi không thể lùi bước. Cho dù vì cớ đó mà bị bắt, tôi vẫn sẽ giảng về Đức Chúa Trời là Đấng Tạo Hóa và Chúa Cứu Thế Jêsus Christ.

Trong mọi buổi, tôi đều nhấn mạnh rằng họ có thể được tha tội và được cứu qua việc tin nhận Chúa Cứu Thế Jêsus Christ. Tôi cũng giảng về thiên đàng xinh đẹp và hỏa ngục kinh khiếp.

Hội Nghị Mục Sư

Ngày 10 tháng 10 là ngày đầu của chiến dịch. Vào ngày ấy, có một cầu vồng rất lớn bao quanh mặt trời ở Chennai. Buổi sáng, chúng tôi tổ chức hội nghị mục sư tại Kamaraj Arangam.

Khoảng 3.000 mục sư đến dự, gấp đôi con số ước tính của những người trong ban tổ chức. Tôi nói về lý do tại sao Đức Chúa Trời đã dựng nên cây biết điều thiện và điều ác.

Nhìn thấy họ chăm chú lắng nghe sứ điệp và vỗ tay hoang nghênh liên tục, tôi có thể cảm nhận rằng tâm linh họ đang khao khát.

Người thông dịch cho hội nghị đến trễ nên một người khác đã thế chỗ anh ta. Sau nầy tôi biết được rằng người thông dịch ấy đã cam kết với một ai đó trong ban tổ chức rằng anh ta sẽ không thông dịch nếu tôi giảng về những sự thiêng liêng.

Tôi đã nói về cây biết điều thiện và điều ác, và nếu như bỏ qua nội dung nói về Vườn Ê-đen, thì cốt lõi vấn đề sẽ trở nên thiếu sót.

Vì cớ người thông dịch mới chẳng biết về tình hình nầy nên anh ta đã thông dịch tất cả mọi điều. Ở đó không nạn có kẹt xe, nhưng khi thấy người thông dịch thứ nhất vẫn chưa đến, tôi có thể cảm nhận rằng có bàn tay của Đức Chúa Trời can thiệp vào.

Tôi đến Bãi Biển Marina khoảng 6 giờ chiều với niềm mong đợi lớn lao cùng một cảm giác hơi bồn chồn. Đây là bãi biển dài thứ nhì thế giới. Từ khách sạn đến đây khoảng 15 phút đi bộ, nên từ phòng khách sạn cũng có thể nhìn thấy sân khấu.

Sân khấu là một công trình kiến trúc ba tầng, rộng 45 mét, có sức chứa tới 2.000 người. Sân khấu nầy đủ lớn để chứa hết thảy những ai muốn lên làm chứng. Đó là một nơi rộng đến mức phải có những màn ảnh video ở những nơi khác. Họ có những màn ảnh đường chéo 25 mét. Một giờ trước khi chiến dịch bắt đầu, rất nhiều người đã có mặt tại đó.

Khởi Đầu Chiến Dịch Lớn

Hôm ấy tôi giảng về Đức Chúa Trời là Đấng Tạo Hóa. Tôi tuyên bố sẽ chứng minh cho họ thấy Ngài là Đức Chúa Trời chân thật, Đức Chúa Trời toàn năng, Đức Chúa Trời đang hành động! Sau sứ điệp, tôi dốc hết sứ mình cầu nguyện cho người bệnh. Nhiều quỉ bị đuổi, vô số người bệnh được chữa lành. Chiến dịch nầy được truyền trực tiếp trên nhiều kênh truyền hình.

Một trong số những người được chữa lành có Ganesh, cậu bé 16 tuổi. Ganesh bị tai nạn và được đưa đi bệnh viện. Tại đây, em được phẫu thuật để lấy đi một khối u trên xương hông, cùng với một phần xương ở đó, và thay vào bằng những thanh kim loại để nối kết phần đùi và hông lại. Cậu ấy đã phải nằm trên giường 6 tháng.

Ấn Độ Ngày Hội Chữa Lành Bằng Phép Lạ (tại bãi biển Marina)

Thậm chí sau đó, việc ngồi và đi lại của cậu gặp rất nhiều khó khăn. Dầu vậy, với sự giúp đỡ của những người khác, cậu đã tham dự chiến dịch. Khi nhận được sự cầu nguyện cho người bệnh, cậu cảm thấy có gì đó giống như điện giật. Từ đó cơn đau đã ra khỏi và cậu không cần đến nạng nữa.

Vào ngày thứ hai của chiến dịch, sáng sớm, trời mưa rất nặng. Có nhiều người đến dự hơn ngày đầu, và cũng có nhiều công việc chữa lành hơn đã xảy ra. Mỗi ngày có hàng trăm ngàn người đã tập trung đến. Tôi đứng trên sân khấu cao nhưng không thể nhìn thấu hết đám đông. Sau phần cầu nguyện chữa lành, con số người tiến lên sân khấu là không kể xiết, và những người trong ban tổ chức rất đỗi ngạc nhiên.

Nhiều nhà phục hưng nổi tiếng đã tổ chức nhiều chiến dịch tại bãi biển Marina, nhưng họ thấy không có nhiều công việc chữa lành như đã được tỏ ra trong chiến dịch nầy, và nói rằng họ đã thật sự không mong đợi một điều như thế nầy.

Sự Trù Liệu Của Đức Chúa Trời Về Chiến Dịch Tột Bực Và Lớn Lao Nhất

Từ ngày thứ ba của chiến dịch, có những mống thẳng rất rõ xuất hiện trên bầu trời. Hơn hàng trăm ngàn người lại tập trung đến, và chiến dịch bắt đầu.

Song, điều bất ngờ đã xảy ra. Đương khi thuyết giảng, thình lình có mưa to và gió lớn, cũng có cả sấm sét nữa. Mưa như trút nước, khiến tôi không thể mở mắt được.

Thậm chí sân khấu cũng bị rúng động bởi những cơn gió mạnh. Một số người tham dự lấy làm lo lắng, họ sắp sửa bỏ về. Tôi thúc giục họ chớ để mưa gió làm cho ngã lòng, nhưng hãy bởi đức tin mà vượt qua để làm vinh hiển danh Chúa. Ngay sau đó, họ trở nên yên lặng và chăm chú lắng nghe sứ điệp.

Tôi không sao cưỡng được những mối lo lắng. Vấn đề lớn bấy giờ là thiết bị phát thanh sẽ bị ướt, sẽ hỏng hoặc chập mạch. Truyền hình sẽ bị gián đoạn. Dầu vậy, tôi đem hết những thứ đó ra khỏi tâm trí mình với đức tin rằng Đức Chúa Trời sẽ che chở chúng ta.

Thật đáng kinh ngạc, mặc dù gió lớn và mưa nặng kéo dài hơn một giờ, nhưng chẳng có một bóng đèn, màng ảnh video, thiết bị điện hay thiết bị phát thanh nào bị hư hỏng. Với mưa to gió lớn và sấm sét như vậy, lẽ ra đã gặp phải rắc rối.

Có rất nhiều dây điện trên sân khấu, nước mưa lọt vào các chỗ cắm điện, nhưng chẳng có sự rò rỉ hoặc phóng điện nào. Nhờ có Đức Chúa Trời che chở nên chẳng có một tai nạn nào xảy ra.

Trong khi rao giảng sứ điệp, lòng tôi cầu nguyện cho mưa tạnh. Song chỉ thấy mưa nặng hơn. Hai mươi năm trước, Đức Chúa Trời luôn ban cho chúng tôi thời tiết đẹp trong mọi khi tổ chức bất kỳ một sự kiện ngoài trời nào. Qua sự cầu nguyện, ngay cả cơn mưa nặng cũng đã tạnh. Đây là lần đầu tôi phải chịu mắc mưa.

Tôi vô cùng lo lắng, đôi chân tôi đã xuống sức. Tôi chỉ muốn ngồi xuống và kêu khóc. Nhưng tôi không tỏ ra như vậy, tôi tiếp tục rao giảng sứ điệp dưới trời mưa nặng và ướt sũng cả người. Tôi cũng cầu nguyện cho người bệnh. Từ đầu đến cuối, tôi chẳng hề đụng đến một chiếc ô nào! Mọi người rất cảm động bởi điều nầy nên chẳng ai rời chỗ, tôi nghĩ vậy.

Ngày hôm ấy Đức Chúa Trời đã bày tỏ cho chúng tôi những công việc chữa lành thật kỳ diệu, và số người xem chương trình ấy qua TV và Internet là vô kể.

Sau sự cầu nguyện, những lời làm chứng bắt đầu. Tôi chỉ biết đứng nhìn. Có một số người tiến lên phía sân khấu, đứng bên dưới bục giảng nhìn tôi và bày tỏ lòng tạ ơn trong nước mắt.

Sau khi trở về khách sạn, tôi cầu nguyện để hỏi Chúa về lý do của cơn mưa nặng đó, tại sao tôi cầu nguyện mà mưa vẫn không tạnh. Ngài cho biết rằng, mưa nặng và gió mạnh ấy là

Cầu nguyện cho người bệnh dưới trời mưa to

bởi sự trù liệu từ trước của Ngài.

"Qua sự nầy, Đức Chúa Trời và Chúa Jêsus sẽ được ăn sâu trong tâm trí người dân Ấn-độ, và chính ngươi cũng để lại ấn tượng sâu sắc trong họ nữa."

Ngài giải bày lý do mà Ngài đã ban mưa lớn xuống trên chúng tôi là để cho các mục sư địa phương và mọi người hiểu thế nào là đức tin thật và để khắc sâu tình yêu của Đức Chúa Trời vào lòng họ. Cũng nhờ chúng tôi đã vượt qua thử thách bởi đức tin, mà sẽ được báo đáp nhiều ân sủng lớn.

Từ năm 2001, Đức Chúa Trời đã phán bảo cùng tôi rằng chiến dịch Ấn-độ đã được sắm sẵn từ trước vô cùng nên đây sẽ là chiến dịch tột bực và lớn nhất trong nhiều khía cạnh. Vì Đức Chúa Trời biết được lòng người, Ngài biết được sẽ có bao nhiêu người tập trung đến.

Chiến dịch nầy được truyền trực tiếp trên bốn kênh truyền hình cũng như trên mạng Internet. Đây là điều hiếm thấy đối với một sự kiện Cơ-đốc, đặc biệt tại một đất nước như Ấn-độ.

Vô kể người dân Ấn-độ đã xem chương trình nầy qua truyền hình, bất chấp trời mưa to, chương trình vẫn được tiếp diễn, khiến họ cảm động sâu sắc, và thấy được tình yêu thật của Đấng Christ, để rồi tình yêu của Đức Chúa Trời đã khắc sâu trong lòng họ.

"Con người đó là ai mà đã yêu mến người dân Ấn-độ cách tận tụy và hết lòng như vậy?"

Đám Đông Lớn Chưa Từng Thấy

Hôm sau, ngày 13 tháng 10, một số lượng phá kỷ lục, 1,5 triệu người tập trung tại Bãi Biển Marina. Nhiều người xem chiến dịch qua truyền hình, thấy lòng mình được cảm động và đã đến Bãi Biển Marina để tham dự. Tôi không thể nhìn được những dòng người cuối cùng của đám đông.

Một số người nói rằng giống như hết thảy cát trên bãi biển hóa thành người. khi cầu nguyện cho người bệnh, tôi có thể nghe tiếng gào thét của rất nhiều quỉ.

Ma quỉ biết rằng tôi sẽ truyền lệnh cho chúng ra khỏi, nên chúng đã gào thét. Nhiều người dân Ấn-độ bị quỉ ám vì cớ họ thờ lạy thần tượng đã lâu.

Khi tôi truyền lệnh cho ma quỉ ra khỏi, những tiếng gào thét liền tắt ngấm và trở nên yên lặng. Bởi mắt thuộc linh, một số người nhìn thấy cả bầy quỉ bỏ chạy thậm chí không dám ngó lại.

Quyền năng của tiếng nguyên thủy thật sự lớn lao. Những

kẻ bị quỉ ám đã được phóng thích trọn vẹn, những kẻ điếc được nghe, những kẻ câm mở miệng.

Có một số người được cáng đến, song đã đứng dậy và bước đi. Rất nhiều chứng bệnh bất trị đã được chữa lành. Đặc biệt ngày cuối cùng của chiến dịch đã diễn ra trong những công việc nóng cháy của Đức Thánh Linh, và đã để lại rất nhiều kỷ lục.

Chẳng phải chỉ có vậy. Có mấy người theo đạo Hinđu đã giở trò ma thuật. Họ treo trứng và một số trái cây trong nhà và nguyền rủa những kẻ khác. Sau khi trở về Hàn Quốc, tôi nhận rất nhiều thư của những kẻ hành nghề ma thuật.

Có một kẻ chẳng tin đã treo trứng khắp nơi trong nhà mình, song vợ ông là một tín đồ, bà đã xem chiến dịch qua truyền hình.

Khi tôi cầu nguyện cho người bệnh, những chiếc đinh treo trứng bỗng dưng rớt ra, trứng rơi và vỡ tan. Người chồng ngạc nhiên mà rằng anh ta sẽ tham dự vào hội thánh và sẽ không quấy rầy đến đạo Cơ-đốc nữa.

Những mục sư địa phương nói rằng đây là chiến dịch tuyệt vời và có quy mô lớn nhất trong nhiều phương diện. Họ nói trong sự hài hòa Đức Chúa Trời là Đấng Tạo Hóa và Chúa Cứu Thế Jêsus Christ được giảng ra, và những lời đó được xác chứng bằng những dấu cặp theo, cho nên đây là sứ điệp trọn vẹn và tháo gỡ hết mọi lời buộc tội.

Những người trong ban tổ chức cho biết rằng hơn 60% số người tham dự là người Hinđu. Nhiều người trong họ đã tin nhận Chúa Jêsus, và cải đạo.

Không những ở Bãi Biển Marina mà còn ở chín thành phố khác nữa, người ta dựng lên những màn ảnh video rộng và chiến dịch được nhìn thấy cách đồng thời. Hàng chục ngàn

Không kể xiết số người làm chứng rằng họ đã được chữa lành bằng phép lạ

người cũng đã tập trung tại những nơi đó. Họ đã lắng nghe sứ điệp và được chữa lành. Đây là cú ra đòn mạnh trong lịch sử Cơ-đốc tại Ấn-độ, là bông trái huyết tuẫn đạo của Thô-ma đã thành tựu qua chiến dịch nầy

Luật Chống Cải Đạo Cuối Cùng Bị Hủy Bỏ

Từ ngày đầu của chiến dịch, nhiều nhân viên cảnh sát nhìn tôi với nét mặt khó chịu. Song, chẳng bao lâu sự biểu hiện ấy đã sớm thay đổi. Khi nhìn thấy nhiều người được chữa lành, họ đến trước tôi và ngay cả việc quỳ xuống để nhận sự cầu nguyện.

Cảnh sát đã tường thuật lên nhà cầm quyền Tamil Nadu và Chính Quyền Trung Tâm rằng tổng cộng có hơn 3 triệu người đã tập trung tại điểm chiến dịch trong 4 ngày qua, họ đã có một sự kiện Cơ-đốc trong tinh thần hòa bình và không xảy ra một tai nạn nào. Ấy chính là cơ hội để đạo Cơ-đốc được đánh giá lại trong xã hội Ấn-độ. Nhiều tín đồ đã phải sống trong sự áp bức cũng đã có dịp để được tự hào.

Con số người cải đạo là không kể xiết, đạo Cơ-đốc cũng nhờ đó được làm cho mạnh lên. Những lãnh đạo Cơ-đốc cùng nhau liên hiệp lại đưa ra một trình bày yêu cầu hủy bỏ luật chống cải đạo. Nhiều trường học và bệnh viện Cơ-đốc đóng cửa. Nhiều Cơ-đốc nhân đã kiêng ăn để bày tỏ sự chống đối chính quyền. Trước đây, ấy là điều không thể nghĩ đến.

Cuối cùng, trong cuộc bầu cử được tổ chức năm 2004, đảng AIADMK đã thất cử với sự chênh lệch lớn.

Bà Jayalalitha, thống đốc bang Tamil Nadu là hội viên của đảng AIADMK nầy. Thay vào đó, Liên Minh Dân Chủ Tiến Bộ là đảng thân thiện với đạo Cơ-đốc đã chiếm đa số.

Thống đốc tiểu bang, bà Jayalalitha đã đưa ra rất nhiều chính sách để lấy lòng người dân, trong đó có chính sách cấm đoán đối với luật chống cải đạo vào ngày 18 tháng 5, 2004.

Nhiều mục sư và nhân viên báo chí cũng tham dự trong chiến dịch nầy. Họ đến từ các quốc gia như Hoa Kỳ, Trung Đông, Nga, Úc, Israel, và các quốc gia khác. Họ tận mắt nhìn thấy quyền năng Đức Chúa Trời, là điều mà họ nghĩ rằng chỉ có trong Kinh Thánh, họ cũng mời chúng tôi đến tổ chức chiến dịch trên đất nước mình.

Hơn 30 quốc gia mời chúng tôi tổ chức chiến dịch. Đây là chiến dịch thứ bảy kể từ năm 2000, song chúng tôi chẳng tự mình đưa ra quyết định về nơi chốn. Chúng tôi không làm theo ý riêng, bèn là làm theo sự dẫn dắt của Đức Chúa Trời.

Chương 7

Các Dân Tộc Sẽ Đến Nơi Sự Sáng Ngươi

Những sự việc Đã Xảy Ra ở Đu-bai

Sau khi kết thúc Chiến Dịch Uganda, Đức Chúa Trời cho tôi biết rằng mình sẽ đi đến Dubai. Ấy là địa danh tôi chưa từng nghe nói đến.

Sau đó, khi từ Chiến Dịch Kenya trở về, chúng tôi chuyển đến Dubai. Đây là lần đầu tiên chúng tôi đặt chân lên mảnh đất nầy. Khi đến sân bay, tôi cầu nguyện rằng, "Lạy Cha, xin hãy nhận lấy sự vinh hiển lớn lao qua mảnh đất nầy."

Dubai là một tiểu vương quốc, lớn đứng nhì trong các Tiểu Vương Quốc Ảrập Thống Nhất. Hàn Quốc nhập khẩu dầu mỏ hầu hết từ quốc gia nầy. Đức Chúa Trời phán rằng, những chiến dịch trước đây là những chiến dịch trong tầm thước số lượng, nhưng chiến dịch nầy sẽ thiên về phương diện chất lượng.

Đức Chúa Trời cho biết rằng, chúng tôi phải phá đổ những khuôn khổ tư tưởng, vì bản thân chiến dịch thật sự chẳng phải là mục tiêu ở Dubai. Đây chỉ là dịp để các quan chức cao cấp biết đến tôi và là để hoàn thành sự trù liệu công cuộc xây dựng Hội

Thánh Huy Hoàng sau nầy.

Chúng tôi nhận được sự ủng hộ từ phía nhà cầm quyền để tổ chức hội nghị, chúng tôi chuẩn bị "Lễ Hội Văn Hóa Cơ-Đốc Nhân Hàn Quốc", từ ngày hai đến ngày bốn tháng tư, 2003 tại đại sảnh hội nghị quốc tế của Khách Sạn Hyatt. Chúng tôi dự định trình diễn ca nhạc và những vũ điệu truyền thống Hàn Quốc nhằm có sự hợp tác và quan hệ tốt hơn giữa hai quốc gia, đồng thời cũng để cho việc truyền giảng phúc âm được êm xuôi hơn.

Chúng tôi có thể tổ chức hội nghị tại hội thánh, nhưng nếu vậy thì những người Hồi Giáo sẽ không đến dự. Do vậy, chúng tôi chọn một khách sạn. Ngay từ đầu, lòng tôi cảm thấy rằng cuộc hội nghị nầy không thể tổ chức được, nhưng tôi chẳng nói với ai trong các nhân sự của mình. Tôi chỉ muốn để họ chuẩn bị cho sự kiện ấy bởi đức tin.

Mặc dù Dubai là nơi tương đối cởi mở hơn những quốc gia Trung Đông khác, đây cũng là một quốc gia Hồi Giáo, việc truyền giảng cho người dân địa phương Arabs bị cấm ngặt.

Tôi đến Dubai trước chiến dịch một ngày. Tôi được cho biết rằng cuộc hội nghị phải bị hủy bỏ vì lý do an ninh.

Ấy là thời điểm ngay sau chiến tranh Iraq, và tình hình thế giới còn đang bất ổn. Song điều đó không phải là nguyên nhân trực tiếp. Một trong những nhân sự chúng tôi bấy giờ đã tình cờ gặp Hoàng Thái Tử Dubai người đã đến thanh tra khách sạn và cũng theo lời mời đối với ông. Được biết rằng hội nghị nầy là một sự kiện Cơ-đốc, Hoàng Thái Tử liền trực tiếp ra lệnh hủy bỏ.

Dưới Sự Thức Canh Cẩn Mật Của Cảnh Sát

Ngày 2 tháng tư, hơn 100 cảnh sát được điều động đến để kiểm soát khu vực chung quanh khách sạn. Họ xua đuổi những người đến tham dự hội nghị. Họ cũng luôn để mắt đến đội truyền giáo cuả chúng tôi.

Kẻ thù ma quỉ nghĩ rằng cuộc chơi sẽ kết thúc nếu chúng sử dụng được những bậc cầm quyền tối cao của đất nước nầy để chặn đứng hội nghị. Song, sự trù liệu của Đức Chúa Trời được hoàn thành cách âm thầm.

Hôm sau chúng tôi nhận lời yêu cầu từ câu lạc bộ những người tàn tật. Chúng tôi đến đó theo từng nhóm từ ba đến năm người. Vì được chuẩn khá bất ngờ, nên chỉ có khoảng 100 người đã đến dự.

Hầu hết họ là những người bị tàn tật nặng, nhiều người không thể tự bước đi được. Nhiều phụ nữ mặc trang phục aba đen. Tôi giảng sứ điệp trong 15 phút và cầu nguyện trong danh chúa Jêsus Christ. Những công việc kỳ diệu của Đức Chúa Trời đã xảy ra. Những người không thể đi được đã đứng dậy và bước đi, một số khác đã phục hồi thính lực. Những kẻ thân thể cứng đờ vì chứng liệt não cũng đã có thể co giản người và cử động được.

Hội nghị nầy và những chiến dịch trước phát sóng trên khắp Dubai qua đài truyền hình ZEE, đây là đài truyền hình được phủ sóng trên 16 quốc gia trong khu vực.

Đương khi ở trong khách sạn, những người khao khát quyền năng Đức Chúa Trời đã tìm cách xuyên qua phòng tuyến cảnh sát đến gặp chúng tôi. Ví như tôi đã tổ chức chiến dịch, tôi không thể gặp gỡ với bất kỳ người nào, nhưng bấy giờ tôi có thể gặp gỡ rất nhiều người là những kẻ mà Đức Chúa Trời sai đến với tôi.

Một người phụ nữ có tên Sheila Diwakar đã phải ngồi xe lăn sau một vụ tai nạn giao thông. Việc cử động của bà là cả một vấn đề khó khăn. Dầu vậy, sau khi nhận được sự cầu nguyện, bà liền đứng lên và bước đi từng bước. Bà đã không thể giấu được nỗi vui mừng.

Một số nhà báo cũng giúp đỡ chúng tôi. Tiến Sĩ Omer Yassin đã đến với tôi cùng vợ và con gái mình. Con gái ông mắc chứng rối loạn khả năng nói vì bệnh viêm não.

Nhưng khi được tôi cầu nguyện, cô liền nói, "Cảm ơn ông!" Hai vợ chồng lần đầu tiên nhìn thấy con gái mình nói được, lòng họ cảm động vô cùng.

Tiến Sĩ Omer nói rằng, ông sẽ viết lại về sự chữa lành của con gái mình. Mặc dầu chỉ trong một thời gian ngắn, tôi đã gặp được rất nhiều người là những nhân vật sẽ có ích trong sứ mệnh truyền giáo đến Trung Đông. Những con người nầy sẽ là những sợi dây liên kết để hoàn thành sự trù liệu của Đức Chúa Trời.

Chiến Dịch Tại Nga, Một Sự Kiện Chính Thức Kỷ Niệm Lần Thứ 300 Của Thành Phố Petersburg

Vào ngày 27 tháng 5, 2003, Tổng Thống Nga, Putin mời lãnh tụ của hơn 50 quốc gia đến dự lễ kỷ niệm hàng năm lần thứ 300 ngày thành lập thành phố St. Petersburg. Vì lãnh tụ của nhiều quốc gia tập trung về đây, St. Petersburg đã gây sự chú ý toàn cầu.

Chiến dịch tại Nga của chúng tôi được tổ chức cùng năm ấy nên cũng được xem là một trong những sự kiện kỷ niệm chính thức, đem lại sự hợp tác từ phía các nhà cầm quyền của chính phủ. Từ ngày đầu chiến dịch, ngày 12 tháng 10, 2003, Sân Vận Động Olympic St. Peterburg đông chật người.

Vào tháng 10, trời rất lạnh và nhiều tuyết. Dầu vậy suốt cả chiến dịch, chúng tôi được hưởng một nhiệt độ ấm áp khác thường, nhiệt độ trên mức đóng băng. Tôi giảng về Đức Chúa Trời là Đấng Tạo Hóa, tại sao Chúa Jêsus Christ là Cứu Chúa duy nhất, và quyền năng của Đức Thánh Linh.

Trong mỗi lời cầu nguyện cho người bệnh, sân vận động tràn

Nước Nga, ngày hội chữa lành bằng phép lạ
(Sân Vận Động Olympic St. Peterburg)

ngập hơi nóng của Đức Thánh Linh.

Nhiều người kêu lớn tiếng rằng họ có thể nghe được; những người trước đây không thể đi được, đã có thể bước đi; nhiều người đã phải đi gậy vì chân dị dạng, hay bị vẹo đã có thể tự bước đi. Những người khác được phục hồi phục hồi thị lực và không cần đến kính nữa; có một số người được chữa lành chứng rối loạn chức năng nói. Cảnh tượng nầy được truyền trực tiếp ra khắp thế giới.

Bên ngoài địa điểm tại St. Peterburg, cũng có những chiến dịch xảy ra đồng thời tại năm địa điểm khác qua sự truyền hình trực tiếp tại Penza, Izhevsh, và Ukraine.

Khi đến dự liên hoan chia tay sau khi chiến dịch kết thúc, có một mục sư, người đã tham dự chiến dịch qua truyền hình tại Izhevsk đã đến tiếp cận tôi. Bất chấp thời tiết lạnh, nhiệt độ đến dưới 200c, hơn một ngàn người tập trung đến và có nhiều người được chữa lành.

Một mục sư đang chăm sóc chỗ câu lạc bộ những người khuyết tật đã bày tỏ sự vui mừng nói rằng nhiều người bị rối loạn thính giác và mất thị lực đã được chữa lành.

Chiến dịch nầy không những được truyền trực tiếp trong nước Nga mà còn đến trên 150 quốc gia qua 27 kênh phát sóng, và nhiều mạng lưới truyền hình cáp, sử dụng 12 vệ tinh khác nhau. Người ta kinh nghiệm được những công việc chữa lành thiên thượng qua việc xem chiến dịch trên truyền hình tại những quốc gia lân cận như Estonia, và gởi lời làm chứng về sự chữa lành của họ đến các phát thanh viên.

Các bác sĩ địa phương đến tham dự chiến dịch để ghi vào sổ và chứng minh bằng tài liệu những trường hợp được chữa lành. Một bác sĩ bày tỏ sự ngạc nhiên mà nói rằng, "Tôi thật kinh ngạc khi thấy quá nhiều người được chữa lành chỉ qua sự cầu nguyện."

Chủ tịch Liên Hiệp Hội Thánh Ngũ Tuần Moscow nói rằng ông cảm nhận được những công việc nóng cháy của Đức Thánh Linh và sự hiện diện của Đức Chúa Trời, và đây là bước ngoặc lớn cho phong trào phục hưng các hội thánh ở Nga.

Ông tiếp tục nói rằng nhiều mục đã được đánh thức khỏi tình trạng ngủ mê thuộc linh; họ nhận ra và tin rằng quyền năng của Đức Chúa Trời không chỉ trong Kinh Thánh mà còn trong thực tế, và sự đó có thể xảy ra ngày hôm nay. Từ đó, họ khao khát quyền năng Đức Chúa Trời

Khởi Sự Tìm Hiểu Về Những Vấn Đề Thần Học

Đức Chúa Trời là thần linh, cho đến chừng chúng ta biến đổi thành tâm thần và lẽ thật, chúng ta cũng có thể lướt theo dòng chảy của 'không gian thuộc linh.' Cho đến mức chúng ta bước vào lĩnh vực thiêng liêng, chúng ta có thể hiệp một với Đức Chúa Trời trong không gian của Ngài và được Ngài ban cho quyền năng. Nhờ vậy, thẩm quyền dạy dỗ sẽ khác hẳn.

Để lại một ấn tượng cho người nghe qua việc giảng dạy là điều không khó lắm. Nhưng để ảnh hưởng làm thay đổi người nghe bởi sự xuyên thấu thậm chí phân chia hồn linh, khớp tủy, chúng ta phải nhận lãnh thẩm quyền từ Đức Chúa Trời.

Chiều sâu của thế giới thuộc linh là không giới hạn. Để đưa tôi vào tầm thước cao hơn trong quyền năng Ngài, Đức Chúa Trời cho tôi bước vào tìm hiểu những vấn đề thần học vào tháng giêng năm 2003.

Ấy là tiến trình cần thiết để tôi có thể nghe được tiếng nguyên thủy của Đức Chúa Trời là tiếng hoàn toàn ra từ tấm lòng của Ngài và bày tỏ trọn vẹn Quyền Năng Sáng Tạo Tối Thượng.

Đức Chúa Trời giảng giải cùng tôi những thánh luật về sự khởi đầu thời gian. Ngài cũng giảng giải về những nguyên tắc công bình. Ngài cho tôi biết rõ về những bậc tiên tri của Đức Chúa Trời là những người đã đạt tới tầm thước 'thánh khiết trọn vẹn' như Áp-ra-ham, Môi-se, Ê-li, và sứ đồ Phao-lô.

Ngài cũng dạy cho tôi về Đức Chúa Trời là Đấng Tạo Hóa và Chúa Jêsus Christ, và những tiên tri khác cùng những sứ đồ là những người đã bày tỏ quyền năng Đức Chúa Trời. Ngài cũng khiến tôi nghiên cứu về những tầm thước của sự sáng.

Dạy Dỗ Các Mục Sư Về Chức Vụ Thiêng Liêng

Dựa vào những gì học được từ Đức Chúa Trời về sự sâu nhiệm của lãnh vực thuộc linh, hàng năm tôi tổ chức vài lần hội nghị dành cho các mục sư.

Để dẫn dắt các mục sư trong hội thánh chúng tôi và những giáo sĩ thi hành chức vụ ở nước ngoài đạt đến sự trưởng thành về thuộc linh và trở thành những đầy tớ yêu dấu và đầy quyền năng của Đức Chúa Trời , tôi đem hết tâm sức mình dạy dỗ và cầu nguyện cho họ với trọn cả tấm lòng, tôi nắm chặt lấy Chúa vì cớ họ.

Như sứ đồ Phao-lô nói, "*Vậy, hãy tỉnh thức, nhớ lại rằng trong ba năm hằng đêm và ngày, tôi hằng chảy nước mắt ra mà khuyên bảo cho mọi người luôn*" (Công-vụ 20:31), tôi dạy họ mọi sự tôi đã học được từ Đức Chúa Trời, hầu cho họ có thể bước vào sự trưởng thành trong những tầm thước đức tin và mức độ thiêng liêng trọn vẹn.

Sẽ rất hạnh phúc khi nhìn thấy có nhiều mục sư nhận lãnh

được quyền năng lớn hơn quyền năng mà tôi đã nhận được, như vậy vương quốc Đức Chúa Trời sẽ được mở rộng và sẽ có nhiều linh hồn được cứu! Tháng 7, năm 2003, tôi nói chuyện tại Hội Nghị Mục Sư lần thứ 21 với chủ đề, 'Dòng chảy Thánh Linh.'

Ở đây, tôi nói với các mục sư về 'các từng trời' mà tôi đã học được từ Chúa. Làm sao để chúng ta có thể có được tấm lòng thánh khiết và cỡi trên dòng chảy của 'các từng trời' đó, và cũng nói về 24 trưởng lão ở Jerusalem Mới. Tôi đồng thời thúc giục họ hãy nhận lãnh quyền năng lớn lao hơn trong chức vụ thiêng liêng và có nhiều hy vọng hơn về nước thiên đàng.

Nhiều câu trong Kinh Thánh như 1Các Vua 8:27, và trong Giê-rê-mi 10:12, cho chúng ta biết rằng không phải chỉ có một từng trời, mà bèn là có nhiều từng trời khác nhau. Và ngay cả trong Tân Ước, Ê-phê-sô 4:10 sử dụng hình thức danh từ số nhiều mà rằng, "trên hết các từng trời."

Thiên đàng không phải chỉ có một, bèn là có nhiều. Nói chung, về lĩnh vực thuộc linh, thiên đàng có thể được phân chia thành không gian vật chất và không gian thuộc linh. Không gian vật chất là thứ rất nhỏ so với không gian thuộc linh.

Không gian vật chất, ấy là từng trời thứ nhất, và từ từng trời thứ hai trở đi là những từng trời thuộc về lĩnh vực thiêng liêng.

Vườn Ê-đen và các ác linh tồn tại ở từng trời thứ hai. Vương quốc thiên đàng ngự tọa trên từng trời thứ ba, và từng trời thứ tư là nơi ở nguyên thủy của Ngai Đức Chúa Trời. Ngai ở đây khác về tầm thước so với ngai Đức Chúa Trời tại Giê-ru-sa-lem Mới.

Khoảng Không

Tất cả các khoảng không trong vũ trụ đều nằm trong lòng

Đức Chúa Trời. Chiếm hữu một khoảng không là ôm hết khoảng không đó vào lòng. Ấy là, hoàn toàn hiểu biết về khoảng không đó, nuôi dưỡng nó như sự hiểu biết thuộc linh, và khiến nó trở nên trọn vẹn trong lòng.

Thi Thiên 68:33 nói rằng, *"Tức là Đấng cỡi trên các từng trời thái cổ; kìa Ngài phát ra tiếng, tiếng có sức lớn."* Tiếng có sức lớn là tiếng ban đầu của sự Sáng Tạo.

Đây là tầm thước của sự sở hữu và kiểm soát cả không gian của từng trời thứ tư. Chỉ ở tầm thước nầy, người ta mới có thể nghe được tiếng mguyên thủy. Tiếng đó là 'tiếng có sức lớn.' Dầu vậy chúng ta không thể nghe được tiếng nầy.

Khi tiếng nguyên thủy nầy của sự sáng tạo được phán ra, mọi vật trong tất cả các từng trời đều vâng phục. Thẩm quyền và phẩm cách cao trọng của tiếng ấy làm rúng động hết thảy các từng trời.

Ví như có ai đó đã nghe được tiếng nầy, thì màng nhĩ người ấy sẽ bị vỡ.

Đức Chúa Trời trước hết cho tôi có sự hiểu biết về không gian ở từng trời thứ tư. Đây là điều có thể khi một người vượt qua mức độ 'thần linh' công chính và bước vào tầm vóc thuộc linh thánh khiết trọn vẹn của Đức Chúa Trời, và hoàn toàn sở hữu được không gian của từng trời thứ tư. Kế đến, người ấy đồng thời cũng có thể kiểm soát tầng trời thứ hai và ba.

Những ai đạt tới tầm vóc thánh khiết trọn vẹn như Ê-li, Môi-se, và sứ đồ Phao-lô, thì cũng có quyền kiểm soát trên những ác linh, là những linh đang hiện diện trên từng trời thứ hai. Những ác linh run sợ trước những ai đạt tới tầm vóc thánh khiết trọn vẹn, thực ra chúng chẳng dám đến gần những người nầy.

Dầu vậy trong khi những người có thần linh trọn vẹn còn sống trên đất nầy, kẻ thù ma quỉ xúi giục những kẻ xấu mang đến sự bắt bớ và ngăn trở chống lại họ. Đây là thẩm quyền mà Đức Chúa Trời đã trao cho ma quỉ cho đến khi công cuộc trưởng dưỡng nhân loại trên đất kết thúc. Ma quỉ dùng thẩm quyền nầy để ra sức bắt bớ và quấy phá công việc hoàn thành vương quốc Đức Chúa Trời.

Vì cớ đó mà sau khi đạt tới tầm vóc thánh khiết trọn vẹn , chúng ta phải tiếp tục cuộc chiến chống lại những thế lực tối tăm cho đến khi chức vụ của chúng ta trên đất nầy được hoàn thành. Song, nếu có ai sở hữu được không gian ở từng trời thứ tư, mọi việc sẽ được hoàn thành khi có tiếng ban đầu được phán ra, nên kẻ thù ma quỉ không thể quấy phá những công việc nầy.

Một vài người có thể hỏi rằng, "Nếu Đức Chúa Trời đã trao thẩm quyền cho ma quỉ, thì lẽ nào chúng không thể thực hiện những công việc đầy quyền năng sao?" Ắt hẳn rằng, kẻ thù ma quỉ không thể thực hiện những công việc quyền năng bởi thẩm quyền riêng của nó.

Kẻ thù ma quỉ sẽ mang thử thách đến trên những kẻ lìa bỏ đạo của Đức Chúa Trời mà phạm phải tội lỗi, sự ấy xảy đến theo những nguyên tắc của thánh luật. Đức Chúa Trời phán cùng con rắn rằng nó phải ăn bụi đất suốt những ngày đời của nó (Sáng Thế 3:14), thế nhưng loài rắn chẳng phải ăn bụi đất. Chúng ăn các loài động vật sống như ếch nhái, chuột bọ.

Bụi đất ở đây mang ý nghĩa thuộc linh. Đó là con người, kẻ được tạo ra từ bụi đất. Đức Chúa Trời cho phép ma quỉ ăn nuốt những những 'con người xác thịt', là những kẻ không làm theo lời Đức Chúa Trời và phạm tội.

Quyền năng sáng tạo khiến kẻ chết sống lại, vực kẻ què đứng dậy trên đôi chân mình, khiến kẻ mù mở mắt để nhìn thấy Đức Chúa Trời cách rõ ràng. Ma quỉ không có quyền năng như vậy, bởi đó chúng ta thấy không có nơi nào trong Kinh Thánh nói rằng những ác linh đã thực hiện những công việc như vậy.

Trong tiến trình rèn luyện để bước vào không gian của từng trời thứ tư, Đức Chúa Trời đã lấy đi sinh lực xác thịt ra khỏi cơ thể tôi và đã đổ vào đó một sức lực thiêng liêng. Trong tiến trình nầy, tôi đã có một vài sự khác thường trong cơ thể mình. Vì cơ thể tôi đang ở trong thế giới không gian ba chiều, song tôi đã phải trải qua sự rèn luyện để được sở hữu không gian bốn chiều của từng trời thứ tư.

Không gian thuộc linh ở từng trời thứ tư là nơi mà Đức Chúa Trời đã ở đó một mình với trạng thái tiếng nguyên thủy và sự sáng. Ở tầm thước nầy, muôn vật đều được ôm ấp trong lòng.

Những Phước Hạnh Qua Ba Thử Thách Dưới Sự Cho Phép Và Tiên Liệu Của Đức Chúa Trời

Giả sử quyền năng của Đức Chúa Jêsus là 100. Tiếp theo quyền năng của một con người thánh khiết trọn vẹn có thể bày tỏ hết mức là 50. Những nhân vật trong Kinh Thánh, như sứ đồ Phao-lô là một người đã bày tỏ được những công việc quyền năng nhất. Ông đã hăng say trò chuyện với Đức Chúa Trời và đã viết được 14 sách trong Kinh Thánh. Dầu vậy, ông chỉ có được 50% so với quyền năng của Đức Chúa Jêsus.

Dường ấy, ông không thể khiến kẻ mù mở mắt, kẻ câm mở miệng. Ông không thể bày tỏ được những công việc vượt giới hạn không gian và thời gian.

Một số người có thể nghĩ rằng Môi-se đã thực hiện một tầm thước quyền năng lớn hơn so với Phao-lô. Song Môi-se chỉ bày tỏ những dấu và sự kỳ diệu, như khiến Biển Đỏ rẽ đôi, bởi việc vâng theo lời Đức Chúa Trời.

Nhưng trong trường hợp của sứ đồ Phao-lô, ngay cả khi

không có mạng lệnh từ Đức Chúa Trời, bởi đức tin của mình ông đã bày tỏ những dấu và điều kỳ diệu. Để hoàn thành sứ mệnh đối với thế gian trong thời buổi hiện nay là lúc mà tội lỗi đang lan tràn, Đức Chúa Trời phán rằng ngay cả ở mức quyền năng 50 phần trăm như sứ đồ Phao-lô cũng chưa đủ.

Nếu như lúc mới mở hội thánh, quyền năng mà tôi có được là 1, Đức Chúa Trời đổ đầy 99 phần còn lại và bày tỏ cho chúng tôi những dấu và sự kỳ diệu. Qua nhiều sự thử thách đức tin ngay từ lúc ban đầu, quyền năng tôi có được đã tăng lên từng hồi từng lúc, và đã đạt tới mức 50 trước ba cuộc thử thách trong năm 1998.

Song với mức 50 nầy vẫn chưa đủ để hoàn thành hết sự trù liệu của Đức Chúa Trời. Bởi vậy, Ngài đã dẫn dắt tôi bước vào tầm vóc quyền năng lớn hơn qua ba cuộc thử thách. Tôi phải chịu nhiều người phản bội và chịu bắt bớ vô cớ. Song, tôi chỉ vượt qua với sự vui mừng, cảm tạ, sự cầu nguyện, tình yêu và sự nhân từ.

Kẻ thù ma quỉ cố phá diệt tôi qua ba cuộc thử thách cùng nhiều mưu chước, nhưng chúng đã thất bại. Thánh luật tuyên bố rằng tiền công của tội lỗi là sự chết. Thế thì, không thể giết hại hay phá diệt bất kỳ ai là những người không phạm tội. Ma quỉ xúi giục những kẻ độc ác đóng đinh Chúa Jêsus, nhưng vì Chúa Jêsus vô tội, Ngài đã bẻ gãy quyền lực của sự chết và đã sống lại.

Từ đó, kẻ thù ma quỉ chẳng thể làm được gì hơn để cản đường và ngăn trở tôi trên tiến trình hoàn thành sứ mạng nữa. Khi vượt qua ba thử thách thử đó, Đức Chúa Trời đã ban cho tôi sự sáng của bốn tầm vóc quyền năng. Trước đó, khi cầu nguyện, quyền năng từ trời giáng xuống và đi ra qua tôi, nhưng từ khi Đức Chúa Trời ban cho tôi sự sáng của bốn tầm vóc quyền năng, sự sáng quyền năng Ngài hầu như luôn ở cùng tôi.

Để kết thúc công cuộc trưởng dưỡng nhân loại trên thế gian đầy tội lỗi nầy, chúng ta cần đến quyền năng sáng tạo. Dường ấy Đức Chúa Trời đưa tôi bước vào tầm vóc nầy bằng cách cho phép mọi thứ thử thách xảy đến hầu cho ma quỉ không thể buộc tội hay chống đối bất kỳ điều gì nữa.

Vì cớ tôi đã vượt qua nhiều thử thách, ma quỉ không thể chống đối khi Đức Chúa Trời ban cho tôi quyền năng Ngài. Nếu không trải qua tiến trình thử thách nầy, Satan sẽ chống đối mà rằng, "Nhờ ngươi ban cho đầy tớ ngươi nhiều quyền năng, nên có nhiều kẻ tin. Phải chăng cách trưởng dưỡng nhân loại như vậy là chân chính sao?"

Đức Chúa Trời vận hành trong sự công chính trọn vẹn không tì vết. Ngài đã và đang trưởng dưỡng nhân loại từ khá lâu, song Ngài chẳng hề làm bất kỳ điều gì sai lệch với sự công chính. Đức Chúa Trời ban cho tôi bốn tầm vóc quyền năng và rèn luyện tôi để bước vào những tầm vóc trọn vẹn hơn.

Vì chúng ta phải hoàn thành sứ mạng đối với thế gian và công bố Đức Chúa Trời hằng sống với muôn dân. Qua tiến trình nầy, tôi đã nhận biết cách sâu sắc cả hai thuộc tính của Đức Chúa Trời, về nhân tính, Ngài là Đấng nhân lành, hiểu biết và muốn tin người cho dù là những kẻ xấu, về thần tánh, Ngài nhận biết được sự độc ác của loài người. Ấy chính là tiến trình mà tình yêu thương và sự công chính của Đức Chúa Trời đã chiếm ngự lòng tôi.

Năm 2000 là khi mà tầm vóc quyền năng đã tăng trưởng lớn lao. Khởi sự với chiến dịch Uganda, cánh cửa truyền giáo ra hải ngoại được mở rộng và quyền năng sáng tạo được bày tỏ. Dầu vậy, để một con người bằng xương bằng thịt bước vào thế giới không gian bốn chiều không phải là việc dễ dàng.

Hãy nghĩ đến sự khổ luyện của những phi hành gia nhằm thích ứng với môi trường khác biệt bên ngoài không gian. Như sức chịu đựng lớn khi họ ra khỏi bầu khí quyển trái đất, tôi đã phải trải qua sự biến động nghiêm trọng khi cố gắng sở hữu từng trời của không gian bốn chiều.

Tháng 11 năm 2003, sự rèn luyện đang lên đỉnh cao vào thời điểm chiến dịch tại Nga. Sự biến động cũng lên đến đỉnh cao. Tôi không sao ngủ được vì phải ngày đêm chiến cự với những biến động đó. Song năm 2004, những biến động ấy đã giảm thiểu cách kỳ diệu.

Thậm chí ngày nay, những gánh nặng về sứ mạng thế giới và xây xây dựng Hội Thánh Huy Hoàng, cùng vấn đề tài chánh cho những việc ấy vẫn còn là gánh nặng trên tôi. Khi tất cả những sự nầy qua đi, tôi sẽ an nghỉ, và lúc bấy giờ những biến động theo lẽ tự nhiên cũng sẽ qua.

Ngày 15 tháng 4, năm 2004 là ngày tôi hoàn thành những tìm hiểu về thần học. Từ đó, sự rèn luyện chờ đón tôi để thực hiện những gì mình đã học được. Hôm đó, tôi đang ở trong nhà nguyện, thì có cầu vồng rất rõ hiện ra bao quanh mặt trời.

Tôi có thể cảm nhận quyền năng được tăng lên từ lúc tôi hoàn thành những tìm hiểu về thần học. Những công việc chữa lành xảy ra nhanh hơn nhiều so với trước đó. Thậm chí ngay cả chính tôi cũng lấy làm kinh ngạc. Có một người bị bỏng rất nặng đã được chữa lành và sạch tất cả các vết sẹo chỉ trong một tuần.

Những thành viên trong hội thánh nhận lãnh ân sủng rất nhanh chóng. Mọi thứ đều diễn ra rất nhanh. Khi hoàn thành trọn vẹn sự rèn luyện thiêng liêng nầy, tôi sẽ có thể bày tỏ những công việc đầy quyền năng của Đức Chúa Trời trong luật yêu thương và công bình của Ngài, mà chẳng hề gặp phải sự ngăn trở nào, những sự nầy sẽ vượt khỏi không gian vật chất và không gian thiêng liêng. Tháng 10, năm 2004, chính tay Đức Chúa Trời đã đưa tôi vào sự rèn luyện thuộc linh để dẫn dắt tôi đến với những tầm vóc sâu nhiệm hơn của quyền năng Ngài.

Dự Lễ Qua Internet, Bệnh Suy Nhược Được Chữa Lành

Wei Iran sống ở Đài Loan, cô bị bệnh suy nhược và mất ngủ từ tháng năm, 2004 do sự căng thẳng quá độ trong công việc. Hàng ngày, độ 4 – 5 giờ chiều cô bị chứng khó thở đến mức phải đưa đi bệnh viện và mang mặt nạ ô-xy. Thuốc men chẳng còn tác dụng.

Nguyên nhân chính gây suy nhược là do căng thẳng, bởi ý chí riêng để vượt qua bệnh nầy thì rất khó. Trong những trường hợp nghiêm trọng, người bệnh thường tự sát. Ngày nay, đây là hiện tượng phổ biến toàn cầu.

Thể trạng cô ngày càng tệ hơn, cô xin nghỉ ốm vào tháng 7. Không chỉ khốn đốn với chứng suy nhược mà cô còn mắc phải bệnh Meniere, bệnh nầy khiến cô choáng váng và mất thăng bằng. Đồng tử mắt cô mất tập trung. Người cô cứng đờ ra đến nỗi phải nhờ đến sự giúp đỡ của người khác cô mới có thể di chuyển.

Trong tình trạng nầy, cô đã tin nhận phúc âm do một người bạn giảng cho và cô đã đến thăm hội thánh Manmin Đài Loan. Cô bắt đầu dự lễ thờ phượng vào Chúa Nhật qua Internet và nhận được ân điển từ Chúa. Theo lời khuyên của mục sư ở đó, cô cũng lắng nghe những bài giảng trước, và đã kêu khóc trong sự cầu nguyện. Lắng nghe sứ điệp, cô nhận ra tội lỗi và những xấu xa của mình, cô đã ăn năn trong nước mắt. Đức tin cô dần dần được tăng trưởng.

Mục sư của Hội Thánh Manmin Đài Loan đã gởi đến tôi nhu cầu và hình của cô gái nầy để nhờ tôi cầu nguyện. Vào ngày 17 tháng 9, trong lễ cầu nguyện thâu đêm tối thứ 6, tôi đặt tay lên hình cô và tha thiết cầu nguyện. Đức Chúa Trời đã nhậm lời, chứng suy nhược và bệnh Meniere của cô đã được chữa lành.

Từ đó cô có thể ngủ ngon và thở bình thường. Chẳng bao lâu cô đã đi làm trở lại và đã nhiều lần thăm viếng Hội Thánh Trung Tâm Manmin ở Hàn Quốc. Hiện nay cô là một Cơ-đốc nhân trung tín.

Cuộc Hành Hương

Tháng 3 năm 2004, tôi bước vào một cuộc hành hương. Tôi đã nhiều lần đến những nơi hành hương, song lần nầy có sự khác hẳn và nhiều cảm xúc đặc biệt. Ga-li-lê là nơi mà Chúa Jêsus đã chọn làm vũ đài chính cho chức vụ công khai của mình. Đây là nơi Ngài đã kêu gọi nhiều người trong mười hai môn đệ của mình và tỏ cho thấy rất nhiều dấu lạ. Đội chúng tôi lên thuyền dạo trên biển hồ Ga-li-lê với những giây phút đầy ý nghĩa trong sự ngợi khen, cầu nguyện, và suy gẫm.

Suy Gẫm Về Chúa Jêsus

Có rất nhiều lời dạy dỗ của Chúa Jêsus đã trở thành những viên đá quý long lanh tỏa sáng trên hồ. Có lẽ Chúa Jêsus đã đi qua con đường nầy chăng? Đức Chúa Jêsus đã rao giảng phúc âm và tỏ cho thấy nhiều dấu lạ, Ngài đã không có đủ thời giờ để ăn uống và nghỉ ngơi cách thư thả.

Tôi nhìn chăm chú từng ngọn cỏ, cành cây, từng viên đá bên hồ Ga-li-lê. Nhìn quanh khu phố ở Ga-li-lê, tôi chạnh lòng nhớ Chúa. Lúc rạng đông, hướng về Biển Ga-li-lê tôi tha thiết cầu nguyện, và suy gẫm về những việc làm của Ngài.

Lòng tôi mong mỏi về Chúa, khiến nước mắt tuôn tràn ra. Khi đang cầu nguyện tại Galilee, Đức Chúa Trời bày tỏ cho tôi qua sự cảm động về một cảnh tượng trong Kinh Thánh.

Đức Chúa Jêsus đã đi nhiều nơi, dạy dỗ dân chúng và chữa lành những kẻ đau bệnh, Ngài chẳng có đủ thời gian để nghỉ ngơi. Đức Chúa Jêsus cùng các môn đệ Ngài cùng nhau bước đi, và họ ngồi xuống trong chốc lát. Sau đó, Phi-e-rơ là người giống như làm đầu trong mười hai môn đệ, đầy lòng khao khát muốn được theo sát Đức Chúa Jêsus để phụng sự Ngài. Phi-e-rơ là người luôn đi đầu. Người cởi áo mình ra rồi lau một hòn đá cho Đức Chúa Jêsus ngồi.

Sau khi đi qua những con đường đầy bụi bặm, chân Đức Chúa Jêsus đã lấm. Khi Ngài ngồi, Giăng lấy áo mình lau chân và giày cho Ngài. Các môn đệ đi vào các ngôi nhà gần đó để tìm một ít thức ăn. Ấy là những mẩu bánh mì bẹt, mỏng và tròn.

Phi-e-rơ chọn cái tốt nhất mang đến cho Đức Chúa Jêsus, tôi nhìn thấy các môn đệ chỉ ngồi bên lề đường và cùng nhau chia sẻ những mẩu bánh ấy. Đức Chúa Jêsus đón nhận tấm lòng của môn đệ mình đã phụng sự Ngài cách hết lòng, Ngài đã ăn trọn một mẩu bánh.

Những lời nói của Đức Chúa Jêsus như những giọt nước rơi trên Biển Hồ Ga-li-lê. Thậm chí với khoa học hiện đại, chúng ta cũng không thể nghe lại tiếng của Đức Chúa Jêsus được mũa, dầu vậy nếu Đức Chúa Trời mở mắt và tai thuộc linh cho chúng

Tại biển Ga-li-lê

ta, thì chúng ta cũng có thể nghe được những lời ấy. Bởi mắt thuộc linh, tôi nhìn thấy dấu vết những luồng sáng mạnh nơi Đức Chúa Jêsus đã từng ở hoặc đi qua.

Trên Núi Hóa Hình

Đỉnh Núi Hóa Hình là nơi Đức Chúa Jêsus cùng Phi-e-rơ, Gia-cơ và Giăng đến đó để cầu nguyện. Tại đây ba môn đệ nhìn xem Đức Chúa Jêsus hóa hình thành thân thể siêu nhiên, gặp gỡ với Môi-se và Ê-li rồi cùng nhau trò chuyện thâm tình. Phi-e-rơ nói rằng, người muốn dựng lên ba lều trại.

Khi lên đến đó, tôi nhìn thấy một nơi rộng thừa sức để cất ba lều trại. Khi lên núi nầy, Đức Chúa Jêsus và các môn đệ đã phải vất vả lắm chăng? Tôi có thể cảm nhận ánh sáng thiêng liêng, những âm thanh và năng lượng.

Bởi mắt thuộc linh, ta có thể nhận ra nơi Đức Chúa Jêsus gặp gỡ với Môi-se và Ê-li vì có những luồng sáng mạnh che phủ nơi ấy. Cách đó khoảng chừng 50 – 60 mét, có một hội thánh được xây dựng để kỷ niệm sự kiện Hóa Hình ấy.

Tôi cũng viếng thăm Ghết –sê-ma-nê và Hội Thánh Muôn Dân (Manmin trong tiếng Hàn là tên được dịch ra từ tên của hội thánh nầy), nó được xây dựng tại nơi mà Đức Chúa Jêsus đã cầu nguyện trước khi chịu thập hình cho đến lúc mồ hôi Ngài hóa thành những giọt máu.

Đường Via Dolosa

Jerusalem là một thành phố ảm đạm. Sự ấy là vì dân chúng ở đây không nhận biết Đức Chúa Jêsus là Chúa Cứu Thế của mình, họ đã đóng đinh Ngài. Tôi có thể cảm nhận tiếng than khóc và nước mắt của Đức Chúa Jêsus cho Jerusalem. Kế bên bức tường than vãn là một đền thờ Hồi Giáo được xây dựng theo kiến trúc mái vòm màu vàng.

Một ngày sau khi đến Jerusalem, chúng tôi nghe một tin khá bất ngờ qua đài CNN. Chính quyền Israel ám sát lãnh đạo Palestin Sheik Ahmed Yassin. Giê-ru-sa-lem trở nên căng thẳng.

Người Palestin đóng các cửa tiệm để bày tỏ sự phản đối. Thường ngày, Via Dolosa là nơi đông đúc và nhộn nhịp với rất nhiều cửa hàng và những thương gia Ảrập ra chào mời khách đến với cửa hàng mình. Bình thường, người hành hương rất khó có được sự yên tỉnh để vừa đi vừa suy gẫm về Đức Chúa Jêsus, là Đấng đã mang lấy thập tự, trong khi trên đường họ hành hương lên đồi qua những đám đông người.

Nhưng ngày hôm ấy, vì những thương gia Ả-rập đóng cửa hết các cửa hàng mình như một hình thức biểu tình, đường Via Dolosa đã trở nên yên tỉnh. Nhiều kẻ hành hương khác đã hủy bỏ kế hoạch vì lý do an ninh, chúng tôi thậm chí không thể gặp được nhiều người dân địa phương. Chúng tôi đi vào cuộc hành hương trong bầu không khí trang nghiêm và yên lặng. Đức Chúa Trời đã ban ơn cho tôi để cảm nhận được về thời của Đức Chúa Jêsus trong sự thần cảm rõ ràng.

Tôi có thể cảm nhận được rằng trong khi mang lấy thập tự, tâm linh Đức Chúa Jêsus luôn trò chuyện với Đức Chúa Trời. Vì mỗi lúc trò chuyện như vậy, Ngài vượt qua những nỗi đau. Khi Đức Chúa Jêsus bước đi trên con đường ấy, Đức Chúa Cha trên trời cũng cảm nhận nỗi đau như vậy.

Đồng thời Phi-e-rơ cũng được nhìn thấy cách mờ nhạt khi người đi theo đám đông xa xa đằng sau Đức Chúa Jêsus. Nước mắt người đổ ra, lòng người đầy hối tiếc và ăn năn. Người không dám đến gần Đức Chúa Jêsus như người đã nghĩ, "Tại sao mình đã chối Chúa đến ba lần?"

Sau khi Phi-e-rơ chối Chúa ba lần, người liền ra ngoài than khóc và ăn năn. Dường như theo lẽ tự nhiên thì Phi-e-rơ đã đi theo Đức Chúa Jêsus lúc đang vác thập tự giá. Song, điều nầy không được ghi lại trong Kinh Thánh là vì người theo sau Đức Chúa Jêsus từ đằng xa nên các môn đệ không thấy người.

Những Người Nữ ở Với Chúa Jêsus Cho Đến Cuối Cùng

Nữ Đồng Trinh Mary theo sau Đức Chúa Jêsus, lòng người

tan nát, tinh thần sững sờ, người không thể tự chủ được. Mary Magdalene nâng đỡ và thương cảm người, cùng chia sẻ nỗi buồn. Lúc bấy giờ, người nữ từng được chữa lành bệnh rong huyết, dạn dĩ tiến lên trước Chúa Jêsus để lau mồ hôi cho Ngài.

Một tên lính La Mã tìm cách đẩy người ra, song người rất nhanh nhẹn lách qua đám đông và lau mồ hôi cho Ngài. Một ngọn roi không biết từ đâu vụt mạnh vào người, khiến bà ngã xuống đất.

Những người nữ nầy có thể bị quân lính La Mã bắt giữ và giết chết. Dầu vậy, họ chẳng e sợ và quyết theo Ngài cho đến nơi Ngài chịu thập hình.

Những người nữ nầy là những người đầu tiên đến thăm mộ Đức Chúa Jêsus. Đồi Gô-gô-tha cao 800 mét so với mực nước biển. Lúc bấy giờ chẳng có đường lát đá như ngày nay, ấy là một con đường gồ ghề.

Vừa lúc rạng đông của ngày đầu tiên sau ngày Sa-bát, Ma-ry Ma-đơ-len và Trinh Nữ Mary leo lên Gô-gô-tha. Chân họ trầy sướt và đau đớn, quần áo bị hư hại bởi những cạnh đá sắc nhọn, nhưng họ chẳng lùi bước. Tình yêu trọn vẹn của họ xua tan nỗi sợ hãi (1Giăng 4:18).

Lửa Thánh Linh Tại Đức

Sự dẫn dắt của Đức Chúa Trời để hoàn thành sứ mạng đối với thế giới đưa chúng tôi đến với nước Đức. Có sự trù liệu của Đức Chúa Trời để thức tỉnh nước Đức và Châu Âu nơi mà lòng mộ đạo đã dường như tắt ngấm.

Nước Đức là chiếc nôi của phong trào Cải Chánh, song nhiều hội thánh đã trống vắng, cũng như nhiều quốc gia ở Châu Âu, trong hội thánh chỉ thấy toàn những người lớn tuổi. Một phần là do sự phát triển của triết học và tự do tín ngưỡng đã dạy người ta thỏa hiệp với thế gian và sống xa rời Kinh Thánh.

Về phương diện thiêng liêng, ngày nay nhiều hội thánh ở Châu Âu chẳng có gì khác hơn so với hội thánh Sạt-đe là hội thánh mà Chúa đã quở trách rằng, *"...ngươi có tiếng là sống nhưng mà là chết"* (Khải-huyền 3:1).

Ấy là những kẻ xem Lời Đức Chúa Trời như những kiến thức đơn thuần, chẳng hề có việc làm cặp theo đức tin họ. Đó là đức tin chết, những kẻ có đức tin như vậy không thể được cứu (Gia-cơ 2:26).

Tại Đức, từ lâu giới trẻ đã lìa bỏ hội thánh. Nhiều người đánh mất niềm tin thuần khiết. Nếu nghe những phép lạ trong Kinh Thánh vẫn đang xảy ra, họ sẽ đưa mắt nhìn cách lạ lẫm tỏ vẻ nghi ngờ. Để thức tỉnh nước Đức ra khỏi tình trạng ngủ mê thuộc linh nầy, năm 2004 từ ngày 1 đến ngày 3 tháng 10, chúng tôi tổ chức một chiến dịch tại Arena Oberhausen, là nơi nằm kế bên Dusseldorf.

Mục Sư A-lec-xan-đơ Giê-ép và những mục sư khác là những người chuẩn bị cho chiến dịch nói rằng, thậm chí đối với những nhà phục hưng nổi tiếng nhất, thì việc vài ba ngàn người đến tham dự cũng chẳng phải dễ có. Họ nói, chỉ cần một ngàn người đến tham dự cũng sẽ là thành công rồi. Vậy, họ chỉ muốn thuê một nơi có sức chứa khoảng 1.500 người.

Chúng tôi thuyết phục họ rằng, hãy bước đi bởi đức tin, và cuối cùng chúng tôi có được Đấu Trường Oberhausen, là nơi có sức chứa 12.000 chỗ ngồi. Hàng ngàn thành viên của hội thánh chúng tôi đã cầu nguyện trong các buổi nhóm lại được tổ chức hàng đêm để cầu nguyện cho chiến dịch tại Đức.

Đức Chúa Trời đã cảm động bởi những lời cầu nguyện, sự kiêng ăn, và việc dâng hiến truyền giáo của những thành viên hội thánh chúng tôi cho việc thức tỉnh những hội thánh ở Châu Âu, nên Ngài đã bày tỏ cho chúng tôi một sự bùng nổ những công việc của Đức Thánh Linh.

Không như ước tính của các mục sư địa phương, ngay từ ngày đầu tiên, đấu trường đã chật người, hàng ngàn người chăm chú lắng nghe sứ điệp. Qua đó, họ đã trở nên có đức tin, đến khi tôi cầu nguyện cho người bệnh, họ liền kinh nghiệm được sự bùng nổ những công việc chữa lành xảy ra trong cả đấu trường.

Từ ngày đầu, nhiều người đến trên xe lăn đã đứng dậy và

Nước Đức Ngày Hội Chữa Lành Bằng Phép Lạ tại Arena Oberhausen

Những người nầy đang làm chứng rằng họ đã được chữa lành bằng phép lạ

bước đi, những kẻ điếc được phục hồi thính lực. Nhiều người ném kính vì thị lực họ đã trở lại bình thường. Nhiều người khác được chữa lành những căn bệnh bất trị và bước lên sân khấu để làm chứng. Các bác sĩ y khoa đã chứng minh bằng tài liệu và xác minh những trường hợp chữa lành ngay tại hiện trường.

Bác sĩ Geoffrey chuyên khoa Y-Thể. Sau khi mắc bệnh viêm não và dây cột sống, ông đã bị chứng đái đường. Cùng với chứng đau tim, huyết áp ông tăng lên đến 180. Bác sĩ chẩn đoán rằng ông chẳng còn sống được bao lâu.

Nhưng ông đã tham dự chiến dịch ngay từ ngày đầu. Ngày thứ ba, ông đã nhận được lửa Thánh Linh qua sự cầu nguyện cho người bệnh. Bệnh suy tim của ông đã được chữa lành, huyết áp trở lại bình thường, và các chứng bệnh khác cũng đã khá hơn. Bác sĩ Geoffrey gởi thư cảm ơn đến chúng tôi về sự chữa lành những chứng bệnh mà y học không thể làm được.

Nhiều người tham dự chiến dịch sau khi xem những áp phích quảng cáo, những người khác thì sau khi xem chiến dịch qua truyền hình. Họ đã kinh nghiệm được những công việc chữa lành. Chiến dịch nầy đã được trực tiếp truyền đến 75 quốc gia qua bốn vệ tinh, và chúng tôi cũng nhận được rất nhiều lời chứng nói rằng họ đã được chữa lành trong khi đang xem chiến dịch qua truyền hình.

Các mục sư địa phương hết sức phấn khích khi nhìn thấy những thành viên hội thánh và người nhà họ đã được chữa lành. Khi chứng kiến sự bùng nổ những công việc của Đức Thánh Linh, họ nói rằng họ thật sự tin những công việc của Đức Chúa Trời hằng sống vẫn đang xảy ra như chúng đã xảy ra vào thời của Đức Chúa Jêsus; và họ cũng có được nhiều ý tưởng và sự tin cậy hơn trong chức vụ của mình.

Tại Peru, Một Thời Là Đế Chế Inca

Peru vẫn còn mang hơi thở của Đế Chế Inca ở vào một thời tươi đẹp nhất của nền văn minh tráng lệ cổ xưa. Machupicchu là một trong những di tích của Inca, nằm ở thung lũng Urubamba, cách mực nước biển 2.280 mét.

Machupicchu ẩn mình trong những chóp núi sắc nhọn, nên thành phố nầy còn được mệnh danh là 'thành phố trên không trung.'

Có những ngôi đền, những khu dân cư và cung điện do Inca xây dựng vào thế kỷ 15. Có nhiều khối đá lớn được đẽo nhẵn nhụi, cao 6 mét, dày 1,5 mét.

Chỉ một mẩu đá cũng đã nặng hàng nhiều tấn. Ngày nay, đây là một kỳ quan của thế giới, làm thế nào họ có thể mang chúng lên đến đỉnh núi, làm sao người ta có thể cắt chúng như thể ta cắt đậu phụ và ghép lại một cách hoàn hảo không để lại một khe hở nào. Machupicchu có nghĩa là 'đỉnh núi già,' được thế giới biết đến vào đầu thế kỷ 20 sau khi được một sử gia người Mỹ Hiram

Bingham tìm thấy vào năm 1911.

Tháng 12, năm 2004, khi đặt chân đến Peru, tôi có thể cảm biết được lý do Đức Chúa Trời đã chọn nơi nầy làm địa điểm chiến dịch. Người dân Peru tự hào là hậu tự của Incas, song họ cũng có nhiều khốn khổ vì phải làm thuộc địa trong một thời gian khá lâu. Tấm lòng họ nghèo khó và trong sáng, tôi có thể nhìn thấy lòng khao khát quyền năng Đức Chúa Trời của họ lớn hơn các quốc gia khác.

Gặp Mặt Tổng Thống Toledo

Ngày 1 tháng 12, năm 2004, ngay trước thềm Chiến Dịch Liên Hiệp tại Peru, tôi được Tổng Thống Toledo mời đến dinh

Gặp mặt tổng thống Toledo của Peru tại dinh thự tổng thống

thự ông. Tôi nhìn thấy trên mặt ông hiện ra đầy những mối lo âu và ưu phiền. Ấy là ấn tượng đầu tiên của tôi về ông. Điều nầy có lẽ do sự căng thẳng từ việc cai quản quốc gia.

Chúng tôi nói đến nhiều thứ, ông tâm sự rằng, "Trong cuộc sống hằng ngày, thật khó để đáp ứng những nhu cầu về tâm linh. Tôi tôn trọng những ai có đời sống thuộc linh và hướng dẫn thuộc linh người khác."

Ông cũng nhờ tôi cầu nguyện và nói rằng, "Xin cầu nguyện để Chúa ban cho tôi sự khôn ngoan và sức khỏe để cai quản và làm cho quốc gia nầy được thịnh vượng, nhân dân Peru đoàn kết." Tôi cầu nguyện rất nhiều thứ, kể cả phát triển kinh tế và ổn định chính trị tại Pêru.

Mặc dù chỉ gặp nhau trong một thời gian ngắn, ông đã bày tỏ lòng biết ơn đối với tôi. Ấy là vì có lẽ ông đã có sự bình an trong tâm trí qua sự cầu nguyện. Sau chiến dịch, khi chúng tôi tạm biệt quốc gia nầy, ông chuyển lời cảm ơn đến vị chủ tịch chính đảng.

Một Đám Đông Vô Tận

Từ ngày 2 – 4 tháng 12, chúng tôi tổ chức chiến dịch tại 'Campo de Mart' ở Lima. Chiến dịch nầy được tổ chức dưới sự tài trợ từ những chính trị gia, các nhà doanh nghiệp, và giới báo chí. Trong ba ngày có hơn 500.000 người đến dự.

Những công việc mạnh mẽ của Đức Thánh Linh không những chỉ chữa lành những người tham dự, mà cả những người xem chiến dịch qua truyền hình cũng kinh nghiệm được sự chữa lành và đã đích thân đến tại địa điểm chiến dịch. Những kẻ trước đây không thể bước đi được, nay không cần đến xe lăn nữa và bỏ luôn cả nạng, đứng dậy bước đi.

Một số người được chữa lành bệnh ung thư, những người khác được phục hồi thị lực. Sân khấu đầy người lên làm chứng về sự chữa lành. Không chỉ những người chính mình kinh nghiệm được phép lạ, mà còn cả những người thân trong gia đình và hàng xóm cũng cùng nhau vui mừng trong nước mắt.

Chiến dịch nầy được truyền trực tiếp trên toàn đất nước Peru qua ba kênh truyền hình, và trên toàn cầu qua 20 trạm phát sóng, cùng nhiều mạng lưới cáp và Internet.

Nhiều chính khách, doanh nhân, giới báo chí, và hàng chức sắc tôn giáo cũng có mặt trên sân khấu. Có cựu phó tổng thống Maximo San Roman, và bà Rosa Graciela Yanarico, chủ tịch chính đảng. Nhiều thành viên quốc hội, mục sư, và giới báo chí ngoại quốc cũng đến tham dự.

Tại một góc của nơi tổ chức chiến dịch, chúng tôi đặt một chiếc bàn để nhận 'đăng ký làm chứng.' Hơn 20 bác sĩ và y tá địa phương đến xác minh và ghi nhận những trường hợp chữa lành, cùng sự làm chứng. Victor Callo Yerena (Giáo Sư Trường Đại Học Y Khoa) nói rằng, "Tôi chẳng hề thật sự tin Đức Chúa Trời. Nhưng qua chiến dịch nầy, tôi nhận biết về những phép lạ của Đức Chúa Trời qua việc chứng kiến nhiều trường hợp chữa lành đã được bày tỏ."

Câu Chuyện Về Một Doanh Nhân, Ông Arce

Ông Vicente Diaz Arce là một doanh nhân, người đã tham gia tích cực trong chiến dịch nầy. Ông là một doanh nhân có ảnh hưởng và nổi tiếng về việc làm từ thiện. Ông nghe tiếng Đức Thánh Linh phán cùng mình rằng, hãy giúp đỡ những nhân sự của chúng tôi là những người lo chuẩn bị cho công việc tổ chức

Peru Chiến Dịch Chữa Lành

chiến dịch tai Peru, ông đã đến gặp ban tổ chức của chúng tôi. Ông giới thiệu chúng tôi với chủ tịch chính đảng, và cũng giúp đỡ chúng tôi tổ chức thành công chiến dịch.

Nhưng ông có tên trong danh sách bị truy nã vì những rắc rối về pháp lý. Ông bị một đối tác làm ăn trước đây buộc tội oan, một quan tòa đã kết tội ông. Nếu bị bắt, ông phải ngồi tù ba năm, nên ông phải tránh né cảnh sát. Ông gặp ban tổ chức chúng tôi một lần bên ngoài nhà mình, nhưng không bị cảnh sát phát hiện.

Vào ngày 30 tháng 11, ngày chúng tôi đặt chân đến Peru, ông đến gặp chúng tôi tại khách sạn. Tôi đã cầu nguyện cho nan đề

Rất nhiều người làm chứng về sự chữa lành

của ông. Ngay lúc ấy ông quyết định tham dự ba ngày chiến dịch. Đây là quyết định chỉ nương cậy vào Chúa.

Ngày hôm sau Đức Chúa Trời đã làm rất nhiều việc. Không như những quốc gia khác, ở Peru người ta tổ chức hội nghị để đánh giá và điều tra lại vụ việc. Hơn nữa, những cuộc phân xử khác có thể sửa sai hoặc thay đổi. Nhờ vậy, có một cuộc phân xử xem xét kỹ lại hồ sơ có liên quan đến ông Arce. Cuộc phân xử nầy kết luận rằng ông arce vô tội và gởi thông báo nầy đến ông.

Ngày 2 tháng 12, khi nhận được lá thư từ quan tòa gởi đến, ông Arce vô cùng cảm động trước quyền năng của sự cầu nguyện. Nan đề của ông đã được giải quyết, và ông tự do tham dự chiến dịch. Ông đã giúp chúng tôi có một chiến dịch thành công, giải quyết nhiều vấn đề hành chính cũng như những vấn đề khác.

Sau khi chiến dịch kết thúc, nhiều người được chữa lành đã gởi lời chứng đến cho chúng tôi. Vì có rất nhiều người kinh nghiệm được phép lạ, tôi được nghe rằng nhờ đó có nhiều hội thánh kinh nghiệm được sự phục hưng.

Ba ngày chiến dịch kết thúc thành công tốt đẹp, hơn 500.000 người đã tham dự. Sự ảnh hưởng của chiến dịch nầy khiến các các nhà ngoại giao phi chính phủ, các chính khách, các nhà doanh nghiệp, và các thành viên báo chí liên tục viếng thăm Hàn Quốc.

Ngày 15 tháng 5, 2005, Phó Tổng Thống David Waisman và cựu Phó Tổng Thống Maximo San Roman đã tham dự lễ thờ phượng vào Chúa Nhật của hội thánh chúng tôi tại Seoul. Lúc bấy giờ, Phó Tổng Thống Waisman đang vận động nhằm phục hồi ảnh hưởng của Peru nhờ vào sự giúp đỡ của của Tổng Thống Toledo, cựu Phó Tổng Thống Maximo San Roman đã có công khó trong việc vì sự tốt đẹp của cộng đồng.

Năm sau, Phó Tổng Thống David Waisman và phu nhân, cùng với ông Vicente Arce, và Chủ Tịch Chính Đảng của Peru đã viếng thăm hội thánh chúng tôi. Họ được cảm động bởi chức vụ của Manmin và trở thành những người bạn thân thiện và hữu ích. Sau chiến dịch nầy, mục sư Lazarus Jeaho Lee được chính thức bổ nhiệm làm giáo sĩ đến Mỹ La-tinh. Một hội thánh được xây dựng tại Lima, và ông đang tích cực trong công việc hoạt động truyền giáo qua các chương trình phát thanh truyền hình và những chiến dịch khăn tay.

Được Bầu Chọn Là Một Trong Bảy Kỳ Quan Mới Của Thế Giới

Tiến Sĩ Esther Kooyong Chung làm thức tỉnh nhiều mục sư khắp nơi trên thế giới với tư cách là Hiệu Trưởng Trường Thần Học Quốc Tế Manmin (M.I.S.). Đồng thời bà cũng là giám đốc ban dịch thuật với trách nhiệm điều hành và giám sát công việc dịch thuật của hội thánh chúng tôi. Bà là hiệu trưởng tiền nhiệm Trường Đại Học Nữ Sinh Seoul, nơi mà bà là một hiệu trưởng trẻ tuổi nhất của trường đại học tại Hàn Quốc. Tháng 5, năm 2007, bà lên đường trong một chuyến truyền giáo tại Mỹ La-tinh, hướng dẫn Hội Nghị Mục Sư tại nhiều quốc gia. Có một hội nghị cũng đã được lên chương trình tổ chức tại Cusco, Peru.

Dầu vậy, một số mục sư địa phương đã nghe những tin đồn giả dối từ một vài giáo sĩ Hàn Quốc khác, khiến cho hội nghị sắp bị hủy bỏ. Ngay lúc nầy, công việc của Đức Chúa Trời đã bày tỏ cho chúng tôi thậm chí còn kỳ diệu hơn.

Hiệu Trưởng Trường Đại Học Quốc Gia Cusco San Antonio nghe tin nầy, đã mời tiến sĩ Chung để tổ chức hội nghị tại trường của ông. Ông cũng tham dự chiến dịch tại Peru và nhận biết được chức vụ của Manmin.

Tiến Sĩ Chung đến Cusco sau khi tổ chức hội nghị tại Manmin. Bà tuyên giảng sứ điệp với chủ đề, 'Các Thánh Luật: Sự Sáng Tạo Và Khoa Học.' Hội nghị bắt đầu bằng một cuộc họp báo và tiếp tục trong hai ngày. Hội nghị nầy được truyền trực tiếp trên CTC là kênh phủ sóng cả tiểu bang Cusco. Hội nghị được ngưỡng mộ đến mức nhiều người muốn có được cuốn video về sự kiện đó.

Sau khi hội nghị kết thúc, hiệu trưởng Trường Đại Học Quốc

Hiệu Trưởng Trường Đại Học Quốc Gia San Antonio trao danh hiệu giáo sư danh dự cho Tiến Sĩ Esther Kooyoung Chung

Tế Cusco San Antonio trao tặng Tiến Sĩ Chung danh hiệu giáo sư danh dự, được chính quyền Peru phê chuẩn.

Lúc bấy giờ thành phố Cusco đang cố gắng hết mình để địa danh Machupicchu được bầu chọn là một trong bảy kỳ quan mới của thế giới. Danh hiệu nầy được quyết định bởi nhiều tiêu chuẩn đánh giá kể cả sự bầu chọn qua Internet và telephone. Việc bất lợi cho Peru là dân số của nước nầy không đông dẫn đến số lượng người truy cập Internet của nó cũng ít. Trong khi Tiến Sĩ Chung còn ở đó, thị trưởng của Cusco đã yêu cầu hội thánh chúng tôi cầu nguyện cho vấn đề nầy.

Vào ngày thứ hai, hội nghị được tổ chức tại đại sảnh hội nghị của thành phố Cusco và may thay, lúc ấy lễ thờ phượng và cầu nguyện thâu đêm thứ sáu được tổ chức tại hội thánh chính ở Hàn Quốc đang diễn ra. Khi họ yêu cầu chúng tôi cầu nguyện,

Hội nghị MIS làm thức tỉnh nhiều mục sư khắp nơi trên thế giới (tại Hoduras)

trong buổi thờ phượng, tôi cầu nguyện cho Machupicchu được bầu chọn để trở thành một trong Bảy Kỳ Quan Mới của thế giới. Các nhà chức trách thành phố Cusco nhận được sự cầu nguyện đúng lúc ấy qua đường truyền trực tiếp trên Internet.

Vào ngày 7 tháng 7, năm 2007, kết quả bầu chọn được thông báo. Machupicchu được bầu chọn là một trong Bảy Kỳ Quan Mới, làm tăng lại sự thu hút của thế giới đối với Peru.

"Với sự cầu nguyện và ủng hộ của các thành viên Hội Thánh Trung Tâm Manmin, Machupicchu đã được bầu chọn là một trong Bảy Kỳ Quan Mới. Cảm ơn các bạn rất nhiều."

Thị Trưởng của Cusco, Marina Zequeiros đã gởi thông điệp nầy đến hội thánh chúng tôi cùng với lời chào và tấm thẻ đánh giá cao.

Cuộc Chiến Gian Khó Chống Lại Nghèo Đói Và Bệnh Tật Tại Cộng Hòa Dân Chủ Công-Gô

Cộng Hòa Dân Chủ Công-Gô là quốc gia lớn thứ ba ở Châu Phi. Mặc dù có nguồn tài nguyên thiên nhiên phong phú, song nội chiến và các chứng bệnh địa phương đã làm bần cùng hóa quốc gia nầy. Họ rất cần lời sự sống và quyền năng Đức Chúa Trời. Đã lâu rồi, nhiều mục sư ở đây yêu cầu chúng tôi tổ chức chiến dịch tại quốc gia họ.

Tin tức về quyền năng Đức Chúa Trời được truyền đi qua đài phát thanh truyền hình, Internet, sách báo. Chúng tôi nhận rất nhiều lời thỉnh cầu tổ chức chiến dịch, nhưng chúng tôi chẳng hề tự mình chọn lấy một nơi nào. Đức Chúa Trời sai đến nơi nào, chúng tôi sẽ đến nơi đó. Khi cầu nguyện cho Cộng Hòa Dân Chủ Công-Gô, Đức Chúa Trời đáp rằng, tôi phải tổ chức chiến dịch ở đó vào năm 2006, và ấy sẽ là chiến dịch cuối cùng tại Châu Phi.

Mặc Dù Bị Ma Quỉ Quấy Phá

Khi thời gian của chiến dịch đang đến gần, hàng ngày truyền hình quốc gia quảng bá rộng rãi về sự kiện nầy. Ma quỉ rất sợ hãi về những gì sẽ xảy đến tại Công-gô, chúng ra sức quấy phá chúng tôi. Các hội thánh tại Công-gô bị phân rẽ thành hai phe.

Các hội thánh phúc âm cùng làm việc với chúng tôi để tổ chức chiến dịch, song giữa các nhóm chẳng có quan hệ tốt với nhau. Một lần nữa, có một số mục sư chịu ảnh hưởng bởi những giáo sĩ Hàn Quốc là những kẻ phao tin giả dối khiến họ bất hợp tác.

Cũng có một số phù thủy trong những người trợ giúp Tổng Thống Công-gô, họ chẳng muốn nhìn thấy có một chiến dịch Cơ-đốc xảy ra. Có một số điều lố bịch được tường thuật đến tai tổng thống cùng những tài liệu vô căn cứ đã gởi đến từ Hàn Quốc.

"Mục Sư Jaerock Lee sẽ đến đây nhằm bành trướng ảnh hưởng của mình."

"Ấy chẳng phải là điều có ích cho tổng thống. Ông hãy chặn đứng, chớ nên để chiến dịch nầy xảy ra."

Cuộc tổng tuyển cử và bầu cử tổng thống của họ được dự trù vào tháng tư và tháng sáu. Rất nhiều người gởi những bài tường thuật tiêu cực đến tổng thống, theo lẽ tự nhiên, tổng thống cũng có những suy nghĩ tiêu cực về chúng tôi.

Làm Theo Ý Chúa

Một ngày trước khi rời Hàn Quốc, chúng tôi nhận một yêu cầu từ phía bộ trưởng thể thao rằng chúng tôi phải dời vị trí tổ chức chiến dịch đến nơi khác vào ngày cuối. Vì ngày Chúa Nhật

Công-Gô Liên Hiệp Chiến Dịch

sẽ có một trận thi đấu bóng đá quan trọng, vậy họ phải bắt đầu chuẩn bị vào thứ bảy.

Thật khó khăn cho chúng tôi khi phải chuyển sân khấu vào ngày cuối. Một sân khấu đồ sộ, hệ thống âm thanh, ánh sáng và màn hình video, và nhiều thứ khác, rồi phải dựng chúng lại nội trong ngày.

Chúng tôi có hợp đồng sử dụng 'Sân Vận Động Martyr' trong ba ngày, song lời Chúa dạy rằng, chớ tìm cách từ chối sự vay mượn của kẻ khác. Đương nhiên, nếu chỉ bởi nhu cầu của con người mà chúng ta đem mọi thứ của mình ra để ban cho, thì có lẽ chẳng thích hợp cho mọi lúc, nhưng khi chúng ta ban cho theo ý Chúa, ấy là sự đẹp ý Ngài. Tôi khuyên các anh em trong ban nhân sự nên chấp nhận yêu cầu của họ.

"Hãy nhượng bộ trước nhu cầu của họ. Nếu chúng ta khăng khư đòi phải thực hiện đúng theo hợp đồng, thì người đã ký hợp đồng với chúng ta vì đã không nhớ đến sự kiện quan trọng nầy, sẽ phải khốn khổ biết dường nào? Ắt hẳn phải là sự trù liệu của Chúa trong việc khiến chúng ta thay đổi địa điểm vào ngày cuối."

Chúng tôi chấp nhận lời đề nghị của họ và quyết định tổ chức tại một nơi khác vào ngày thứ ba. Chúng tôi muốn sử dụng những con đường và những sân bãi ngoài trời chung quanh 'Đại Lộ Triomphal', 'Đại Lộ Khải Hoàn,' nhưng rất khó xin được giấy phép cho nhu cầu nầy.

Họ chỉ phong tỏa đường một khi có sự kiện quốc gia liên quan đến tổng thống. Ngày thứ ba của chiến dịch rơi vào một trường hợp đặc biệt, có một sự kiện chính trị quốc gia rất quan trọng. Thông thường, việc phong tỏa các con đường gần nhà Quốc Hội là điều hầu như không thể làm được.

Một Cuộc Gặp Gỡ Với Tổng Thống Có Kết Quả Quan Trọng

Ngày 15 tháng 2, năm 2006, sau khi đặt chân đến Cộng Hòa Dân Chủ Công-Gô, tôi mới vỡ lẽ tại sao nhiều chính khách tỏ ra rất quan tâm đến cuộc thăm viếng của chúng tôi.

Ngày cuối của chiến dịch, chính phủ tiến hành nghi lễ thay đổi hiến pháp. Họ thay đổi cơ cấu tổ chức chính phủ, thậm chí thay luôn cả quốc kỳ. Ấy cũng là thời điểm nhạy cảm trước kỳ bầu cử tổng thống. Dường ấy, họ không thể cưỡng được lòng mình bèn là rất nhạy cảm về việc chiến dịch chúng tôi có thể ảnh hưởng đến họ như thế nào.

Vào ngày 16 tháng 2, ngày đầu của chiến dịch, tôi được Tổng

Gặp mặt tổng thống Joseph Kabila của Cộng Hòa Dân Chủ Công-Gô

Thống Joseph Kabila mời đến dinh thự ông. Có vài kẻ cố gắng chặn đứng cuộc gặp gỡ nầy, song Đức Chúa Trời cảm động lòng Tổng Thống, cuộc gặp gỡ được lên chương trình cách lạ lùng. Trong một cuộc nói chuyện hết sức thân mật, Tổng Thống Kabila mới vỡ lẽ rằng nội dung của những bản tường trình mà ông đã nhận trước đây với sự thật của vấn đề là hoàn toàn khác nhau.

Ông hiểu ra rằng, tôi đến chẳng hề có một mục đích chính trị nào, mà chỉ là vì sự hòa bình và chữa lành đối với quốc gia nầy. Thái độ ông đã trở nên rất thân thiện.

"Xin hãy cầu nguyện cho sự bình an của cuộc tổng tuyển cử.

Chiến dịch có gặp khó khăn nào chăng? Tôi sẽ giúp đỡ các bạn," Tổng Thống đã nói vậy.

"Vào ngày thứ ba của chiến dịch, chúng tôi phải chuyển địa điểm và đang gặp phải nan đề trong việc tìm một nơi thích hợp," Mục Sư trưởng Kienza, chủ tọa ủy ban tổ chức chiến dịch trả lời.

"Tại sao chúng ta không tìm xem phòng thể dục dụng cụ nào khác?"

"Phòng thể dục dụng cụ khác đang được sửa chữa. Xin hãy cho phép chúng tôi được phong tỏa các con đường bên cạnh nhà quốc hội."

"Ông Tổng Thống đã chấp nhận lời thỉnh cầu của chúng tôi. Sau khi rời khỏi dinh thự tổng thống, ông ký một văn kiện cho phép chúng tôi phong tỏa các con đường nói trên. Điều nầy chỉ thuộc thẩm quyền Tổng Thống.

Vào ngày thứ nhất và thứ hai, có khoảng 100.000 người tập trung đến sân vận động để tham dự chiến dịch. Vì bận việc, tổng thống không thể đến tham dự được, song ông đã sai người chị em sanh đôi, Tiến Sĩ Janet Kabila, là người đóng vai trò nhân vật nữ hàng đầu. Phó Tổng thống, ông Bemba cùng phu nhân cũng có mặt trong các buổi chiến dịch. Rất nhiều người đến từ các quốc gia khác cũng đồng tham dự.

Ông Werasson, một ca sĩ rất nổi tiếng và được nhiều người mến mộ tại Phi Châu, đã tham gia chiến dịch và hát tôn vinh Đức Chúa Trời. Sau chiến dịch, ông cùng gia đình đến để nhờ tôi cầu nguyện. Ông có hai con gái, song đã bảy năm rồi, vợ ông chưa sanh thêm được em bé nào. Theo yêu cầu của ông, tôi cầu nguyện để ông sinh được một bé trai.

Chiến dịch nầy được truyền trực tiếp trên đài truyền hình quốc gia Công-gô và nhiều kênh khác, đồng thời đến hơn 150 quốc gia qua hơn 10 vệ tinh. Đức Chúa Trời đã chữa lành nhiều kẻ đang chịu khốn khổ với đói nghèo và bệnh tật qua sự tuôn đổ quyền năng Ngài. Nhiều người làm chứng rằng họ đã được chữa lành khỏi bệnh bất trị AIDS. Có quá nhiều người lên sân khấu để làm chứng đến nỗi sân khấu muốn sập.

Một Đám Đông Vô Tận

Vào ngày thứ ba, lượng người đến tham dự đông tới mức không thể nhìn thấy được người cuối cùng. Ước chừng có khoảng 500.000 người. Ví như không thay đổi địa điểm, chỉ nội sức chứa của sân vận động, chúng tôi không thể nào đáp ứng chỗ cho mọi người.

Vì cớ lượng người đến tham dự lớn như vậy, có thể có tai nạn xảy đến trong sân vận động, biết được điều nầy, Đức Chúa Trời đã đưa chúng tôi đến nơi rộng lớn hơn.

Những kẻ câm, điếc, mù, những kẻ phải đi nạng, hoặc xe lăn, những kẻ đang khốn khổ với nhiều chứng bệnh khác như ung thư; AIDS đã được chữa lành cách nhanh chóng. Đức Chúa Trời đã chữa lành họ bởi những công việc nóng cháy của Đức Thánh Linh trong danh Chúa Cứu Thế Jêsus Christ.

Masudi Lisongi Bosongo, 64 tuổi, làm nghề chài lưới, kiếm vừa đủ sống. Vì bị bệnh đục nhân thể mắt, không nhìn thấy rõ nên ông phải đeo kính luôn. Niềm vui duy nhất của ông là nghe radio. Qua đó, ông nghe tin về chiến dịch, nhưng không đủ tiền lộ phí để đến tham dự chiến dịch.

Giống như người đàn bà góa đã dâng hai đồng xu, là tất cả những gì bà có, ông đã đem bán chiếc radio, là tài sản duy nhất của mình, lấy 9 đô-la để đến tham dự chiến dịch. Đức Chúa Trời lấy làm đẹp lòng về hành động đức tin đó, và người đã được chữa lành.

Ông làm chứng rằng, lửa ra từ gáy cổ lên đầu rồi đi xuống mắt. Thị lực ông được phục hồi và ông không cần đeo kính nữa.

Được Phát Sóng Đến Phi Châu Và Toàn Thế Giới Qua Vệ Tinh

Chúng tôi chính thức bổ nhiệm Mục Sư Peter Kim đến Cộng Hòa Dân Chủ Công-Gô làm giáo sĩ. Chưa đầy một năm kể từ khi bắt đầu, có hơn một ngàn thành viên tham dự lễ thờ phượng vào Chúa Nhật hàng tuần.

Giám Mục Paul Musafiri, một cựu bộ trưởng, được cảm động và có ấn tượng sâu sắc trong chiến dịch, đã đến thăm hội thánh chúng tôi. Hiện nay ông đang giúp đỡ chúng tôi và làm việc rất năng nổ tại Cộng Hòa Dân Chủ Công-Gô. Chúng tôi xin được trích dẫn lá thư của ông như sau:

Tôi gởi lời chào chân thành đến các bạn từ Cộng Hòa Dân Chủ Công-Gô. Chúng ta đồng đức tin nơi Đức Chúa Trời là Đấng ở cùng Mục Sư Jaerock Lee và tin rằng những công việc lạ lùng của Đức Chúa Trời sẽ xảy đến trên quốc gia nầy qua lời cầu nguyện của các bạn dành cho chúng tôi.

Vào tháng giêng năm 2008, một hiệp ước hòa bình được ký kết tại miền đông sau rất nhiều cuộc chiến. Tôi được phái đến Goma, miền đông quốc gia và đã lưu ngụ tại đó trong một tháng vì mục đích của hiệp ước hòa bình nầy. Tôi cũng đã tham dự hội nghị của Mục Sư Myong-ho Cheong, Trưởng Giám Mục lục địa Phi

Châu, qua sứ điệp được tuyên giảng, tôi đã cảm động rất nhiều.

Thậm chí, ngay sau khi hiệp ước hòa bình được ký kết, những kẻ chống đối cố tình làm rối loạn đất nước bằng những lời đồn đại xấu xa từ miền đông đến miền tây Cộng Hòa Dân Chủ Công-Gô, dầu vậy tôi vẫn tin rằng lời cầu nguyện của các bạn luôn ở cùng quốc gia nầy.

Tôi gởi đến các bạn một thỉnh cầu đặc biệt, xin hãy cầu nguyện nhiều hơn nữa cho chúng tôi. Xin hãy cầu nguyện trong tình yêu thương cho Tổng Thống Joseph Kabila, các nhà chính khách, và tất cả những người tùy tùng của Tổng Thống. Người đồng công với tôi, Mục Sư Peter Kim cũng đang làm việc hết mình. Chúng tôi thông công mật thiết nhau hơn cả anh em ruột thịt trong gia đình, chúng tôi cùng nhau chia sẻ ước mơ và khải tượng của Manmin.

Mục Sư Kim đang gặp phải rất nhiều khó khăn từ phía các nhân viên cảnh sát vì cớ ông là giáo sĩ nước ngoài, dầu vậy, trong danh Chúa, ông luôn vượt qua. Ông đã có một nơi tốt cho việc xây dựng hội thánh, và có rất nhiều lời chứng tốt của các thành viên trong hội thánh. Tôi cũng xin gởi lời thăm hỏi đến hết thảy quý ông bà anh chị em trong gia đình Manmin.

Giám Mục Paul Musafiri, người con trung tín trong Chúa Jêsus Christ

Một Hình Thập Tự Xuất Hiện Trong Buổi Phát Thanh Đầu Tiên Trước Công Chúng

Lúc khởi sự hội thánh, Đức Chúa Trời đã ban cho chúng tôi khải tượng trong Ê-sai 60:1, *"Hãy dấy lên và sáng lòe ra! Vì sự sáng của ngươi đã đến, và vinh quang Đức Giê-hô-va đã mọc lên trên ngươi."* Từ đó, những công việc nóng cháy của Đức Thánh Linh bắt đầu lan tỏa khắp thế gian.

Đức Chúa Trời cho phép chúng tôi thiết lập kênh Truyền Hình Mạng Lưới Cơ-Đốc Toàn Cầu (GCN TV– Gobal Christian Network TV) với kế hoạch của Ngài nhằm tỏa ra sự sáng cứu rỗi đến cho muôn dân trong khắp thế gian. Chương trình nầy bắt đầu từ thành phố New York của Hoa Kỳ. Qua GCN, nhiều phát thanh viên khắp nơi trên thế giới đã hoàn thành chức vụ của mình với những khải tượng đến từ Đức Chúa Trời

Hình thập tự xuất hiện trên tòa nhà bang New York, Hoa Kỳ

Đài Truyền Hình GCN Bắt Đầu Tại Thành Phố New York

Vào tháng năm, 2004, những phát thanh viên Cơ-đốc từ 8 quốc gia kể cả Hoa Kỳ, Vương Quốc Anh, Nga, và Úc đã chung sức thiết lập GCN. Chúng tôi chẳng có nguồn tài chánh nào, cũng chẳng có chuyên viên, hay kỷ thuật viên cho chương trình nầy.

Hình thập tự xuất hiện trên tòa nhà bang New York, Hoa Kỳ

Chúng tôi chỉ có thể đầu tư bằng đức tin qua sự cầu nguyện. Sau một loạt những cam kết cho sự chuẩn bị, cuối cùng chúng

GCN đánh dấu kỷ niệm

Lễ khai trương GCN

tôi bắt đầu buổi phát thử vào ngày 1 tháng 9, 2005, trên kênh 17 tại Thành Phố New York.

Văn phòng truyền hình của GCN nằm trong Tòa Nhà Chiến Lược Bang New York, ngự tọa giữa trung tâm thành phố. Có hơn 20 phát thanh viên trên thế giới đã đến dự lễ kỷ niệm buổi phát sóng đầu tiên của GCN.

Họ bước lên đài quan sát của Tòa Nhà Chiến Lược Bang New York để ngắm xem cảnh thành phố về đêm trong một lúc. Bấy giờ có người thình lình nhìn thấy một hình thập tự lớn xuất hiện trên bầu trời và rực sáng.

Những người có mặt tin rằng Đức Chúa Trời đã đẹp lòng với GCN TV và tỏ dấu hiệu cho họ. Ông Dan Wooding người đã tận mắt chứng kiến hiện tượng nầy, đã viết một bài báo cùng một bức hình và đưa lên website của mình.

GCN phát sóng chương trình Cơ-đốc 24 giờ mỗi ngày với sự hợp tác cùng Manmin TV. Trong một thời gian ngắn, chúng tôi đã nhanh chóng phát triển thành một chương trình được phủ sóng toàn cầu. Mục tiêu của chương trình nầy là mang lại sự phục sinh cho nhân loại qua việc hướng dẫn người xem gặp gỡ với Đức Chúa Trời để tìm giải pháp cho những nan đề của mình.

Những Trường Hợp Chữa Lành Qua GCN

Chúng tôi nhận được rất nhiều thư không những từ Hàn Quốc, mà còn từ khán giả của nhiều quốc gia khác, nói rằng họ đã được chữa lành và đang được đổi mới qua việc xem GCN TV. Những công việc chữa lành của Đức Chúa Trời vượt quá giới hạn không gian và thời gian được tỏ ra qua đài truyền hình nầy. Qua đó nhiều linh hồn được tỉnh thức và trở lại với Chúa.

Elizabeth Goodall là một khán giả của GCN tại Thành Phố

New York, nói rằng cô tin Đức Chúa Trời sử dụng Mục Sư Jaerock Lee để chữa lành người bệnh, đưa họ đến với sự ăn năn, hướng họ về thiên quốc. Cô thường xem GCN TV tại Thành Phố New York. Sau đây là một đoạn trích từ lời chứng của cô:

Tôi là Elizabeth Goodall. Từ năm 2005, bụng và chân tôi mắc chứng bệnh sưng phù, đồng thời có một cái bướu nằm dưới mặt lưỡi. Tôi đặt chiếc khăn tay mà ông gởi cho tôi lên mặt và bụng. Sáng hôm sau, tôi nhận ra rằng cái bướu nằm dưới mặt lưỡi đã biến mất, chứng sưng phù ở chân và bụng cũng không còn nữa. Tôi dâng lời cảm tạ Đức Chúa Trời về những gì Ngài đã làm. Tôi cũng xin được cảm ơn ông.

Ngày 9 tháng 11, 2007
Elizabeth Googdall

Một lời chứng gởi đến từ Canada như sau:

Tôi xem chương trình của Mục Sư Jaerock Lee qua truyền hình và muốn biết rằng ông có kế hoạch nào đến Ca-na-đa chăng. Tôi sống gần Ottawa, đến thăm chồng tại New york. Đêm qua tôi có xem GCN, đến khi Mục Sư Lee cầu nguyện cho người bệnh, tôi đã được chữa lành. Như ông biết, tôi làm nghề y tá, năm vừa rồi, trong lúc giúp đỡ bệnh nhân, tôi bị thương ở vai. Những cơn đau cứ trở lại, nhưng sau khi nhận sự cầu nguyện tối qua, tôi không còn đau nữa! Bây giờ tôi có thể đưa tay lên và uốn vai được. Ngợi khen Đức Chúa Trời! Lẽ ra tôi đã lên đường đi Canada lúc 4 giờ sáng nay, nhưng chẳng biết tại sao tôi vẫn còn ở đây. Có lẽ Chúa đã sắp đặt cho tôi được nói chuyện với ông hôm nay.

Ngày 29 tháng 11, 2007
Marie Lanie Saint Loth

WCDN, Một Mạng Lưới Bác Sĩ Cơ Đốc Toàn Cầu

Một tổ chức được thành lập trong nổ lực làm sáng tỏ những trường hợp chữa lành thiên thượng bằng y học. Tháng 5, 2004 Mạng Lưới Bác Sĩ Cơ Đốc Toàn Cầu, WCDN được thành lập. Hội nghị đầu tiên được tổ chức tại Seoul, hội nghị lần hai tại Chennai Ấn Độ vào tháng 5, 2005. Hơn 500 chuyên gia y học đã tham dự với rất nhiều trường hợp chữa lành thiên thượng được đưa ra từ góc nhìn của y học.

Những hội nghị thành công được tổ chức tại Cebu, Philippines, năm 2006, tại Miami, Hoa Kỳ, năm 2007 và tại Trondheim, Na-uy, năm 2008 với nhiều chuyên gia y học đưa ra những nghiên cứu của họ trên vấn đề chữa lành thiên thượng. Sau hội nghị Miami có một bài báo về hội nghị nầy xuất hiện trên một trong những tờ nhật báo Hàn Quốc.

Hội nghị Y Khoa Cơ Đốc Toàn Cầu lần thứ tư được tổ chức ở khách sạn Hyatt tại Miami, Florida, USA, vào ngày 13 và 14

Hội nghị Y Khoa Cơ Đốc Toàn Cầu lần thứ 3 tại Cebu, Philipines

tháng 7, 2007, với chủ đề Thần Học và Y Học, hơn 150 bác sĩ y khoa từ 40 quốc gia đến tham dự. Vào ngày thứ nhất, 13 tháng 7, hội nghị khai mạc với lời chào thăm của Tiến Sĩ Jaerock Lee, Ban Chủ Tọa, xuất hiện trên màng hình. Khi công bố sứ điệp, Tiến Sĩ Jaerock Lee thúc giục các chủ tọa không những chữa trị bệnh thể xác con người, bèn là làm cho họ có cuộc sống như một sứ đồ của Chúa là Đấng ban thần linh cho loài người.

Tiến Sĩ Alvin Hwang, Chủ Tịch của WCDN và Tiến Sĩ Amando Pineda, Giám Đốc WCDN của Hoa Kỳ chào đón các bác sĩ, mục sư, và các quan khách đặc biệt qua bài nói chuyện của mình. Sau đó các bác sĩ nêu ra những công việc chữa lành thiên thượng với các dữ liệu y học kèm theo, gồm các trường hợp như: U Ác Tính (do Tiến Sĩ Mark Miller), Nứt Đốt Sống (Tiến Sĩ

Hội nghị Y Khoa Cơ Đốc Toàn Cầu lần thứ tư tại Miami, Hoa Kỳ

Brian Sanghoon Yeo), Tràn Khí Ngực Tự Phát (Tiến Sĩ Gilbert Yoonseok Chae), Viêm Phổi (Tiến Sĩ Junseong Kim) và hai trường hợp chữa lành bệnh Ung Thư Vú (do Tiến Sĩ Pancheta wilson giới thiệu.)

Judge Robert E. Newsom thuộc Sulphur Springs ở đông-bắc Texas được bác sĩ bệnh viện ung bướu Houston Texas chẩn đoán bị ung thư u ác tính. Các bác sĩ cho biết rằng tỉ lệ chết của loại ung thư bướu ác tính nầy là rất cao, dầu vậy, thay vì phải chịu chữa trị bằng bức xạ, Judge Newsom đã cậy ơn Chúa để trút bỏ nan đề của mình, ông quyết định không chọn sự chữa trị bằng bức xạ. Ông tha thiết cầu xin sự chữa lành từ Chúa, có rất nhiều thành viên trong hội thánh Baptist Nam-phương là hội thánh mà ông tham dự, cùng hiệp chung với ông trong sự cầu nguyện nầy. Hai tháng sau, khi ông kiểm tra lại tình hình chứng bệnh, một phép lạ đã xảy ra. Chứng bệnh ung thư u ác tính đã được chữa lành hoàn toàn. Tiến Sĩ William Mark Miller người chịu trách nhiệm về trường hợp của Newsom đã cho các chủ tọa biết về sự chữa lành nầy với những dữ liệu y học để chứng thực.

Tiến Sĩ Chauncey W. Crandall IV, là người làm việc tại bệnh viện chuyên khoa Palm Beach Cardiovascular tại Palm Beach Garen, Florida, đã đưa ra một trường hợp đầy ấn tượng, vào thứ 6 ngày 13, tháng 7. Ông nói rằng, ông đã gặp trường hợp một già 53 tuổi được đưa vào phòng cấp cứu đang trong tình trạng đau tim dữ dội, chúng tôi tiến hành hơn 40 phút phẫu thuật cho ông tại phòng cấp cứu, song chúng tôi công bố ông đã chết. Ngay lúc ấy, Đức Thánh Linh phán cùng tôi rằng hãy xoay lại và cầu nguyện cho người nầy, tôi đến bên cạnh thi thể người đó và bắt đầu cầu nguyện rằng, lạy Cha Thiên Thượng, con kêu cầu cho linh hồn nầy là kẻ chưa nhận biết Ngài là Cứu Chúa, là Chủ của mình, trong danh Chúa Jêsus christ, hãy vực người ra khỏi cõi chết. Vài phút sau, một điều đáng kinh ngạc đã xảy ra, khi chúng tôi nhìn vào màng hình theo dõi, bất ngờ thấy nhịp tim ông xuất hiện. Vài phút tiếp theo, ông bắt đầu cử động và kế đến là các ngón tay và ngón chân ông bắt đầu động đậy và nói lẩm bẩm. Tiến Sĩ Crandall đã đưa ra những dữ liệu y học để trình bày về trường hợp nầy.

Tiến Sĩ Youl Chun, cựu chủ nhiệm khoa của Trường Đại Học Y Kyunghee đã trình bày một lời chứng chữa lành của một mục sư Đài Loan, Chen Tsen Man, về người đã được chữa lành vào lễ cầu nguyện thâu đêm thứ sáu tại Hội Thánh Trung Tâm Manmin. Cô bị bại liệt từ lúc lên 2 tuổi, và trong một vụ tai nạn giao thông 14 năm trước, cô phải đi nạng, và gần đây phải sử dụng xe lăn vì cớ những cơn đau nhứt hành hạ trong hai chân cô. Song khi đến thăm Hội Thánh Trung Tâm Manmin cô đã được chữa lành qua sự cầu nguyện của Mục Sư Jaerock Lee, hiện nay cô đã tự bước đi mà không cần dùng nạng hoặc xe lăn.

Trong thế giới hiện đại ngày nay, khi mà con người rất khó tin cậy vào Đức Chúa Trời vì cớ tội lỗi lan tràn và sự phát triển của khoa học, Mạng Lưới Bác Sĩ Cơ-đốc Toàn Cầu – WCDN đang thi hành chức vụ kiểm tra kỹ các trường hợp chữa lành thiên thượng bằng y học để xác minh rằng Kinh Thánh là thật và Đức Chúa Trời là Đấng đang hiện hữu.

Lửa Thánh Linh Trong Lòng Nước Mỹ

Sau khi Đức Chúa Trời cho phép chúng tôi khởi sự đài truyền hình GCN, Ngài hướng dẫn chúng tôi tổ chức một chiến dịch tại New York. Madison Square Garden là nơi ưa thích và được chọn làm nơi trình diễn của hầu hết các diễn viên khắp nơi trên thế giới.

Trong sự trù liệu nhằm thức tỉnh Hoa Kỳ và bắt đầu sứ mệnh của chúng tôi tại Israel, chúng tôi mở chiến dịch New York tại Madison Square Garden vào thánh 7, năm 2006. Vì tất cả lịch trình phải được sắp đặt trước, ít nhất một đến hai năm, nếu không thì rất khó đăng ký được nơi nầy.

Địa điểm là điều quan trọng nhất để tổ chức một chiến dịch tại New York. Chỉ mấy tháng trước khi tổ chức sự kiện, thì rất khó có thể tìm được vị trí cho chiến dịch.

Trong khi chúng tôi đang cố gắng tìm một nơi tốt nhất, có một nhóm nọ đã hủy bỏ chương trình sử dụng Madison Square Garden của mình, chúng tôi tiến hành làm thủ tục để đăng ký nơi ấy. Điều nầy hoàn toàn bởi ân điển của Chúa.

Hoa Kỳ được hình thành dựa vào niềm tin Thanh Giáo. Họ cũng là quốc gia đứng đầu về số lượng giáo sĩ được sai đi khắp nơi trên thế giới. Nhưng ngày nay, với sự dạy dỗ của học thuyết Đắc-uyn và hợp thức hóa các trường hợp đồng tính luyến ái, dường như họ đã tự mình xa lánh với Đức Chúa Trời.

Những người đến tham dự tại Madison Square Garden chăm chú lắng nghe sứ điệp trong ba ngày và kinh nghiệm được những công việc nóng cháy của Đức Thánh Linh. Những người đã từng phải chịu khốn đốn bởi những ác linh, đã được phóng thích. Có nhiều người được chữa lành khỏi những bệnh bất trị cũng đứng lên làm chứng.

Những Công Việc Chữa Lành Tại Madison Square Garden

Maria Andrea Morang được chữa lành khỏi bệnh AIDS. Cô liên tục nhập viện vì các chứng sốt cao, nhức đầu và nôn mửa. Người cô bị liệt và cô không đi được. Cô chỉ có thể cử động được hai tay.

Một tháng sau khi chiến dịch kết thúc, chúng tôi trở lại thăm, cô đã có thể bước đi cách dễ dàng, và có cuộc sống bình thường.

Một người được chữa lành khỏi bệnh ung thư cột sống. Ông có sáu chỗ bị rạng nức. Ông cảm thấy như xương mình tan chảy ra. Ông không thể ngồi lâu cũng không thể cuối người được. Thế nhưng ông đã được chữa lành hoàn toàn ngay trong chiến dịch; những rắc rối về thần kinh cũng đã khỏi và ông đã có thể đi lại cách tự nhiên.

Chiến Dịch New York (tại Madison Square Garden)

Bác sĩ nói rằng việc ông có thể bước đi được là điều không tưởng, song quyền năng của Đức Chúa Trời đã chữa lành ông hoàn toàn.

Mikhail được chữa lành khỏi bệnh tâm thần phân liệt là chứng bệnh mà em đã phải khốn khổ suốt 12 năm trường. Em bị các ác linh chế ngự và luôn cảm thấy chán nản. Em mắc bệnh ám ảnh nhân hình, sợ hãi trước đám đông, em không dám ra ngoài. Em luôn bị nhức đầu và không thể có cuộc sống bình thường. Em nói không được rõ vì phải dùng thuốc nặng đô, song nếu không dùng thuốc, em sẽ bị đột quỵ.

Trong chiến dịch nầy em đã được chữa lành hoàn toàn, trong

niềm vui sướng em nói rằng, từ nay em có thể tiếp tục việc học hành và có cuộc đời mới.

Những người được chữa lành đã được các bác sĩ của WCDN kiểm tra để xác minh. Tiến Sĩ Vitaliy Fishberg nói, "Chiến dịch nầy đã làm thay đổi phương hướng cuộc đời tôi. Sứ điệp được rao giảng trong ba ngày là chìa khóa để giải quyết mọi nan đề. Tôi đã từng tham dự chiến dịch của nhiều nhà phục hưng nổi tiếng, nhưng chưa từng thấy có quá nhiều người được chữa lành bởi chỉ một lời cầu nguyện được thực hiện ngay tại bục giảng."

Vào cuối ba ngày chiến dịch tôi nhận được nhiều lời bày tỏ và những tấm thẻ đánh giá cao từ Thượng Nghị Viện Và Hội Đồng Lập Pháp Bang New York, và Hội Đồng Thành Phố New York. Tôi chỉ biết dâng lời cảm tạ lên Đức Chúa Trời là Đấng đã cho phép chúng tôi rao giảng phúc âm tại một quốc gia mà đã từng là người đi đầu trong việc rao giảng phúc âm đến cho chúng tôi.

Cũng có một vài mục sư tìm cách đánh phá cuộc chiến của chúng tôi tại quốc gia nầy. Họ phát tán một số tài liệu giả dối đến nhiều hội thánh, kể cả một số thành viên báo chí và cố tẩy chay chiến dịch tại Garden nữa.

Có một mục sư của một hội thánh nọ ở Thành Phố New York là một trong những mục sư quyết liệt nhất trong việc chống đối chiến dịch nầy. Sau đó ông đã phải rút khỏi hội thánh vì cớ một số hậu quả bất lợi, và dẫn đến việc ông chẳng còn có thể làm được chức vụ nào ở đó nữa. Tôi lấy làm tiếc khi nghe tin như vậy.

Khi kẻ nào ra tay chống đối công việc của Đức Thánh Linh, ắt hẳn người ấy sẽ phải gặt lấy những gì mình gieo, song, sự đoán phạt mà anh ta phải chịu trong những ngày hầu đến còn kinh khủng hơn nhiều.

Một số giáo sĩ Hàn Quốc đã tìm cách ngăn trở và đánh phá công việc của hội thánh chúng tôi. Khi chúng tôi cố gắng tổ chức chiến dịch tại nhiều quốc gia, họ rất hăng say tung tin giả dối và phát tán những tài liệu bịa đặt.

Dầu vậy, không gì có thể che lấp được sự thật, họ càng ra sức đánh phá những công việc ấy, những tin tức về chiến dịch càng được biết đến cách rộng rãi. Cuối cùng, những nỗ lực đánh phá của họ đã mang lại nhiều kết quả tốt đẹp cho chúng tôi. Chúng tôi thấy rằng những mục sư đồng công với chúng tôi trong nhiều chiến dịch khắp thế giới đã nhận được nhiều ân sủng lớn lao. Hội thánh của họ kinh nghiệm được sự phục hưng và trở nên vững vàng hơn. Địa vị và thân thế của họ cũng được cất nhắc.

Khởi Sự Sứ Mệnh Truyền Giáo Tại Y-sơ-ra-ên

Kể từ năm 2000, Đức Chúa Trời cho phép chúng tôi rao giảng phúc âm trong 12 chiến dịch lớn. Đức Chúa Trời tạm khép lại với chiến dịch New York tháng 7, 2006. Mặc dù hiện nay, có rất nhiều lời thỉnh cầu từ nhiều quốc gia từ khắp nơi trên thế giới với nhu cầu mở chiến dịch trên quốc gia họ. Song tôi lấy làm tiếc vì không thể đáp ứng được. Vì hiện nay tôi phải thi hành sứ mạng của mình tại Israel.

"Tin lành nầy về nước Đức Chúa Trời sẽ được giảng ra khắp đất, để làm chứng cho muôn dân. Bấy giờ sự cuối cùng sẽ đến. Khi các ngươi sẽ thấy sự gớm ghiếc tàn nát lập ra trong nơi thánh, mà đấng tiên tri Đa-ni-ên đã nói (ai đọc phải để ý), thì ai ở trong xứ Gui-đê hãy trốn lên núi" (Ma-thi-ơ 24:14-16).

Ngay sau khi khởi sự mở hội thánh, Đức Chúa Trời cho tôi

Tiến Sĩ Mikhail Morgulis (Chủ Tịch Phong Trào Ngoại Giao Tâm Linh) nói chuyện với một giáo sĩ Do Thái tại bức tường than vãn

biết rằng, khi sự hiện đến lần thứ hai của Chúa đến gần, hội thánh Huy Hoàng sẽ được xây dựng và công việc truyền giáo sẽ được tiếp tục tại Bắc Hàn và Israel. Ngài cũng cho tôi biết rằng Bắc Hàn sẽ mở cửa trong một lúc. Ngày nay, tôi nhận thấy rằng ngày ấy đang đến rất gần.

Tháng 7, 2007, chúng tôi bắt đầu sứ mệnh tại Israel. Để rao giảng phúc âm cho người Do Thái, chúng tôi cần quyền năng Đức Chúa Trời. Thực ra, phúc âm bắt đầu tại Israel, song chính họ đã đánh mất sự ấy. Đức Chúa Trời đã hứa cùng Áp-ra-ham, Đa-vít, cùng các thánh nhân khác rằng Ngài sẽ không lìa bỏ dân sự Ngài, Israel Hứa ngôn của Chúa ắt phải được ứng nghiệm, ai sẽ rao giảng phúc âm tại Israel? Trong lúc rao giảng phúc âm, Đức Chúa Jêsus đã thực hiện những công việc đầy quyền năng, những công việc mà con người không thể làm được, dầu vậy họ vẫn không tin. Người ta có thể rao giảng phúc âm, song nếu không bày tỏ được quyền năng của Đức Chúa Trời, thì họ khó lòng tin nhận.

Đây là những gì Đức Chúa Trời đã phán cùng tôi: *"Hãy dùng quyền năng mà thức tỉnh họ. Hãy nhân danh Chúa Jêsus Christ mà rao giảng phúc âm, khi kẻ mù mở mắt, kẻ điếc rỗng tai, kẻ câm mở miệng, thì những ai có tấm lòng nhân từ sẽ tin nhận những gì ngươi nói ra. Song vẫn có nhiều kẻ chẳng tin."*

Ngài cho biết rằng, những ai trong số những người Do Thái vẫn còn đang chờ đợi sự hiện đến của Đấng Mê-si-a, những ai hết lòng tìm kiếm Đức Chúa Trời, ấy là những kẻ sẽ mở lòng và ăn năn khi nhìn thấy quyền năng Đức Chúa Trời được bày tỏ.

Kinh Thánh cho biết về sự hiện đến của Chúa trên không trung và chúng ta được cất lên để gặp Ngài (1Ti-mô-thê 4:16-17). Chúng ta được cất lên không trung trong những đám mây mà gặp Chúa. 'Không trung' ở đây không phải là bầu trời mà chúng ta nhìn thấy bằng mắt thường, bèn là bởi mắt thuộc linh. Đức Chúa Trời phân chia lãnh vực thiêng liêng thành nhiều từng trời khác nhau.

Trong đó, từng trời thứ hai được phân chia thành miền của sự sáng là nơi Vườn Ê-đen ngự tọa, và miền tối tăm là nơi ở của những ác linh. Và tại một nơi trong vườn được chuẩn bị cho 7 năm Tiệc Cưới. Vào cuối giai đoạn trưởng dưỡng nhân loại, khi có tiếng Chúa gọi, chúng ta sẽ được cất lên trong chốc lác.

Giống như một khối nam châm lớn hút những mẩu kim loại, những kẻ tin thật, (được xem như lúa mì) được biến hóa thành những thân thể siêu nhiên và trong giây lác họ được Chúa tiếp đón trên không trung. Trong lúc họ đương vui hưởng 7 năm

Tiệc Cưới, thì 7 năm Đại Nạn cũng sẽ xảy đến trên đất.

Đại Nạn Sau Sự Kiện Được Cất Lên

Dân sự Israel là tuyển dân của Đức Chúa Trời, và vẫn là sự trù liệu của Chúa cho đến cuối cùng. Trong Kinh Thánh, hễ khi nào thế gian đầy dẫy tội lỗi, thì sự đoán phạt đến; lửa giáng trên Sô-đôm và Gô-mô-rơ, lũ lụt vào thời Nô-ê.

Cũng vậy, khi thế gian đầy dẫy tội lỗi đến mức không còn tha thứ được nữa, thì sự đoán phạt cuối cùng sẽ đến. Những kẻ tin nhân từ sẽ được cất lên không trung, và thế gian nầy sẽ bước vào bảy năm Đại Nạn kèm theo chiến tranh và những thảm họa thiên nhiên. Đây là sự khởi đầu của chiến tranh thế gới thứ III và là 'sự cuối cùng' mà Kinh Thánh đã nói đến.

Khi các môn đệ hỏi Chúa Jêsus về những điềm chỉ về sự Chúa đến và tận thế, Đức Chúa Jêsus đáp rằng, *"Các ngươi sẽ nghe nói về giặc và tiếng đồn về giặc: Hãy giữ mình, đừng bối rối, vì những sự ấy phải đến; song chưa phải là sự cuối cùng đâu"* (Ma-thi-ơ 24:6).

'Chiến tranh' ở đây không giới hạn ở một quốc gia nào, mà là sự ảnh hưởng toàn cầu. 'Chiến tranh' và những 'tiếng đồn về chiến tranh' nói đến chiến tranh thế giới thứ I và thứ II. Song chưa phải là sự cuối cùng, vì sẽ có chiến tranh thế giới thứ III.

Khải Huyền chương 6 nói đến 7 năm Đại Nạn, ấy là sự sẽ xảy đến sau khi Chúa trở lại và chúng ta được cất lên không trung. Trong 7 năm Đại Nạn, cả thế gian bị đùa vào chiến tranh thế giới thứ III.

"Tôi nhìn xem, thấy một con ngựa bạch. Người cỡi ngựa

có một cái cung; có kẻ ban cho người một cái mão triều thiên, và người đi như kẻ đã thắng lại đến đâu cũng thắng" (Khải Huyền 6:2).

'Ngựa bạch' ở đây nói đến dân sự Israel và 'người cỡi ngựa' là những bậc cầm quyền là những kẻ nắm giữ vận mệnh của họ. Thuật ngữ 'ngựa' là biểu tượng của quyền lực, tước vị, và cũng là chiến tranh. Dân sự Israel có sự khôn ngoan của 'tuyển dân Đức Chúa Trời.'

Sự khôn ngoan nầy đã khiến họ kiêu ngạo và bướng bỉnh, họ liên tục đánh nhau với các nước láng giềng. Ấy là tại sao luôn có sự căng thẳng ở Trung Đông. Từ khi Israel được thành lập, nhiều quốc gia trong khối Ả-rập đã đánh nhau với nó, song như Kinh Thánh đã nói, 'người đi như kẻ đã thắng lại đến đâu cũng thắng,' họ liên tục thắng.

Nhưng họ không thắng hoàn toàn. Có nghĩa là cuộc chiến vẫn đang diễn ra; sẽ có chiến tranh thế giới thứ III. Cũng giống như trong cuộc chiến thế giới thứ I và thứ II, cuộc chiến thế giới thứ III cũng sẽ có mầm mống từ Israel.

Cuộc Chiến Thế Giới III

"Khi Chiên Con mở ấn thứ nhì, tôi nghe con sinh vật thứ nhì nói: Hãy đến! Liền có con ngựa khác sắc hồng hiện ra. Kẻ ngồi trên ngựa có quyền cất lấy cuộc hòa bình khỏi thế gian, hầu cho người ta giết lẫn nhau; và có kẻ ban cho người một thanh gươm lớn" (Khải Huyền 6:3-4).

'Ngựa hồng' ở đây nói đến nước Nga và sẽ có đẫm máu dữ dội. Khi Liên Minh Xô Viết sụp đổ vào năm 1991, quyền lực của nó dường như đã bị mất, song, lần nữa nước Nga lại trỗi dậy và trở thành một trong hững cường quốc hàng đầu thế giới. Trong tương lai, Nga sẽ cấu hiệp với Trung Quốc và trở thành một trong những thế lực chính.

Khi Nga trở nên hùng mạnh hơn, nó ảnh hưởng lên các nước láng giềng ngày càng thêm, và điều nầy trở thành tiềm ẩn của các mối xung đột. Trong 7 năm Đại Nạn, các xung đột nầy bùng nổ thành những cuộc chiến giữa các sắc tộc. Những cuộc chiến nầy sẽ kéo dài và mỗi ngày càng thêm ác liệt hơn, nên có lời chép rằng, "Có kẻ ban cho người một thanh gươm lớn.

Nga sẽ tranh chiến cùng những nước láng giềng và giữa các chủng tộc, và nó cũng nhập cuộc vào cuộc chiến Trung Đông với Israel. Kế đến sẽ ứng nghiệm lời tiên tri trong Ê-xê-chi-ên chương 38, cuộc thế chiến thứ III sẽ xảy ra.

Ý Nghĩa Của Dầu Và Rượu

Khải Huyền 6:6 nói rằng, *"còn dầu và rượu chớ động đến."* "Dầu" nói đến dân sự Israel, "rượu" là những kẻ tin Chúa nhưng chẳng có một đời sống Cơ Đốc Nhân xứng đáng nên phải chịu bỏ lại trên đất trong bảy năm Đại Nạn.

"Dầu" là những kẻ trong số dân sự Israel , những kẻ sau nầy có thể nhận được sự cứu rỗi. Có nghĩa rằng có một số người Do Thái sẽ nhận thấy những sự thể xảy ra sau sự hiện đến lần thứ thứ hai của Chúa, thì biết rằng Đức Chúa Jêsus chính là Đấng Mê-si-a và ăn năn.

"Rượu" tượng trưng cho những linh hồn bị rơi vào số phận ở lại trên đất, giống như người ta ép nước trái nho sau vụ thu hoạch. Họ tham dự vào hội thánh và trở thành tín đồ, song đức tin của họ là loại đức tin chết – đức tin không có việc làm. Khi Chúa trở lại, những kẻ không được công nhận là có đức tin thật thì không thể được cất lên.

Khi họ vẫn còn ở lại trên đất, thì sự đau đớn mà họ sẽ phải chịu là biết dường nào! Một số trong họ cố gắng để có được 'sự cứu dân sót' qua việc tuẫn đạo, không chịu nhận dấu 666 của con thú.

Đức Chúa Trời sẽ gìn giữ họ cho đến khi ấn thứ ba được mở

ra (Khải Huyền 6:5), và đến kỳ, Ngài sẽ ban sự cứu rỗi cho họ qua sự tuẫn đạo. Vậy nên có lời chép rằng, 'khi chưa đến kỳ, chớ động đến dầu và rượu. Nhưng không có nghĩa rằng mọi người đều sẽ được cứu qua kỳ đại nạn đó. Có nghĩa rằng sự đau đớn và khốn khổ sẽ giảm bớt cho đến khi sự bắt bớ khắc nghiệt và sự tuẫn đạo xảy ra trên phạm vi toàn diện.

'Ngựa Xanh Xám': Liên Minh Châu Âu

Khải Huyền 6:8 nói rằng Liên Minh Châu Âu sẽ đóng vai chính trong cuộc thế chiến thứ III.

"Tôi nhìn xem thấy một con ngựa xanh xám hiện ra. Người cỡi ngựa ấy tên là sự chết, và Âm-phủ theo sau người. Họ được quyền trên một góc tư thế gian, đặng sát hại dân sự bằng gươm dao, bằng đói kém, bằng dịch lệ và bằng các loài thú dữ trên đất."

"Ngựa xanh xám" ở đây nói đến những gì do Liên Minh Châu Âu sẽ gây nên. "Người cỡi ngựa ấy tên là sự chết, và Âm-phủ theo sau người." Điều nầy nói đến kẻ chống Chúa, là kẻ cầm quyền trên sự tối tăm. Trong một tương lai không xa, thế giới sẽ có ba thế thế lực chính. Hiệp Chủng Quốc Hoa Kỳ, một cường quốc hàng đầu, đã gây chiến để tìm kiếm lợi nhuận cho mình trong xã hội loài người. Để kìm hãm Hoa Kỳ, những thế lực khác sẽ được hình thành: Trung Quốc và Liên Minh Châu Âu. Thế lực thứ nhất là Hiệp Chủng Quốc Hoa Kỳ, từ lâu, họ đã vui hưởng vị thế của một quốc gia cường thịnh hàng đầu, song thế lực của họ sẽ bị giảm sút dần.

Thế lực thứ hai là những quốc gia Cộng Sản trước đây, nòng

cốt là Trung Quốc và Nga, thế lực thứ ba là Liên Minh Châu Âu. Những quốc gia Trung Đông cũng tìm cách sử dụng dầu mỏ để nắm quyền kiểm soát, nhưng chúng yếu hơn ba thế lực kia.

Sau khi những kẻ tin được cất lên không trung, thế gian sẽ rơi vào tình trạng cực kỳ hỗn loạn. Mặc dù là những kẻ chẳng tin, họ vẫn biết rằng Đức Chúa Jêsus sẽ trở lại. Họ lo sợ khi nghĩ rằng, "Đây là sự thật, chúng ta biết làm gì bây giờ?" Đồng thời cũng có thiên tai, dịch lệ và sự lạm phát cực độ khi thế giới rơi vào sự hỗn loạn.

Trong khi mỗi thế lực chính ra sức duy trì sự kiểm soát, đặc biệt là Liên Minh Châu Âu, một thế lực sẽ trở nên hùng mạnh nhất, bị kẻ chống Chúa nắm quyền.

Khi sự hỗn độn trở nên lớn hơn, người ta cần đến quyền lãnh đạo mạnh hơn để duy trì trật tự xã hội. Trong tình hình nầy, Liên Minh Châu Âu dễ dàng có thêm quyền lực. Lúc khởi đầu của 7 năm đại nạn, họ sẽ gia tăng sức mạnh quân sự. Thế lực của họ dựa trên một hệ thống tinh vi và tài sản mà họ có được.

Qua đó, họ không những liên hiệp với những quốc gia Châu Âu, mà hết thảy mọi nơi trên thế giới sẽ được liên kết với và qua hệ thống của họ.

Bên ngoài, họ nói rằng, "Nếu các bạn theo chúng tôi, các bạn sẽ được ổn định và chúng ta cùng nhau vui hưởng lợi nhuận." Nhưng nếu quốc gia nào không làm theo những lời nói quyến rũ đó, chúng sẽ tấn công và phá diệt nó. Chúng sẽ hoàn toàn nắm giữ quyền kiểm soát trên việc cung cấp thực phẩm và các nhu cầu thiết yếu.

Máy Tính, Con Thú Trên Đất

Bấy giờ, điều nầy có nghĩa gì "Họ được quyền trên một góc tư thế gian, đặng sát hại dân sự bằng gươm dao, bằng đói kém, bằng dịch lệ và bằng các loài thú dữ trên đất."

'Gươm dao' nói đến sức mạnh quân sự, còn 'đói kém' có nghĩa rằng sẽ có sự khan hiếm và thiếu thốn đồng thời với nạn lạm phát cao, song Liên Minh Châu Âu sẽ lợi dụng cơ hội nầy để khai thác và làm giàu.

'Bằng dịch lệ và bằng các loài thú dữ' có nghĩa rằng họ sẽ kìm hãm và bắt bớ, thậm chí làm cho đến chết những kẻ đứng ngoài hệ thống của chúng. 'Con thú trên đất' nói đến 'máy tính.' Liên Minh Châu Âu sẽ cài đặt cho mình một hệ thống với những máy tính siêu hạng tới mức có thể chứa đựng hết các dữ liệu của hết thảy mọi người trên đất. Qua đó chúng kiểm soát và theo dõi mọi người trên đất.

Để có thể kiểm soát được mọi người, chúng sẽ ép buộc họ phải nhận dấu của con thú trên trán hoặc trên tay phải, ấy là mã số kẻ sọc. Dấu của con thú là phương tiện để kiểm soát mọi người khi thế lực của kẻ chống Chúa nắm quyền. Họ sẽ nhập dữ liệu thông tin cá nhân lên mã vạch và đóng ấn trên tay hoặc trán của mỗi người, nhờ đó họ có thể kiểm soát được mọi cá nhân. Chúng có thể theo dõi và biết được người ta đi đâu và làm gì.

Ban đầu, họ chỉ giới thiệu và khuyên bảo, nhưng trong giữa cuộc 7 năm Đại Nạn, chúng cưỡng bức mọi người phải nhận dấu đó. Những kẻ không chịu nhận dấu sẽ bị buộc tội là 'những phần tử nguy hiểm cho sự ổn định xã hội.' Từ đó, những ai không nhận dấu sẽ bị đọa đày.

Chịu nhận dấu của con thú trong kỳ đại nạn là tiếp tay với thế lực chống Chúa và thờ lạy thần tượng của chúng. Điều nầy cũng giống như việc chối Chúa.

Những ai muốn giữ đức tin của mình sẽ tìm mọi cách để từ chối việc nhận dấu, song kẻ chống Chúa sẽ chẳng cho phép như vậy. Chúng bắt giữ hết những người đó lại, rồi hành hạ đủ cách, đe dọa để bắt họ phải nhận dấu. Chỉ khi nào họ vượt qua được những đày đọa tàn nhẫn và vô tâm, rồi phải tuẫn đạo, thì sẽ nhận được 'sự cứu rỗi dân sót.'

Sau vụ thu hoạch, người nông dân sẽ tìm lại những hạt lúa có thể còn sót lại trên mặt đất. Cũng vậy, Đức Chúa Trời sẽ trao con người một cơ hội nữa mặc dù công cuộc trưởng dưỡng con người đã kết thúc. Nhưng lần nầy, sự chứng minh về đức tin là điều gian nan.

Họ phải vượt qua những nan đề kinh khiếp, đói kém, đe dọa. Để đức tin của mình được thừa nhận khi những lời tiên tri trong Kinh Thánh đã ứng nghiệm, họ phải chứng minh đức tin mình với những điều siêu việt hơn.

Ma quỉ xui khiến kẻ chống Chúa lôi kéo con người sa vào hỏa ngục, thậm chí chẳng kể ít nhiều. Ấy vậy, chúng mang đến những người tin những nỗi đày đọa mà con người không thể chịu nổi, hầu cho họ có thể chối Chúa. Khi có một kẻ tin nào đó không chịu chối Chúa, chúng sẽ đem người nhà hoặc con trẻ của kẻ tin đó mà hành hạ trước mặt người.

Nếu kẻ tin bỏ cuộc, người phải chịu nhận dấu. Vẫn biết rằng khi chối Chúa, người sẽ phải khốn khổ trong lửa hỏa ngục đời đời, song cơn đau đớn quá mức đến nỗi không thể vượt qua.

Lúc bấy giờ, Đức Thánh Linh đã được khỏi đất. Và sẽ rất khó bề vượt qua hết những cơn đau đớn và khốn khổ cho đến chết chỉ bởi sức mạnh riêng của ý chí. Hiện nay chúng ta đang sống trong thời đại mà sự hiện đến lần hai của Chúa đang rất gần, chúng ta phải có khả năng nhận biết mình nên có loại đức tin nào và sửa soạn cho xứng đáng là những nàng dâu của Chúa.

Hội Thánh Huy Hoàng, Một Biểu Tượng Đắc Thắng Trong Công Cuộc Trưởng Dưỡng Nhân Loại

Ngay sau khi mở hội thánh, Chúa đã ban cho tôi khải tượng về sứ mệnh đối với thế giới và việc xây dựng Hội Thánh Huy Hoàng, Một Biểu Tượng Đắc Thắng Trong Công Cuộc Trưởng Dưỡng Nhân Loại. Vào tháng 7 năm 1984, tôi đã cùng với các anh em trong hội thánh kiêng ăn cầu nguyện cho một hội thánh mới, Ngài đã cho chúng tôi biết cụ thể về bổn phận của mình vào thời sau rốt và việc xây dựng Hội Thánh Huy Hoàng.

"Hỡi đầy tớ yêu dấu, trước khi ta trở lại, ta sẽ cho phép ngươi xây dựng Hội Thánh Huy Hoàng qua bàn tay của muôn dân trên đất. Khi ngươi nói rằng ngươi sẽ khởi sự làm việc nầy, những kẻ chẳng tin và những kẻ chẳng hiểu được tấm lòng của Đức Chúa Trời sẽ nói rằng "Tại sao lại sử dụng nhiều tiền của như vậy cho một công trình xây dựng, mà không phải là cho công việc truyền giáo?"

Ấy là hội thánh sẽ được xây dựng với những thứ đẹp nhất

và quý nhất đối với loài người. Ngươi sẽ chẳng đơn độc trong việc nầy, khắp thiên hạ đều biết đến ngươi, vua của nhiều nước cũng sẽ đến với ngươi.

Kẻ góp của, người góp công, kẻ góp sự khéo léo, người góp sự khôn ngoan. Chẳng hề có sự thiếu hụt, bèn là dư dật. Con người đã xây dựng rất nhiều lâu đài đẹp đẽ cho loài người và cho ma qui, song họ chẳng làm như vậy cho Đức Chúa Trời."

Khi một hội thánh cố gắng xây dựng một thánh đường nguy nga tráng lệ, có người sẽ nói rằng, "Sử dụng số tiền đó vào công việc truyền giáo và từ thiện chẳng tốt hơn sao? Cớ chi phải tiêu nhiều tiền của vào công việc xây dựng như vậy?"

Ở thế gian nầy, có nhiều tòa nhà dành cho việc vui chơi và tiêu khiển của loài người, họ dành rất nhiều tiền của vào công việc xây dựng. Song từ khi Vua Salomon xây dựng Đền Thờ Đức Chúa Trời, chưa có một tòa nhà nào được xây dựng như một Đền Thờ thật sự của Đức Chúa Trời.

Khi Salomon xây Đền Thờ Đức Chúa Trời, Ngài cho ông biết cụ thể về kích thước, cấu trúc, và thậm chí ngay cả chất liệu được sử dụng trong Đền Thờ. Salomon đã mang về những gỗ tốt, vàng, bạc, và những chất liệu quý giá khác từ các nước láng giềng. Họ vạ vàng cho công trình xây dựng và ngay cả những vật dụng nhỏ, làm cho nó trở nên nguy nga tráng lệ và xinh đẹp càng thêm.

Hình Dạng Của Một Vương Miệng

Đức Chúa Trời tỏ cho Môi-se những khải tượng và ban cho ông những sự mặc khải khi người xây dựng đền tạm. Đức Chúa Trời cũng cho chúng tôi biết từng chi tiết về Hội Thánh Huy

Hoàng. Nhìn chung, ấy là một công trình xây dựng có hình tròn, nói lên sự vô tận của vũ trụ.

Để bày tỏ sự vinh hiển và cao trọng của Đức Chúa Trời, Hội Thánh Huy Hoàng sẽ là thánh đường tốt nhất và đẹp nhất trong lịch sử nhân loại. Chiều cao sẽ là 70 mét tính từ tầng hầm đến tháp thập tự; đường kính của nó sẽ là 600 mét. Chỉ là một món đồ trang sức nhằm phô diễn vẻ đẹp và quyền năng của Đức Chúa Trời. Hội thánh nầy đồng thời cũng hàm chứa sự vinh hiển của thành phố Giê-ru-sa-lem Mới, và thể hiện công việc sáng tạo của Đức Chúa Trời.

Bên ngoài hội thánh sẽ có mười hai trụ đá cẩm thạch lớn tượng trưng cho mười hai viên đá móng của Giê-ru-sa-lem Mới. Mỗi trụ sẽ được khắc hoa trên đó. Chính giữa mỗi bông hoa sẽ có một trong những viên đá quý của mười hai viên đá móng.

Giữa các trụ sẽ đặt các cổng lớn như cổng bằng ngọc quý của Giê-ru-sa-lem Mới. Mỗi cổng sẽ có hai bức tượng lớn, hình thiên sứ. Đồng thời, giữa mười hai trụ lớn, sẽ là bảy trụ nhỏ, và trên mỗi trụ sẽ có hình chạm nói lên công việc sáng tạo của mỗi ngày.

Ví dụ, trụ thứ nhất sẽ được trang trí hầu cho có thể tỏa ra màu sắc của những chiếc cầu vồng trong ánh sáng rực rỡ để bày tỏ sự sáng tạo ánh sáng. Trụ thứ sáu sẽ được trang trí bằng hình chạm của những bò, cừu, và thú vật khác, đồng thời có hình của Adam và Eve.

Bục giảng của Hội Thánh Huy Hoàng sẽ xoay quanh. Trần nhà của nó sẽ đóng và mở theo hình thập tự. Ghế ngồi trong hội thánh có bộ chỉnh video; áo khoác, cùng những tiện nghi và thiết bị khác.

Nhìn từ trên không trung, Hội Thánh Huy Hoàng trông giống như một chiếc vương niệm. Như người thắng cuộc nhận lãnh một vòng nguyệt quế, là biểu tượng đắc thắng của công cuộc trưởng dưỡng nhân loại.

Đức Chúa Trời muốn Hội Thánh Huy Hoàng được xây dựng bởi con cái của Ngài, là những kẻ đã được nên thánh, ấy là đền thánh tự đáy lòng. Ngài đã ban cho chúng ta phúc âm thiên thượng năm mặt và hướng dẫn chúng ta loại bỏ hết mọi điều xấu xa và thanh tẩy tấm lòng chúng ta trong thế gian đầy tội lỗi này.

Vì hội thánh chúng tôi cố gắng quăng xa tội lỗi cho đến mức đổ huyết để được nên thánh, rất nhiều thành viên trong hội thánh được trưởng thành thuộc linh và thánh khiết trọn vẹn trong ân sủng đặc biệt của Chúa. Đức Chúa Trời định trước một đường lối rằng hễ ai sửa soạn mình cho xứng đáng là những nàng dâu của Chúa theo cách nầy sẽ được tiếp đón sự hiện đến của Chúa tại Hội Thánh Huy Hoàng.

Đức Chúa Trời đã tỏ cho chúng tôi thấy những chiếc cầu vồng để ra dấu rằng, Ngài luôn ở cùng chúng tôi và chúng tôi sẽ xây dựng Hội Thánh Huy Hoàng. Chúng tôi liên tục nhìn thấy những chiếc cầu vồng trên đầu hội thánh hoặc trên khắp các nẻo đường mà đội truyền giáo Manmin đặt chân đến.

Đức Chúa Trời đã cho tôi nhiều lần đến thăm Đu-bai và những quốc gia khác trong khu vực Trung Đông cho việc xây dựng Hội Thánh Huy Hoàng. Ngài cho tôi có mối quan hệ bằng hữu với một số doanh nhân lớn ở đó. Đồng thời, hơn 8.000 hội thánh khắp nơi trên thế giới đang tham gia trong chức vụ của Manmin, ấy là bông trái của sứ mệnh truyền giáo ra thế giới mà chúng tôi đã đạt được cho đến nay.

Cho đến khi phúc âm được rao giảng đến tận cùng trái đất, Hội Thánh Huy Hoàng là công việc chứa đựng sự trù liệu sâu thẳm của Đức Chúa Trời được xây dựng, và chúng ta tiếp đón Chúa Jêsus là Đấng sẽ trở lại, sự cầu nguyện và chức vụ của tôi sẽ chẳng hề ngừng nghỉ.

Lời bạc

Như cây xanh hướng lên trời cao
Rễ ăn sâu vào lòng đất
Không chỉ có ánh nắng mặt tươi sáng
Mà còn có cả bão tố, sương sa,

Trải hai mươi sáu năm qua,
Tôi quỳ gối, ngửa trông Chúa nguyện cầu
Tình yêu Chúa dẫn dắt tôi
Vào thế giới thiêng liêng sâu thẳm nhiệm mầu;
Ngài mở cửa thuộc linh với tầm thước mới
Sự tiên liệu thời sau rốt đang diễn ra

Tôi có thể bước đi
Vì cớ tình yêu chân thật Đức Chúa Trời,
Đấng luôn hiện hữu
Ngài chẳng hề có bóng dáng đổi thay

Dẫu có mấy kẻ
Vì chẳng hiểu công việc Ngài
Mà đem lòng ganh ghét
Cũng có kẻ gieo lời giả dối
Tôi chỉ biết cầu nguyện cùng Chúa với mình tôi,
Vì lẽ thật luôn tỏ mình trong lịch sử.

Tôi thầm giữ lại trong lòng
Những gì vẫn chưa nói được.

Tôi thú nhận mọi lời trong sách
Chính là lẽ thật chẳng sai
Vì lẽ đó tôi chẳng hề hổ thẹn.

Tiểu Sử Cá Nhân Và Hội Thánh

04. 1943. Là con út được sinh trong gia đình có sáu anh chị em, ba trai và ba gái. Bố Chabeom Lee và mẹ Gamjang Cho (tại Shinkil Ri, Heje Myeon, Muan Goon, tỉnh Cheonnam)

02. 1956. Tốt nghiệp Trường Tiểu Học Boonhyang, Tỉnh Cheonnam

02. 1959. Tốt nghiệp Trường Trung học Cơ Sở Songjung, Tỉnh Cheonnam

02. 1962. Tốt nghiệp Trường Cấp Ba Công Nghiệp Dan-guk, Seoul

09. 1964. Rút khỏi Trường Đại Học Đào Tạo Kỹ Sư Hanyang

04. 1967. Hoàn thành Quân Dịch

01. 1968. Kết hôn cùng Boknim Lee, ngã bệnh vì quá chén tại bữa tiệc liên hoan gia đình

11. 1970. Sanh con gái đầu lòng Miyoung Lee. Thôi việc tại hãng báo chí do mất thính giác.

10. 1972. Sanh con gái thứ hai Mikyung Lee.

04. 1974. Được biết về Đức Chúa Trời Hằng Sống tại Nhà Nguyện củabà Hyun Shin Ae và tin nhận Chúa

11. 1974. Tham dự Hội Nghị Phục Hưng tại Hội Thánh Sungdong ở Oksu Dong và thật sự bắt đầu một cuộc sống Cơ Đốc Nhân

08. 1975. Sanh con gái thứ ba và là con gái út Soojin Lee

03. 1979. Được nhận vào Trường Thần Học Holiness

07. 1982. Mở Hội Thánh Manmin

02. 1983. Tốt nghiệp Trường Thần Học Holiness

05. 1986. Được thụ phong Mục sư

06. 1987. Lời chứng của ông được soạn thành kịch bản và được phát trên Đài Phát Thanh Cơ Đốc trong một tháng.

1990. Những bài giảng của ông được phát thường xuyên trên nguồn sống FEBC, Đài Phát Thanh Á châu, Hệ Thống Radio Cơ-đốc Washington

05. 1990. Diễn giả cho Chiến Dịch Thánh Linh do Sứ Mệnh Truyền Giáo Khu Vực Yeoman tổ chức

03. 1991. Diễn giả cho Chiến Dịch Truyền Bá Phúc Âm Phước Hạnh Daegu

07. 1991. Sáng lập Liên Hiệp Hội Thánh Jesus United Holiness

Church of Korea

03. 1992. Thành lập ban nhạc thờ phượng Nissi do Mục Sư Hyeon Kyoon Shin làm diễn giả Hội nghị với chủ đề 'Các Tầm Thước' cho hết thảy các thành viên hội thánh, với đề tài: 'Nghe, thấy và hiểu bằng tấm lòng'
Những mục báo xuất hiện tờ Nhật Báo Hàn Quốc Ilbo (trong mục Hàn – Mỹ)

05. 1992. Tham dự buổi Điểm Tâm và Cầu Nguyện Quốc Gia

08. 1992. Đồng chủ tịch của Chiến Dịch Truyền Bá Phúc Âm Thiêng Thượng Toàn Cầu năm 1992

02. 1993. Hội Thánh Trung Tâm Manmin được tổ chức 'Cơ Đốc Nhân Toàn Cầu' có trụ sở tại Mỹ bầu chọn là một trong 50 hội thánh hàng đầu thế giới

05. 1993. Hai tuần Đại Hội Phục Hưng Đặc Biệt lần đầu tiên do Mục Sư Jaerock Lee tổ chức

08. 1993. Diễn giả cho Chiến Dịch Truyền Bá Phúc Âm tại Washington

09. 1993. Diễn giả cho Chiến Dịch Truyền Bá Phúc Âm tại Los Angeles
Chủ Tọa Danh Dự trong kỳ lễ kỷ niệm lần thứ 20 tại phố Hàn Quốc – LA
Cầu nguyện chúc phước Hội Đồng Thành Phố LA
Được trao tặng quyền công dân danh dự từ hạt LA

10. 1993. Những bài giảng được đăng trên báo chí Cơ Đốc

02. 1994. Đọc diễn văn khích lệ tại phân khu 6, Quân Đội Hàn Quốc, nhân lễ khánh thành Hội Thánh Siloam

05. 1994. Diễn giả cho Chiến Dịch Liên Hiệp Baltimore – Washington
Được giới thiệu làm chủ tọa của Hệ Thống Radio Cơ-Đốc Washington

06. 1994. Diễn giả cho Hội Nghị Lãnh Đạo Hội Thánh Tanzania và lễ thờ phượng tại hội thánh ngũ tuần

07. 1994. Cầu nguyện chúc phước cho Chiến Dịch Truyền Bá Phúc Âm Thiên Thượng tại Seoul năm 1994
Được bổ nhiệm làm Phó Chủ Tịch Liên Hiệp Sứ Mệnh Tài

Trợ Kinh Thánh Quốc Tế

1994.	Khởi sự chương trình cầu nguyện cho người bệnh qua hệ thống telephone Tự động
11. 1994.	Diễn giả cho Chiến Dịch Liên Hiệp Ida tại Nhật Bản
12. 1994.	Diễn Thuyết Đặc Biệt tại Trung Tâm Huấn Luyện Phục Hưng, một chi nhánh của Phong Trào Truyền Bá Phúc Âm Quốc Gia
12. 1994.	Chương trình đặc biệt lễ kỷ niệm lần thứ 40 Hệ Thống Phát Thanh Cơ Đốc CBS 'Hãy Đổi Mới Chúng Ta' được ghi băng tại Hội Thánh Trung Tâm Manmin
02. 1995.	Đăng cai Hội Nghị Mục Sư Hàn Quốc do Nhóm Mục Sư Cầu Nguyện Hàn Quốc tổ chức
03. 1995.	Đăng cai Chiến Dịch Liên Hiệp Khu Vực Seoul do Phong Trào Truyền Bá Phúc Âm Quốc Gia tổ chức Các bài giảng được phát thanh hàng tuần trên Hệ Thống Phát Thanh Cơ Đốc CBS
04. 1995.	Diễn giả cho Hội Nghị Sứ Mệnh Truyền Giáo Quốc Tế LA 1995 do Liên Hiệp Truyền Bá Phúc Âm Thế Giới tổ chức.
05. 1995.	Các bài giảng được truyền thanh trên Hệ Thống Phát Thanh Cơ Đốc Choooncheon
07. 1995.	Cầu nguyện đặc biệt tại 'Chiến Dịch Cầu Nguyện Đặc cho Quốc Gia' do Phong Trào Truyền Bá Phúc Âm Tái Thống Nhất Đất Nước tổ chức, với tư cách là chủ tịch thường trực
08. 1995.	Thăm Chungwadae, dinh thự tổng thống, với tư cách là một thành viên trong ban chấp hành Hội Nghị Hân Hoan Tái Thống Nhất Đất Nước bằng Con Đường Hòa Bình kỷ niệm 50 năm ngày Hàn Quốc độc lập Tường trình xúc tiến với tư cách là chủ tịch hành chính trong Hội Nghị Hân Hoan Tái Thống Nhất Đất Nước bằng Con Đường Hòa Bình kỷ niệm 50 năm ngày Hàn Quốc độc lập Các bài giảng của ông được phát trên Đài Hàn Quốc tại thành phố New York Hoa Kỳ
09. 1995.	Tham dự lễ kỷ niệm Ngày Hội Hàn Quốc lần thứ 22 tại LA

Phố Hàn Quốc với tư cách là chủ tịch danh dự

10. 1995. Các bài giảng của ông được phát trên Daejeon FEBC
Trung Tâm Truyền Giáo Manmin Phi Châu được thành lập
Hội Thánh Trung Tâm Manmin tham gia phong trào hiến máu do 'Phong Trào Tình Thương Thực Tiễn' tổ chức

11. 1995. Chiến Dịch Thức Tỉnh Mizpah đặng Thực Hành Ăn Năn và Yêu Thương
Những mục báo thường xuyên trên 'Tín Hiệu Cơ Đốc,' Tuần báo Cơ- đốc Hoa Kỳ

12. 1995. Đài nguồn sống FEBC, chương trình 'Hội Thánh Nhân Lành Của Chúng Ta' được ghi băng tại Hội Thánh Trung Tâm Manmin

02. 1996. Diễn giả cho Chiến Dịch Liên Hiệp Các Hội Thánh Hàn Quốc Hawaii 1996 và Hội Nghị Mục Sư

03. 1996. Được bổ nhiệm vào Đồng Chủ Tịch của những Nhà Khởi Xướng Liên Hiệp Truyền Bá Phúc Âm

04. 1996. Các bài giảng của ông được phát thanh trên CBS Daegu
Được bổ nhiệm làm phó chủ tịch Sứ Mạng World Cup 2002

06. 1996. Khởi sự Trung Tâm Phúc Lợi Xã Hội Manmin

07. 1996. Chiến dịch Phước Hạnh Hàn Quốc Argentina và Hội Nghị Mục Sư
Hội Nghị Mục Sư lần thứ 14
Được tòa nhật báo Joongang bầu chọn là một trong 'Những Người Làm Chuyển Đổi Hàn Quốc'

08. 1996. Khai trương Giáo Đường Guro Dong
Các bài giảng của ông được phát trên Đài Phát Thanh Cơ Đốc Van- Couver, Canada
Tham gia Chiến Dịch Liên Hiệp Cầu Nguyện Hàn Quốc Nhật Bản do Sứ Mạng World Cup 2002 tổ chức

09. 1996. Chiến Dịch Liên Hiệp tại Shinshu, Nhật Bản

11. 1996. Hòa Nhạc Ngợi Khen Lần Thứ Hai ủng hộ cho Trẻ Em Là Những Người Chủ Gia Đình, do Trung Tâm Phong Trào Truyền Bá Phúc Âm Quốc Gia tổ chức

12. 1996. Khởi sự lễ thờ phượng cùng một lúc cho tất cả các hội thánh chi nhánh tại Hàn Quốc
Các bài giảng của ông được phát đi hàng tuần trên Đài Phát Thanh Cơ- đốc tại Philadelphia, Hoa Kỳ

03. 1997. Các bài giảng của ông được phát trên Đài Hàn Quốc tại New York
Các bài giảng của ông được phát hàng tuần trên Đài Hàn Quốc tại Auckland, New Zealand

07. 1997. Được bổ nhiệm làm chủ tịch thường trực của Chiến Dịch Liên Hiệp Truyền Bá Phúc Âm năm 1998

08. 1997. Mục Sư Dan Marino, người được ủy nhiệm của Học Viện Cơ- Đốc Parkway, Hoa Kỳ đến thăm hội thánh nhằm nghiên cứu về đề tài phục hưng.

09. 1997. Đại Chiến Dịch Truyền Bá Phúc Âm và Hội Nghị Mục Sư do Đài Phát Thanh Cơ-đốc Washington tổ chức
Diễn giả cho Chiến Dịch Liên Hiệp Hàn – Mỹ do Hội Thánh Liên Hiệp Mary-land tổ chức

10. 1997. Hội Nghị Mục Sư Argentina lần thứ hai do Sứ Mệnh Tình Thương Argentina tổ chức

01. 1998. Hệ Thống Truyền Thông Cơ-đốc Chương Trình Đặc Biệt Năm Mới 'Hãy Đổi Mới Chúng Ta' Chiến Dịch Làm Chứng

02. 1998. Đại Hội Phục Hưng Đặt Biệt dành cho người bệnh
Diễn giả cho 'Chiến Dịch Thánh Linh nhằm Cứu Rỗi Quốc Gia' do Liên Hiệp Sứ Mệnh Phục Hưng Cơ-đốc Toàn Cầu tổ chức
Được bổ nhiệm vào Chủ Tịch Điều Hành Liên Hiệp Chiến Truyền Bá Phúc Âm Quốc Gia

03. 1998. Được bổ nhiệm vào Chủ Tịch Hành Chính của Những Nhà Khởi Xướng Hiệp Hội Truyền Bá Phúc Âm
Diễn Giả của Chiến Dịch Chuẩn Bị Hàn Quốc cho Chiến Dịch Truyền Giáo Toàn Cầu Tokyo

05. 1998. Được trao cờ danh dự từ Sứ Mệnh Hô-sa-na về sự đóng góp

của ông cho sự phát triển của tổ truyền giáo nầy và phong trào truyền bá phúc âm cho quốc gia

Cầu nguyện đại diện cho 'Chiến Dịch Không Bạo Lực Trong Nhà Trường' những Nhà Khởi Xướng Hiệp Hội Truyền Bá Phúc Âm tổ chức

06. 1998. Hòa Nhạc Từ Thiện lần thứ 6 cho việc Truyền Bá Phúc Âm Trong Nhà Tù do Hội Truyền Giáo Onesimus tổ chức 'Chiến Dịch Cầu Nguyện vì Sự Cứu Rỗi Quốc Gia' do Hiệp Hội Truyền Bá Phúc Âm Toàn Cầu tổ chức

10. 1998. Lễ nhậm Chức Của Hiệp Hội Sứ Mệnh Luật Sư Hàn Quốc và Họp Mặt Cầu Nguyện cho Quốc Gia

12. 1998. Hòa Nhạc Từ Thiện ủng Hộ Những Người Tàn Tật do 'Tình Yêu Thực Tiễn vì Sự Liên Hiệp Quốc Gia' tổ chức Phong Trào Khải Tượng

Hệ Thống Truyền Thông Cơ Đốc CBS 21 kỷ niệm lần thứ 44 của chương trình truyền thông nầy

04. 1999. Hòa Nhạc Ngợi Khen ủng Hộ Trẻ Em Là Những Người Chủ Gia

Đình Tại sảnh đường hòa nhạc MBC Masan 'Không bạo lực trong nhà trường' do Văn Phòng Công Tố Khu Vực Seoul tổ chức

07. 1999. Được bổ nhiệm làm Chủ Tịch Thường Trực Của Hiệp Hội Sứ Mệnh Phục Cơ Đốc Toàn Cầu

02. 2000. Các bài giảng của ông được phát thanh trên 'Đài Phát Thanh Phúc Âm Quốc Tế (AM 1503) tại Vladivostok

06. 2000. Các bài giảng bằng tiếng Anh của ông được phát thanh trên Đài Phát Thanh Mabuhai (AM 1350) tại Manila, Philipines

07. 2000. Diễn giả cho 'Hội Nghị Mục Sư Uganda 2000 và Chiến Dịch Liên Hiệp'

Những công việc đầy quyền năng đã bày tỏ tại Uganda được phát trên Đài CNN

09. 2000. Diễn giả cho 'Liên Hiệp Chiến Dịch, Nhật Bản'

10. 2000. Diễn giả cho 'Hội Nghị Mục Sư Pakistan và Chiến Dịch

Liên Hiệp'
S.K. Tressler, Bộ Trưởng Văn Hóa, Thể Thao, Thanh Niên, và Du Lịch đã đến tham dự lễ cầu nguyện thâu đêm thứ sáu tại Hội Thánh Trung Tâm Manmin

01. 2001. Manmin TV được thành lập

06. 2001. Những công việc của quyền năng Đức Chúa Trời được phát trên RPN TV, Philipines
Diễn giả cho 'Hội Nghị Mục Sư Kenya và Chiến Dịch Liên Hiệp'

07. 2002. Diễn giả cho 'Hội Nghị Mục Sư Honduras và Chiến Dịch Liên Hiệp'

10. 2002. Diễn giả cho 'Hội Nghị Mục Sư Ấn Độ và Ngày Hội Chữa Lành Bằng Phép Lạ'

02. 2003. Được trao cờ danh dự bởi Hội Thánh Liên Hiệp Los Angeles Giáo Hội Liên Hiệp Nam California vì sự phát triển và hợp tác giữa các hội thánh Hàn Quốc – Hoa Kỳ và vì sự tận hiến cho công việc truyền bá phúc âm

2003. Diễn giả cho 'Hội Nghị Mục Sư Nga và Ngày Hội Chữa Lành Bằng Phép Lạ'

05. 2004. Diễn giả cho Hai Tuần Đại Hội Duy Trì Phục Hưng Đặc Biệt lần thứ 12

10. 2004. Diễn giả cho 'Ngày Hội Chữa Lành Bằng Phép Lạ Tại Đức'

12. 2004. Diễn giả cho 'Chiến Dịch Chữa Lành Tại Peru'
Được mời gặp mặt Tổng Thống Toledo của Peru tại dinh thự tổng thống

05. 2005. Tiến Sĩ David Waisman, Phó Tổng Thống Peru, cùng với ông Maximo San Roman, cựu Phó Tổng Thống của Peru đến viếng thăm Hội Thánh Trung Tâm Manmin

09. 2005. GCN (Mạng Lưới Cơ Đốc Toàn Cầu) bắt đầu phát song

10. 2005. Kỷ niệm Hội Thánh lần thứ 23 và lễ khai trương GCN

02. 2006. Diễn giả cho 'Ngày Hội Chữa Lành bằng Phép lạ tại Cộng Hòa Dân Chủ Công-gô'
Gặp gỡ với Tổng Thống Joseph Kabila

05. 2006. Tiến Sĩ Mikhail Morgulis Chủ Tọa Nghiệp Đoàn Slavic tại Chiến Dịch New York và Viên Chức Hành Chính, Mark Bazalev viếng thăm Hội Thánh Trung Tâm Manmin

06. 2006. WCDN (Mạng Lưới Bác Sĩ Cơ Đốc Toàn Cầu) Hội Nghị Y-Khoa Toàn Cầu Lần Thứ 3 tổ chức tại Philipines.

07. 2006. Diễn giả cho 'Chiến Dịch New York 2006'
Chiến dịch được truyền trực tiếp và truyền lại đến hơn 200 quốc gia
Được trao Tuyên Cáo và Cờ Danh Dự từ Thượng Nghị Viện và Hội Đồng Lập Pháp của Bang New York và Hội Đồng Thành Phố New York

02. 2007. Tham gia Hội Nghị và Triển Lãm lần thứ 64 NRB

04. 2007. MIS (Chủng Viện Thần Học Quốc Tế Manmin) Hội Nghị Mục Sư tại Châu Mỹ Latin

07. 2007. Hội Nghị Y-Khoa Cơ Đốc Toàn Cầu lần thứ tư tại Miami, USA

10. 2007. Kỷ Niệm Hội Thánh lần thứ 25 và lần thứ 2 của GCN

11. 2007. Hội Nghị Y Khoa Cơ Đốc Đông Nam Á tại Jakarta, Indonesia do WCDN tổ chức

03. 2008. Tham dự Hội Nghị và Triển lãm NRB lần thứ 65 và Hội Nghị và Triển lãm FICAP lần thứ 9

04. 2008. Urim Books tham dự Hội Chợ Sách Quốc Tế lần thứ 14 tại Seoul

05. 2008. WCDN –Hội Nghị Y Khoa Cơ Đốc Toàn Cầu lần thứ 5 được tổ chức tại Trondheim, Na-uy

10. 2008. Lễ kỷ niệm Hội Thánh lần thứ 26 và Lễ kỷ niệm GCN lần thứ 3

11. 2008. Hội Nghị Mục sư và Chiến Dịch Chữa Lành Qua Khăn Tay được tổ chức tại Chennai, Ấn Độ do Mục sư Mikyung Lee đảm nhiệm

01. 2009. Lễ kỷ niệm Sứ Mệnh Truyền Giáo cho Những Người Tị Nạn Bắc Hàn lần thứ 4

02. 2009. Tham dự Hội Nghị và Triển lãm NRB lần thứ 66

Hội Nghị Mục sư và Chiến Dịch Chữa Lành Qua Khăn Tay được tổ chức tại Phi-líp-pin do Mục sư Mikyung Lee đảm nhiệm

03. 2009. Tham dự Hội Nghị và Triển lãm FICAP lần thứ 10

04. 2009. Hội Nghị Mục sư và Chiến Dịch Chữa Lành Qua Khăn Tay được tổ chức tại Pakistan do Mục sư Taesik Gil đảm nhiệm

06. 2009. Hội Nghị Mục sư và Chiến Dịch Chữa Lành Qua Khăn Tay được tổ chức tại Việt Nam do Mục sư Pastor Rainbow Lee đảm nhiệm

07. 2009. Nước Ngọt Muan Phục Vụ Tận Hiến Bãi Biển Và Hồ Bơi

09. 2009. Diễn giả cho Chiến Dịch Hiệp Nhất Y-sơ-ra-ên năm 2009 với chủ đề "Đức Chúa Trời là Đấng Vĩ Đại"

10. 2009. Lễ kỷ Niệm Hội Thánh lần thứ 27 và Lễ kỷ Niệm GCN lần thứ 4

11. 2009. WCDN – Hội Nghi Y Khoa Cơ Đốc Toàn Cầu lần thứ 6 được tổ chức tại Kiev, Ukraine

02. 2010. Tham dự Hội Nghị và Triển lãm NRB lần thứ 67

03. 2010. Tham dự Hội Nghị và Triển lãm FICAP lần thứ 11

05. 2010. WCDN- Hội Nghị Y Khoa Toàn Cầu lần thứ 7 được tổ chức tại Rô-ma, Italy

07. 2010. Cắm Trại lần thứ 4 được tổ chức tại Phần Lan cho 'Sứ Điệp Thập Tự Giá'

Tác Giả:

Tiến Sĩ Jaerock Lee

Tiến Sĩ Jaerock Lee sinh trưởng tại Muan, tỉnh phận Jeonnam, Cộng Hòa Nhân Dân Triều Tiên, năm 1943. Những năm tháng của tuổi 20, Mục sư Lee đã phải trải qua rất nhiều căn bệnh nan y, trong bảy năm trường đầy tuyệt vọng, vô phương cứu chữa, ông chỉ còn biết chờ chết. Một ngày kia, vào mùa xuân 1974, được chị gái đưa đến nhà thờ, khi quỳ xuống cầu nguyện, Đức Chúa Trời hằng sống đã chữa lành mọi bệnh tật ông ngay tức khắc.

Qua kinh nghiệm kỳ diệu đó, Tiến Sĩ Lee đã gặp được Đức Chúa Trời hằng sống, ông đã dâng trọn tấm lòng thành kính lên Ngài, năm 1978, ông được kêu gọi bước vào con đường hầu việc Đức Chúa Trời. Ông hết lòng cầu nguyện để hiểu rõ ý muốn Ngài và hoàn thành sứ mạng một cách tốt nhất, ông vâng phục tất cả các mạng lệnh. Năm 1982 ông thành lập Hội Thánh Trung Tâm Manmin tại Seoul, Hàn Quốc và tại đây nhiều công việc của Chúa kể cả những phép lạ chữa lành, những dấu lạ đã và đang xảy ra đến mức không kể xiết.

Năm 1986, Tiến Sĩ Lee được thụ phong tại Hội Thánh Annual Assembly Jesus Sungkyul của Hàn Quốc, bốn năm sau, 1990, những bài giảng luận của ông bắt đầu được phát song qua các đài phát thanh tại Úc Châu, Nga, Philipines và được phát sóng nhiều qua Đài Nguồn Sống FEBC, Đài Phát Thanh Á Châu, và Hệ thống Truyền thanh Cơ Đốc Nhân Washington, và nhiều quốc gia khác.

Ba năm sau, 1993, Hội Thánh Trung Tâm Manmin được tạp chí Cơ Christian World (US) bầu chọn, xếp vào "Top 50 Hội Thánh Hàng Đầu Thế Giới" và ông nhận học vị Tiến Sĩ Danh Dự Thần Học của Trường Đại Học Christian Faith, Florida, USA và năm 1996, Ông nhận học vị Tiến sĩ Mục Vụ tại Chủng Viện Thần Học Kingsway, Iowa, USA.

Kể từ năm 1993, Tiến Sĩ Lee đã bước vào sứ mạng truyền giáo quốc tế qua nhiều chiến dịch hải ngoại tại Hoa Kỳ, Tanzania, Argentina, Uganda, Nhật Bản, Pakistan, Kenya, Philipines, Honduras, Ấn Độ, Nga, Đức, và Peru, Cộng Hòa Dân Chủ Công-Gô, và Y-sơ-ra-ên. Năm 2002, ông được tờ báo chuyên đề Christian newspapers ở Hàn Quốc gọi là "Mục sư toàn cầu" có liên quan đến nhiều Chiến Dịch Liên Minh Kỳ Diệu tại hải ngoại.

Đến tháng 4, năm 2011, Hội Thánh Trung Tâm Manmin là một giáo hội có hơn 120.000 thành viên. Có 9.000 chi nhánh trong và ngoài nước, và có hơn 137 giáo sĩ được ủy thác đến 23 quốc gia, bao gồm Hoa Kỳ, Nga, Đức, Canada, Nhật, Trung Quốc, Pháp, Ấn Độ, Kenya, và nhiều nơi khác.

Cho đến ngày xuất bản sách nầy, Tiến Sĩ Lee đã viết được 63 cuốn sách, trong đó có những cuốn rất được ưa chuộng như, *Ném Trải Cuộc Sống Đời Đời Trước Khi Chết, Đời Tôi và Niềm Tin I & II, Sứ Điệp Thập Tự Giá, Tầm Thước Đức Tin, Thiên Đàng I & II, Địa Ngục và Quyền Năng Đức Chúa Trời.* Những tác phẩm của ông đã được phiên dịch trên 67 ngôn ngữ khác nhau.

Các mục báo Cơ Đốc của ông xuất hiện trên *The Hankook Ilbo, The JoongAng Daily, The Chosun Ilbo, The Dong-A Ilbo, The Munhwa Ilbo, The Seoul Shinmun, The Kyunghyang Shinmun, The Hankyoreh Shinmun, The Korea Economic Daily, The Korea Herald, The Shisa News, và The Christian Press.*

Tiến Sĩ Lee hiện nay là lãnh đạo của nhiều tổ chức truyền giáo và hiệp hội, bao gồm: Chủ Tịch Hội Thánh The United Holiness Church of Jesus Christ; Chủ Tịch Sứ Mạng Toàn Cầu Manmin, Chủ Tịch Thường Trực Hiệp Hội Sứ Mạng Phục Hưng Cơ Đốc Thế Giới, Người sáng lập Manmin TV; Nhà Sáng Lập & Ban Chủ Tịch Mạng Lưới Cơ Đốc Nhân Toàn Cầu (GCN), Mạng Lưới Bác Sĩ Cơ Đốc Nhân Toàn Cầu (WCDN), và Chủng Viện Thần Học Quốc Tế Manmin (MIS).

Những sách khác đầy quyền năng cùng tác giả:

Thiên Đàng I & II

Một bức phát họa chi tiết về môi trường sống huy hoàng, những công dân nước thiên đàng sống vui mừng trong sự vinh quang của Đức Chúa Trời

Sứ Điệp Thập Tự Giá

Một sứ điệp tỉnh thức mạnh mẽ cho những ai đang mê ngủ thuộc linh. Trong sách này bạn sẽ tìm ra được lý do Chúa Giê-xu là Đấng Cứu Chuộc duy nhất và tình yêu thật của Đức Chúa Trời

Địa Ngục

Một sứ điệp khẩn thiết cho nhân loại từ Đức Chúa Trời, Đấng không muốn một linh hồn nào chết mất trong hỏa ngục. Bạn sẽ khám phá ra hiện thực tàn khốc chưa-bao-giờ-được-phơi-bày-ra-trước-đây của Âm phủ và địa ngục

Tầm Thước Đức Tin

Nơi ở và vương miện nào trên thiên đàng đang chờ chúng ta? Sách nầy cung cấp cho chúng ta sự khôn ngoan và hướng dẫn chúng ta phương cách để có thể biết được lượng đức tin của mình và trưởng dưỡng lượng đức tin ấy một cách tốt nhất và trưởng thành nhất

Đời Tôi và Niềm Tin I

Một mùi hương thuộc linh thơm ngát cho độc giả, qua cuộc đời của ông được trích ra từ tình yêu thương của Đức Chúa Trời nở hoa giữa những làn sóng đen tối, cái ách nhạt nhẽo và nỗi tuyệt vọng sâu lắng nhất.

www.ingramcontent.com/pod-product-compliance
Lightning Source LLC
LaVergne TN
LVHW100435051026
849518LV00004B/1504
* 9 7 8 8 9 7 5 5 7 4 2 0 7 *